888

የአቡጊዳ ቀመር ሲከፈት

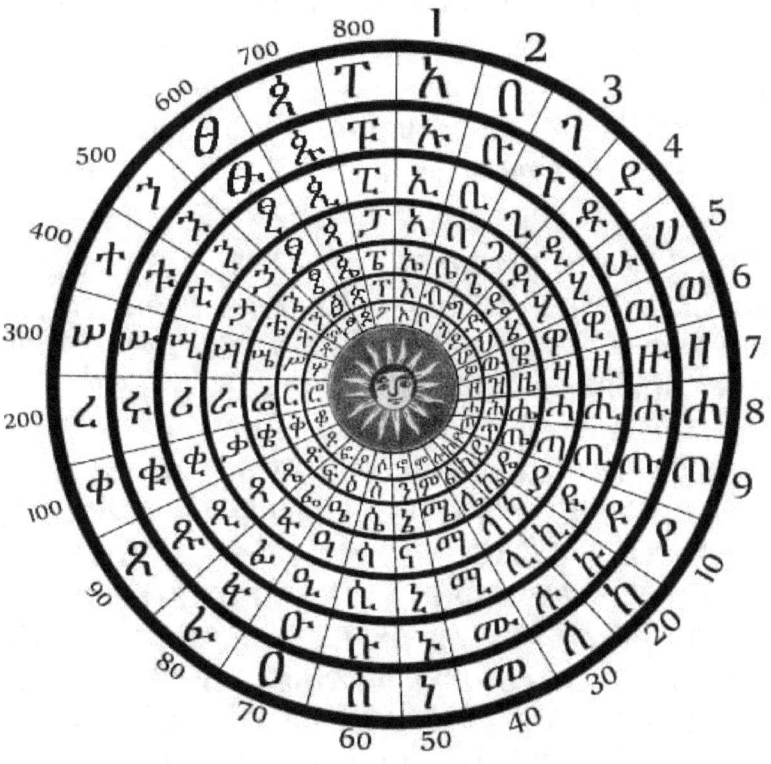

በመጋቤ ሐዲስ ዶክተር ሮዳስ ታደሰ

© መጋቤ ሐዲስ ዶክተር ሮዳስ ታደሰ
የአዘጋጁ መብት በሕግ የተጠበቀ ነው
All Right Reserved

የመዠመሪያ ዕትም
መስከረም 8, 2015 ዓ.ም.
2 + 0 + 1 + 5 = 8

መታሰቢያነቱ

ዘመናቸውን በጠብ ሳይኾን በጥበብ ለፈጸሙ። ቀለባቸውን ሳይኾን ቀልባቸውን ላስቀደሙ። ለጠበቡ ሳይኾን ለተጠበቡ። ለቀናተኞች ሳይኾን ለቅኖች። ለምን ተወለዱብን ሳይኾን እንኳን ተወለዱልን ለተባሉ። ሰውን በአንደበታቸው ላዋረዱ ሳይኾን የሰውን ክብር ለተረዱ እና ሰውን ለረዱ። ለተሳዳቢዎች የጨለማ ልጆች ሳይኾን፤ ለሚመርቁ የብርሃን ልጆች ኹሉ ይኹንልኝ።

ምስጋና

ክቡር ዳዊት በመዝሙሩ ላይ "የማይታይ ስዉር ጥበብን አስታወቅኸኝ" በማለት እንደዘመረ የፊደላትን ምስጢር፣ ያላቸውን ኀይል እንዳውቅ ያደረገኝ፣ እንድጽፈውም አነሣሥቶ ላስዠመረኝ አስዠምሮ ላስፈጸመኝ ራሱን በፊደላት "አልፋ እና ዖሜጋ እኔ ነኝ" ብሎ ለገለጸው ለአምላኬ ምስጋናዬን አቀርባለኍ።

ክቡር ዳዊት "ወወሀብኮሙ ሲሳዮሙ ለሕዝበ ኢትዮጵያ" (ለኢትዮጵያ ሰዎች ምግባቸውን ሰጠኻቸው) እንዳለ፤ ይኽነን ቅዱስ የግእዝ ፊደልና ቋንቋ የነፍስ ምግብ አድርገኽ ምስጢራቸውን እንድናውቅ፣ እንድንዘምርባቸው፣ አንተን እንድናመሰግንባቸው አድርገኽ ሰጥተኽናልና ምስጋና ይግባኽ።

ይኽነን ያዘጋጀኹትን መጽሐፍ በማንበብ አስተያየት የሰጡኝ የግእዝ ሊቅ መምህር ዕምደ ወርቅ እስጢፋኖስን አመሰግናለኍ። በውስጡ ያሉትን ሥዕላዊ መግለጫዎች ያዘጋጀልኝን ኤርምያስ ምንዳሁን እና የመጽሐፉን ሽፋን በዚኽ መልኩ ለሠራልኝ ዮዳሄ ደጉ፤ መጽሐፉ እንዲታተም የማተሚያ ድጋፍ ላደረጋችኍ በመላ ከፍተኛ አክብሮቴን አቀርብላችኍለኍ።

በመጋቤ ሐዲስ ዶክተር ሮዳስ ታደሰ - 888

ማውጫ

ገጽ

መግቢያ 9

ምዕራፍ 1

ቀመረ ፊደል 15
የቀመረ ፊደል ሕገጋት 20
26ቱ የግእዝ ፊደላት ቊጥርና ስያሜ 25
ሰባቱ ፊደላትና ምግብናቸው 26
ሰባቱ ፊደላትና ሰባቱ የመቅረዝ አዕጹቅ 33
ሰባቱ ፊደላትና ዐምስቱ አዕማደ ምስጢር 38
ፊደልና ቀመር 182 40
የ26ቱ የግእዝ ፊደላት ቀመራዊ ፍቺ 45
የ33ቱ ፊደላት ቀመራዊ ፍቺ 48
ደቃልው ፊደላትና ፍቺያቸው 49

ምዕራፍ 2

ፊደል [አ] 51
የፊደል [አ] ፍቺውና ቅርጸ አካሉ 51
ፊደል [አ] እና ሕግ 54
[አ] እና ስመ አምላክ 56
ፊደል [አ] እና [አ]ዳም 57
ፊደል [አ] እና [አ]ዳማዊ ቤተሰብ 63
ፊደል [አ] እና [አ]ቤል 64
ፊደል [አ] እና አህጉራት 65
ፊደል [አ] እና [አ]ልፋ [ኢ]የሱስ 66
ፊደል [አ] እና [አ]ውራው ሰውር 67
ፊደል [አ] እና ዕለተ [እ]ሑድ 68
ፊደል [አ] እና ቀመሩ 69
አልፍና መንፈሳዊ ትርጒሙ 70

3

ምዕራፍ 3

ፊደል [በ] 72
የፊደል [በ] ፍቺ 72
ፊደል [በ] እና ወልድ 72
ፊደል [በ] እና ፍጥረተ ዓለም 76
ፊደል [በ] በቤትነቱ 79
ፊደል [በ] እና ቅርጸ አካሉ 81

ምዕራፍ 4

ፊደል [ገ] 83
የፊደል [ገ] ቅርጸ አካልና ፍቺ 83
ፊደል [ገ] እና መንፈስ ቅዱስ 84
ገመል [ገ] እና ቀመር 73 84
በቀዳሚ ገብረ እና 73 — 37 ገመል 86
73 — 37 እና ኢየሱስ 92
73 — 37 በሥርዐተ ፀሐይ 99
73 — 37 በምድር ልኬት 101
73 — 37 በጨረቃ ልኬት 102
73 — 37 በድምፅ ፍጥነት 103
73 — 37 በሰው ተፈጥሮ 105
ፊደል [ገ] እና ሰብአ ሠ[ገ]ል 108

ምዕራፍ 5

ፊደል [ደ] 110
ፊደል [ደ] እና አ[ዳ]ም 110
ፊደል [ደ] እና ኢየሱስ 111
ፊደል [ደ] እና ነ[ዳ]ይ 112
ፊደል [ደ] እና [ደ]ጃፍ 113

ምዕራፍ 6

4

888

ፊደል [ሀ] 115
ፊደል [ሀ] ስመ አምላክ 115
ኢትዮጵያ እና እደዊ[ሃ] 117
ፊደል [ሀ] እና [ህ]ላዌ ሰብእ.......................................118

ምዕራፍ 7

ፊደል [ወ] 122
ፊደል [ወ] እና ሥነ ፍጥረት 122
ፊደል [ወ] እና 6 123
ፊደል [ወ] እና ሰዋስ[ው] 124

ምዕራፍ 8

ፊደል [ዘ] 127
ፊደል [ዘ] እና ሰይፍ 127
ፊደል [ዘ] እና ሰንበት 129

ምዕራፍ 9

ፊደል [ሐ]..132
ፊደል [ሐ] እና ፊደል ዘ 132
ፊደል [ሐ] እና ዐዲስ ሕይወት 133
ፊደል [ሐ] እና ግዝረት...134
የፊደል [ሐ] እና ሐመር 134
ፊደል [ሐ] እና መሲሕ 135
ቀመር 888 136

ምዕራፍ 10

ፊደል [ጠ] 140
ቀመር 9 141

ምዕራፍ 11

ፊደል [የ] 148
ፊደል [የ] እና ስመ አምላክ 148
ፊደል [የ] እና የ[ያ]ህዌህ [የ]ማናዊት እጅ 149

5

ፊደል [የ] እና ቀመር 10 151

ምዕራፍ 12
ፊደል [ከ] 155
ፊደል [ከ] እና መዳፍ 155

ምዕራፍ 13
ፊደል [ለ] 159
[ል]ብ እና ቀመሩ 160

ምዕራፍ 14
ፊደል [መ] 163
ፊደል [መ] ቀመር 40 እና ኖኅ 164
ፊደል [መ] ቀመር 40 እና ይስሐቅ 166
ፊደል [መ] ቀመር 40 እና ሙሴ 166
ፊደል [መ] ቀመር 40 እና ኤልያስ 168
ፊደል [መ] ቀመር 40 እና መቅደስ 168
ፊደል [መ] ቀመር 40 እና መሲሕ 169
ፊደል [መ] ቀመር 40 እና ማሕፀን 171
ፊደል [መ] ቀመር 40 እና ጾም 174

ምዕራፍ 15
ፊደል [ነ] 175
ፊደል [ነ] እና ዓሣ ዐንበሪ 175
ፊደል [ነ] እና [ነ]ሐስ 178
ፊደል [ነ] እና መ[ን]ፈስ 179

ምዕራፍ 16
ፊደል [ሰ] 182
ሳሜክ እና ቀመር 120 182
[ሰ]መክ እና ፊደላቱ 183
ፊደል [ሰ] እና ኢየ[ሱ]ስ 184
ፊደል [ሰ] እና [ስ]መ አምላክ 185

ፊደል [ሰ] እና [ሰ]ዓት 186

ምዕራፍ 17

ፊደል [ዐ] 188
የሚታዩት የቀኝና የግራ [ዐ]ይኖች 189
የማይታዩት ውሳጣዊ [ዐ]ይኖች 192
[ዐ]ይንና መላእክት 194
የ[ዐ]ይን ሦስት ፊደላትና የአዳም ዐይን 194
ዕፀ ሕይወት እና [ዐ]ይን 195
ዕፀ ጥበብ እና [ዐ]ይን 196

ምዕራፍ 18

ፊደል [ፈ] 200
ፊደል [ፈ] እና ቅርጸ አካሉ 200
የፊደል [ፈ] ቀመር 202
ፊደል [ዐ] እና ፊደል [ፈ] 203
አልፍ [አ] እና ፊደል [ፈ] 204
[ፈ] እና ቀመር 80 204

ምዕራፍ 19

ፊደል [ጸ] 207

ምዕራፍ 20

ፊደል [ቀ] 212
ፊደል [ቀ] እና የናላ [ቅ]ል 212
ፊደል [ቀ] እና [ቃ]ል 214
ፊደል [ቀ] እና ቃየን 215
ፊደል [ቀ] እና ቀመር 100 216

ምዕራፍ 21

ፊደል [ረ] 217
ፊደል [ረ] ርእስ እና ክ[ርስ]ቶስ 217
[ራስ] ቅልና ክ[ርስቶ]ስ 218

ፊደል [ረ] እና ቀመር 200 223
ምዕራፍ 22
ፊደል [ሠ] 226
የፊደል [ሠ] ቅርጽ አካልና ፍቺ 226
ፊደል [ሠ] እና ቀመር 300 229
ምዕራፍ 23
ፊደል [ተ] 232
ፊደል [ተ] እና ክርስ[ቶ]ስ 232
[ት]እምር[ት] እና ፊደል [ተ] 234
ምዕራፍ 24
ፊደል [ኅ] 237
ፊደል [ኅ] እና ቀመር 500 237
ፊደል [ኅ] እና ኖ[ኅ]...240
ምዕራፍ 25
ፊደል [ፀ] 244
ፊደል [ፀ] እና ኖኅ 244
ፊደል [ፀ] እና ሙሴ 245
ፊደል [ፀ] እና ዳዊት 246
ፊደል [ፀ] እና ሐሳዊ መሲሕ 247
ፊደል [ፀ] እና የፀሓይ መጨለም 249
ፊደል [ፀ] እና ፀሓይ ሥላሴ 252
ፊደል [ፀ] እና ዐ[ፀ]ም 255
ፊደል [ፀ] እና የ24ቱ ሊቃናት [ፀ]ዓዕ 255
ምዕራፍ 26
ፊደል [ጸ]..257
ፊደል [ጸ] እና [ጸ]ጉሜን 257
ምዕራፍ 27
ፊደል [T] 266
ዋቢ መጻሕፍት 269

መግቢያ

ለብዙ ሺሕ ዘመናት ኢትዮጵያውያን የተነጋገሩበት፣ በጽሑፍ ደረጃ ዕውቀታቸውን ያሰፈሩበት፤ መጽሐፈ ሔኖክን ጨምሮ እጅግ በብዙ ሺሕ የሚቈጠሩ ጥበብ ሥጋዊና ጥበብ መንፈሳዊን የያዙ መጻሕፍትን የያዘ ነው። በተለያዩ ዐለም ዐቀፍ ዩኒቨርሲቲዎች እስከ ሦስተኛ የዶክትሬት ዲግሪ የሚጠና፣ በሺሕዎች የሚቈጠሩ ዓመታትን ያስቈጠረው የግእዝ ቋንቋችን እጅግ የከበረ ታላቅ ቋንቋ ነው።

ጥናቶች እንደሚጠቁሙት በምድራችን ላይ ከ7000 በላይ ቋንቋዎች አሉ። ነገር ግን ፊደልን ቀርጸው ቋንቋቸውን በፊደል መግለጽ የቻሉ እጅግ እጅግ በጣም ጥቂቶች ናቸው።

ወደ አህጉራችን አፍሪካ ስንመጣ ደግሞ ሀገራችን ኢትዮጵያ ብቻ በቅርጻቸው፣ በድምፃቸው፣ በቀመራቸው የሚያስደንቁ ፊደላትን አስተባብራ ይዛ በታላቅ የጥበብ ዙፋን ላይ ከኹሉም ከፍ ከፍ ብላ እናገኛታለን።

የሚያስደንቀው ደግሞ በምድራችን ውስጥ ቋንቋቸውን በፊደል ከመግለጽ በተጨማሪ ፊደልን ከቀመር፤ ቀመርን ከፊደል አሰናስለው፣ በፊደላት ውስጥ በጥበብ ማግ የተሸመነውን ምስጢር ተረድተው የረቀቀውን ያጐሉ፣ የራቀውን ያቀረቡ በተለይ ፊደልን፣ ቃላትን፣ ንባብን በቊጥር ቀምረው ማስቀመጥ የቻሉ ሀገራት የእኛው ግእዝ ቋንቋ፣ ብሉይ ኪዳን የተጻፈበት የዕብራይስጥ ቋንቋ እና ሐዲስ ኪዳን የተጻፈበት የግሪክ ቋንቋ ይጠቀሳሉ።

የግእዝ ፊደላት በሙሉ የራሳቸው ወካይ ቊጥርን በውስጣቸው የያዙ ሲኾን፣ በቅርጻቸው፣ በድምፃቸው፣ በቀመራቸው ምድራዊና ሰማያዊ ምስጢራትን የወከሉና ያካተቱ ናቸው። በመኾኑም ይኽ በግእዝ [አ][በ][ገ][ደ] ፊደላት ውስጥ ለብዙ ሺሕ ዘመን ታምቆ የቆየውን ድንቅ ቀመራዊ ምስጢር አዘጋጅቼ ለአንባብያን ለማቅረብ የተጓዝኩትን ጉዞ በጣም በዐጭሩ

ላስቃኛችኍ፡፡ እንደ አንድ ኢትዮጵያዊ የሀገሬን የኢትዮጵያን ዕውቀት ማወቅ ግዴታዬ ውዴታዬ ነው፡፡ ስለኾነም በአብነት ትምህርት ቤት ቆይታዬ የግእዝ ትምህርትን፣ የቅኔ ትምህርትን፣ የትርጓሜ ትምህርትን እማር በነበረ ጊዜ፤ ዳግመኛም በዚኽ ታላቅ፣ ጥንታዊና የከበረ ቋንቋ የተጻፉ እጅግ ብዙ የኾኑ ጥበብ ሥጋዊን ጥበብ መንፈሳዊን የያዙ የብራና መጻሕፍትን ሳነብ፣ ስመረምር፣ ስተረጉም ቋንቋው የያዘውን ሀብት የበለጠ እንዳውቅ አስችሎኝ ነበር፡፡

ከዚኹ የአብነት ትምህርት ቆይታዬ ጋር ተያይዞ በተለይ የሥነ ፈለክና የሒሳብ ትምህርት ዘርፍ የኾነውን የአቡሻህር ትምህርት ስማር ሰማያዊ አካላትን ከማወቅና ከመመርመር በተጨማሪ የግእዝ ፊደላት ከቍጥሮች ጋር ያላቸውን ሰፊ ትስስር ወደ መረዳቱ መድረስ ቻልኍ፡፡

ከዕለታት በአንዱ ዕለትም ሙሉ የግእዝ ፊደላቱን በውስጡ እያስገባ የተጻፈ የግእዝ የጸሎት መጽሐፍን አገኘኍ፡፡

ጽሑፉም "በስመ አብ ወወልድ በመንፈስ ቅዱስ አሐዱ አምላክ ኅኑተ አእምሮ በጸፍጸፈ ሰማይ ጽሑፍ ዝንቱ ፊደል ዘአለበዎ ለሔኖክ ወከብደ እንግድዓሁ ወልቡናሁ ወርእየ ኀዋኀወ ሰማይ ርኅወ …" (በስመ አብ ወወልድ ወመንፈስ ቅዱስ አሐዱ አምላክ፡፡ በሰማይ ሰሌዳ የተጻፈ የዕውቀት በር፡፡ ይኽ ፊደል ሔኖክን የሚያስተውል ያደረገው ነው፡፡ አእምሮውና ልቡናው ከበረ (ጠና፣ በረታ) የሰማይ ደጃፍ ተከፍቶ አየ …) በማለት በፊደል [አ] [በ] [ገ] [ደ] … የሚዠምር ጸሎት ነበር፡፡

ከዚኹ ጋር ተያይዞ በድጋሚ "ህላዌ መለኮት" ብሎ ዠምሮ [ሀ] [ሁ] [ሂ] [ሄ] [ህ] [ሆ] እያስገባ ፊደላቱ በሙሉ ስመ አምላክን በኅቡእ እንዴት እንደያዙ የሚገልጽ መጽሐፍን ደጋግሜ አነበብኹት፡፡ በዚኽን ጊዜ የኢትዮጵያ ፊደላት የያዙትን ኀይልና ምስጢር ለመረዳት የበለጠ እንድጓጓ አደረገኝ፡፡ ከኹሉም በላይ

ደግሞ ጌታችን "አንኳኩ ይከፈትላችኋል" ብሎናልና ይኽነን የፊደላትን በር ከፍቶ በውስጣቸው ያለውን ጥልቅ ምስጢር፣ ቀመር በምችለው መጠን እንዲገልጽልኝ አምላኬን ተማፀንኹት።

በቅድስት ሥላሴ መንፈሳዊ ዩኒቨርሲቲ የነገረ መለኮት ትምህርትን ለ5 ዓመታት እከታተል በነበረበት ጊዜ ከእስራኤል በመጣችው መምህርት የሚሰጠውን የዕብራይስጥ እና ከግሪክ በመጣው መምህር ይሰጥ የነበረውን የግሪክ ቋንቋ ትምህርትን መማሬ የግእዝ ቋንቋ ከነዚኽ ጥንታውያን ቋንቋዎች ጋር የነበረውን ድንቅ ትስስር በሚገባ ተረዳኹ። በተለይ የግእዝ ፊደላት እና ቋንቋው የቅዱሳት መጻሕፍት ምስጢር የተሰነደበት ቅዱስ ቋንቋ እንደኾነ ጭምር በሚገባ ለማወቅ ቻልኹ።

በዐዲስ አበባ ዩኒቨርሲቲ በጥንታውያት መዛግብት ጥናት የኹለተኛና የሦስተኛ የፒኤችዲ ዶክትሬት ዲግሪዬን ስከታተል የበለጠ ሳይንሳዊ በኾነ መልኩ የግእዝ ቋንቋንና በዚኽ ጥንታዊ ቋንቋ የተጻፉ እጅግ ብዙዎች በሀገርም በውጪም ያሉ መዛግብትን አጥርቼ እንድረዳቸው አስችሎኛል።

በዚኽም የዕውቀት ጉዞ ወደ 24 የሚጠጉ የተለያዩ መጻሕፍትን አዘጋጅቼ ለአንባብያን ማቅረቤ የሚታወቅ ሲኾን ከመጻሕፍቴ ውስጥ ከግእዝ ጋር ቀጥታ ትስስር ያላቸው ቃል በቃል ግእዙን ወደ ዐማርኛ ከተረጐምኳቸው ውስጥ፡-

1ኛ. መጽሐፈ ፊሳሎጎስ በግእዝና በዐማርኛ

2ኛ. የሒቃር ፍልስፍና እና ራእየ ሳቤላ በግእዝና በዐማርኛ ይጠቀሳሉ።

ግእዙን ወደ ዐማርኛ ከመመለስ ባለፈ ትርጓሜ፣ ሐተታ፣ ማብራሪያ ከሠራኹላቸው መጻሕፍት ውስጥ፡-

1ኛ. መጽሐፈ ሰዓታት ንባቡና ትርጓሜው

2ኛ. መዐዛ ቅዳሴ ንባቡና ትርጓሜው

3ኛ. ተአምኖ ቅዱሳን ንባቡና ትርጓሜው

4ኛ. መልክአ ማርያም ንባቡና ትርጓሜው

5ኛ. መልክአ ኢየሱስ ንባቡና ትርጓሜው

6ኛ. መልክአ ሥላሴ ንባቡና ትርጓሜው

7ኛ. መልክአ ማርያም ዳግሚት እና ሣልሲት ንባቡና ትርጓሜው፡፡

8ኛ. መልክአ ሕማማት ንባቡና ትርጓሜው

9ኛ. ተአምኆታ ለማርያም ንባቡና ትርጓሜው ነበሩ፡፡

አንባብያን 888 የሚለውን ርእሱን በሚያዩበት ጊዜ ምን ይኾን? ለምን ይኽነን ርእስ መረጠው? ሳይሉ እንደማይቀሩ እገምታለኊ፡፡ ይኸውም ከ6 ዓመታት በፊት ላይ “ቀመር 888 እና መጽሐፍ ቅዱስ” በሚል ርእስ “888” ከወሩ፣ ከቀኑ፣ ከዓመቱ ጋር መገጣጠሙን በማሰብ በ2008 ዓ.ም. በቀን 8 በ8ተኛ ወር ላይ በፌስቡክ ላይ ዘርዘር አድርጌ በመጻፍ ለአንባብያን አንድ ጽሑፍ አጋራኊ፡፡ ያነንም ጽሑፍ ብዙዎች በጊዜው አንብበውት ነበር፡፡

የሚገርመው ነገር ከ6 ዓመታት በኋላ በ2014 ዓ.ም. ልክ ያነን ጽሑፍ በለቀኩበት ዕለት በ8ኛው ወር በሚያዝያ፣ በ8ተኛው ቀን፣ በ8ኛው ሰዓት ላይ 24ተኛው መጽሐፌ “ማዛሮት” በድምቀት ተመረቀ፡፡ በዚያ የመጽሐፍ ምረቃት መርሐ ግብር ላይ ኾኜ ይኽነን ግጥጥሞሽ ችላ ብዬ አልተመለከትኩትም፡፡

ይልቁኑ እንደ ትልቅ ምልክት በማሰብ በዚያው መጽሐፌ በሚመረቅበት ዕለት ይኽነን የ888 ምስጢርን፣ ይልቁኑ በግእዝ ፊደላት ውስጥ ያሉትን አቅማራትን፣ ምድራዊና ሰማያዊ ምስጢር ለአንባብያን አዘጋጅቼ ለማቅረብ ለራሴ ቃል ገባኊ፡፡

የወርቅ ዘንግ መጽሐፍን ለአንባብያን ያበቃው በቀመር 7 ላይ ምርምር የሚያደርገው መምህር መስፍን ሰሎሞንም ይኽነን ዕውቀት በልቤ ይዤው እንዳልቀር ይልቁኑ ለትውልድ በጽሑፍ እንዳስተላልፈው አብዝቶ ይጠይቀኝ ስለነበር እንድጽፈው አንዱ ምክንያት ስለኾነኝ በዚኹ አጋጣሚ አመሰግናለኊ፡፡

በዚኽ ላይ ምክንያቱን መግለጽ የማልፈልገው ለጥቂት ወራት ወደ ሰሜን አሜሪካ በኼድኊ ጊዜ በማልጠብቀው ባላሰብኩት መልኩ ቀመር 888 መከሰቱ አልቀረም፤ እኔም “አልፋና ያሜጋ እኔ ነኝ” ብሎ ራሱን በፊደል የገለጸው አምላክ እንዲያስፈጽመኝ በመማፀን የመጽሐፉን ዝግጅት ዠመርኊ።

ወደ ዐዲስ አበባ ከተመለስኊ በኋላ በክረምት ጊዜ የአንድሮሜዳ ተቋማችን በሥነ ፈለክ፣ በግእዝ፣ በቀመረ ፊደል፣ በዕፀዋት፣ በሜታፊዚክስ 350 ተማሪዎችን ያስተምር ስለነበር ይኽነን የፊደላችንን ምስጢር ለነዚኽ ተማሪዎች አስተምሬዋለኊ።

አኹን ዕውቀቱ ለኹሉ የሚዳረስበት፣ ኢትዮጵያውያኑም የፊደላቸውን ክብር የሚያውቁበት፣ በቀመሩ የሚራቀቁበት፣ የጠብ ሳይኾን የጥበብ ልጆች እየበዙ፤ በግጼታ ሳይኾን በጥበባዊ ውዴታ የሚጓዙ፤ አውቀው፣ ተራቀው፣ አምላክን አመስግነው የሚኖሩ ኢትዮጵያውያን ታዳጊዎች በዝተው በማየቴ መጪው ጊዜ የብርሃን ዕውቀት ጊዜ ነውና ይኽነን መጽሐፍ ለነዚኽ ውሉደ ብርሃን (የብርሃን ልጆች) አዘጋጅቼ በዚኽ መልኩ አቅርቤዋለኊ።

በዋናነት ግን ይኽነን በብዙ ምስጢር የታተመ የግእዝ ፊደላትን የቀመር መጽሐፍ ሳዘጋጅ ምስጢር ከልቤ፣ ነገር ካንደበቴ፣ ብርዕ ከእጄ ያከናወነው፣ የተሰወረውን ይገልጥልኝ የነበረው “አልፋ እና ያሜጋ” የኾነ አምላኬ ነውና ምስጋና የባሕርይ ገንዘቡ በመኾኑ ኹሉም ምስጋና ለርሱ ብቻ ይገባዋል።

በዚኽኛው መጽሐፍ ላይ በግእዝ አልፍ ቤት በፊደል [አ] [በ] [ገ] [ደ] [ሀ] [ወ] [ዘ] ውስጥ ያሉትን አቅማራት ከነሙሉ ምስጢራቸው፣ ወካይ አኃዛቸው በዚኽ መጽሐፍ ላይ በማስቀመጥ ለሀገሬ ለኢትዮጵያ እና ጥበብን ለሚወዱ፣ ከስንፍና ለራቁ፣ በመልካም ኀይል ለተመሉ፣ ዘመናቸውን በጠብ ሳይኾን በጥበብ ለሚፈጽሙ፣ አምላክን ለሚፈሩ ልጆቿ ብቻ አበርክቻለኊ።

ከዚኹ ጋር ተያይዞ የግእዝ ፊደላት በቅርጸ አካላቸው፣ በድምፃቸው፣ በቀመራቸው እጅግ በጣም አስደናቂ ጥበባትን የያዙ፣ ወደ አርያም በመኼድ ደግሞ ስለ ፍጥረተ ዓለም፣ ስለ እግዚአብሔር ክብር የሚገልጹ፣ ቅዱሳት መጻሕፍትን በፊደልና በቍጥር የሚተረጕሙ ናቸውና አንባብያን ሆይ በረጋና በተሰበሰበ ልቡና እንድታነቡት በማሳሰብ፣ በፊደል ጀልባነት፣ በቍጥር መቅዘፊያነት በጥበብ ባሕር ላይ እንድትንሳፈፉ መልእክቴ ነው፡፡

የትምህርት ታላቁ ግብ አስቀድሞ ራስን ማወቅ ከዚያም በዕውቀት፣ በጥበብ ብርሃንነት ሐሰትን ከእውነት፣ ብርሃንን ከጨለማ መለየት፣ ሀገርን በቅንነት፣ በእውነተኛነት ማገልገል እንጂ በአንድ የማሠልጠኛ ተቋም ውስጥ ገብቶ የመመረቂያ ልብስ ለብሶ፣ የምስክር ወረቀት መቀበል ብቻ አይደለም፡፡

በመኾኑም የኹላችኹም የኢትዮጵያውያን ሀብት የኾነው ይኽነን ፊደል ለብዙ ሺሕ ዘመን የያዘውን ታላቅ ጥበብና ሰማያዊ ምስጢርን በዕውቀት፣ በማስተዋል መረዳት ስትዠምሩ ያን ጊዜ ፊደላችኹን መውደድ፣ ማክበር፣ መጠበቅ ትዠምራላችኊ፡፡

በዚኹ አጋጣሚ ፊደላችን የያዘውን ታላቅ ምስጢር ዐውቀው በምቀኝነት ለማጥፋት ከሚተጉ ከክፋት ሰራዊት፣ ዳግመኛም አለማወቅ ድቅድቅ ጨለማ ነውና ሳያውቁትም በሞኝነት ፊደላቱን ለማጥፋት ከአጥፊዎች ጋር ከሚተባበሩ ጠብቃችኊ ለመጪው ትውልድ የተቀበላችኹትን አደራ እንድታሸጋግሩት ወደ እውነተኛው የጥበብ ብርሃን እንድትደርሱበት ሐሳቤ ነው፡፡ በመጽሐፉ ላይም የፊደልና የቍጥር ክፍተት ካገኛችኊ መልታችኊ ታነቡት ዘንድም አደራ እላለኊ፡፡

በተጨማሪም በዚኽ መጽሐፍ ላይ አንባብያን የበለጠ ትኵረት ማድረግ የሚገባቸው ገጸ ንባብና ፊደል ላይ [...] ይኼ ምልክት ተቀምጧል፡፡ ይኽነን ምልክትና በውስጡ የተጻፈውን ፊደል ስታገኙ በደንብ እንድታተኵሩበት አደራ እላለኊ፡፡

ምዕራፍ አንድ
ቀመረ ፊደል

"ፊደል" ቃሉ የግእዝ ሲኾን በብዙ "ፊደላት" ይባላል፡፡ ፍቺውም "ምልክት፣ አምሳል፣ የድምፅና የቃል መልክ፣ ሥዕል፣ መግለጫ፣ ማስታወቂያ" ማለት ነው፡፡

ምክንያቱም እያንዳንዱ ፊደል ያለው ቅርጽ፣ ድምፅ የብዙ ምስጢራት መግለጫ፣ ምልክት ወይም ስዉር ምልክት ነው፡፡ ከዚኽ በመነሣት ሊቃውንት ፊደልን ሲገልጹ፤ ፊደል ማለት፡-

- "ኆኅተ አእምሮ" (የአእምሮ ደጃፍ) ማለት ነው፡፡ በደጃፍ በኩል ወደ ውስጥ ዘልቀው እንዲገቡ በፊደል ደጃፍነት ወደ ጥበብ ዕልፍኝ ይገባልና፡፡ ዳግመኛም ደጃፍ ሲከፈት በውስጥ ያለው ስዉር ነገር እንዲገለጽ የፊደል ምስጢር በተገለጠ ጊዜ የተሰወረው ጥበብ ይገለጣልና፡፡
- "መጽሔተ አእምሮ" (የአእምሮ መስታየት) ማለት ሲኾን በመስታየት ፊት እንዲታይ በፊደልም ምስጢርን መመልከት ይቻላል፡፡ ዳግመኛም አቅርቦ የሚያሳይ መስታየት የረቀቀውን እንዲያጐላ፣ የራቀውን እንዲያቀርብ ፊደልም የራቀውን ምስጢር አቅርቦ፣ የረቀቀውን ሐሳብ አጉልቶ ያሳያልና የአእምሮ መገመቻ ነው፡፡
- "መራሔ ዕዉር" ማለት ነው፡፡ ምክንያቱም አላዋቂዎችን በዕውቀት መርቶ ወደ ወደ አዋቂነት የሚያደርስ፣ ከድንቍርና አውጥቶ ወደ ዕውቀት የሚመራ ነውና፡፡
- "ነቅዐ ጥበብ" (የጥበብ ምንጭ) ማለት ነው፡፡ ይኸውም ፊደል የጥበብ ሥጋዊ፣ የጥበብ መንፈሳዊ ኹሉ ምንጭ ነውና፡፡
- "ጸያሔ ፍኖት" (መንገድ ጠራጊ) ማለት ነው፡፡ ምክንያቱም የተጋረደውን የድንቍርናን እሾኽና ዕንቅፋት ጠርጐ፣

አጽድቶ ከፍጹም ዕውቀት የሚያደርስ፣ የትዕቢት ተራራን ንዶ ትሕትናን የሚያላብስ ነውና፡፡

- "ርእሰ መጻሕፍት" (የመጻሕፍት ራስ) ማለት ሲኾን "ኢተወልደ መጽሐፍ ዘእንበሌሁ ለፊደል" (መጽሐፍ ያለፊደል አልተገኘም) ይላልና ብራና ፍቆ፣ ቀለም በጥብጦ፣ ብርዕ ቀርጾ መጽሐፍ ለመጻፍ ፊደላት መነሾ ናቸውና ይኽ ስያሜ ተሰጥቶታል፡፡

"ቀመር" ስንል ደግሞ "ቀምሮ፣ ቀምሮት" ከሚለው የግእዝ ንኡስ አንቀጽ የወጣ ሲኾን ፍቺው "መቀመር፣ ማዘጋጀት፣ መቍጠር፣ ማሰብ፣ መመደብ፣ መዘርጋት፣ መጋረድ፣ መለየት፣ መክፈል፣ በስፍር በቍጥር ማደላደል፣ ሒሳብ፣ የቍጥር መደብ፣ ክፍል፣ ምዕራፍ" ማለት ነው፡፡ በብዙ ሲጠራ "አቅማር" ወይም "አቅማራት" ይባላል፡፡

በመኾኑም በአንድ ላይ "ቀመረ ፊደል" ወይም "አቅማረ ፊደላት" ስንል ደግሞ በእያንዳንዱን ፊደል፣ ስም፣ ቃላት፣ ዐረፍተ ነገር ከሚወክለው ቍጥር ጋር ዐብሮ የሚያጠና ቅድመ ልደተ ክርስቶስ ዠምሮ የነበረ የቀደመ ታላቅ ጥኀተ አእምሮ ነው፡፡

በቀመረ ፊደል ሕግ የግእዝ የመዠመሪያ ፊደላት መጠቀም ይኖርብናል፡፡ በእኛ በግእዝ ቋንቋ እንኳ ከካዕብ - ሳብዕ የነበሩ በምልክቶች ከተዋቀሩ ፊደላት በፊት፤ ግእዝ ፊደላትን ለጽሑፍ መጠቀም በቂ ነበር፡፡ ለምሳሌ "ዐይን" ለማለት "ዐየነ" ይባል ነበር፡፡ በአነጋገር ግን ልክ እንደ ጽሑፉ "ዐይን" እንጂ "ዐየነ" ተብሎ አይነበብም፡፡

ለሺሕዎች ዓመታት በኢትዮጵያ ኹለት ዓይነት የፊደል ገበታ ማየት የተለመደ ነው፡፡ አንደኛው አ፣ በ፣ ገ፣ ደ … ሲኾን ሌላኛው ሀ፣ ለ፣ ሐ፣ መ እያለ የሚኼደው ነው፡፡ ስለነዚኽ ፊደላት አመጣጥ ከጻፉት በሕይወተ ሥጋ ከሌሉት ውስጥ አለቃ ኪዳነ ወልድ ክፍሌ፣ ደስታ ተክለ ወልድ፣ ሊቀ ሥልጣናት ሀብተ ማርያም ወርቅነህ፣ ፕሮፌሰር ጌታቸው ኀይሌ፣ አስረስ የኔሰው ወዘተርፈ መጥቀስ ይቻላል፡፡ ኹሉም የራሳቸውን ጥናት፣ ሐሳብ፣

ምልከታ ያቀረቡ ሲኾን በመጻሕፍቶቻቸው ላይ አንባብያን ይመልከቱ፡፡ በእኔ ጥናትና ምልከታ ግን ኹለቱም የኢትዮጵያ ሀብት የኾኑ የፊደል ገበታዎች በተለይ ከቀመር ጋር ተያይዞ ታላላቅ ምስጢርን በውስጣቸው የያዙ እንጂ በዘፈቀደ የተደረደሩ አይደሉም፡፡ በጥበብ ሕግ አንድን ነገር አናውቀውም ማለት ያ ነገር ስሕተት ነው ማለት አይደለም፡፡ ምክንያቱም የጥናት፣ የምርምር፣ የመረጃ፣ የጊዜ ውሱንነት ያለን ነንና 100 ፐርሰንት ፍጹምነት የእኔ ሐሳብ አለው ብለን መደምደም አይመከርም፡፡

በቀመር ሀ፣ ለ፣ ሐ፣ መ ላይ የተለያዩ ጸሓፍያን በቻሉት መጠን የጥናትና የምርምር ሥራቸውን አሳትመው አቅርበዋል፡፡ ከቀመር አ፣ በ፣ ገ፣ ደ ጥንታዊ ፊደላችን ጋር ተይይዞ ግን ፊደላቱ ፍቺያቸውን እና የሚወክሉትን ቀመር ከማስቀመጥ ባለፈ ራሱን ችሎ እጅግ ሰፊ ጥናት፣ ምርምር የቀረበ ባለመኖሩ ይኽ የአበገደ ቀመር መጽሐፍ ክፍተቱን እንደሚመላ አምናለኍ፡፡

ይልቁኑ በዚኽ መጽሐፍ ላይ ፊደል አ፣ በ፣ ገ፣ ደ ቀመረ ፊደል ካላቸው እንደ ዕብራይስጥን ከመሰሉ ከጥንታውያት ቋንቋዎች ጋር ያለውን ስልተ ቀመር፣ በአንጻሩ ደግሞ ከሌሎቹ ቋንቋዎች ተለይቶ ፊደላቱን 26 አድርጎ በሰባት ድምፅ ሰጪዎች እንደሚገሠግሥ በዝርዝር እናያለን፡፡

በተለይ የግእዝ ፊደላትን ምንነት፣ ቅርጻቸውን ከነትርጕሙ፣ የሚወክሉትን ቍጥር ከሚያስተላልፉት ምድራዊ እና ሰማያዊ ምስጢር ጋር በስፋት እናያለን፡፡

ይኽ የቀመረ ፊደል ጥናት በሌላው ዓለም ጂማትሪያ (ገማትሪያ) ተብሎ ይታወቃል፡፡ የቀመረ ፊደል ጥበብ ከጥንት ጊዜ ዠምሮ በጥቅም ላይ ሲውል የቆየ እና በጣም ብዙዎች ጥንታውያት ቅዱሳት መጻሕፍትን ለመፍታት፣ ለመተንተን፣ ስዉር መልእክቱን በሚገባ ለመረዳት ያገለግል የነበረ፣ ልባሞች፣ ጥበበኞች በእውነት የተጠበቡበት ድንቅ ትምህርት ነው፡፡

ፊደላቱ የተዋቀሩበት መስመር፣ ቅርጽ፣ ነጥብ፣ ምልክት፣ ክበብ በአጠቃላይ ጂኦሜትሪያቸው፤ ከነርሱ ጋርም እንደ ሰምና ፈትል በአንድ ላይ ተጣምረው፣ ተዋድደው፣ ተዋሕደው፣ ተሰናስለው የሚኼዱ ቊጥሮችን በሚገባ ተረድቶ በነዚኽ ፊደላት ውስጥ የተሰወሩትን ታላላቅ ምስጢራት ወደ ብርሃን ለማምጣት ዕውቀት፣ ጥበብ፣ ማስተዋል በሚገባ ያስፈልጋል፡፡

ቀመረ ፊደል ሒሳብን ብቻ ሳይኾን መልክአ ፊደልን ከመተንተን ጋር የፊደላቱ ቅርጸ አካላትን፣ ፊደላቱ የተገነቡበት ክበብ፣ መስመር፣ ቅርጽን በአጠቃላይ ጂኦሜትሪን ጨምሮ የሚዳስስና በሒሳብ ቋንቋ የሚተነትንም ጭምር ነው፡፡

መሠረታዊ ቀመርን እና ጂኦሜትሪን በአግባቡ መረዳት ያልቻለ አንድ ሰው ኹለንታን በአግባቡ ለመረዳት ያዳግተዋል፡፡ በሰማይም በምድርም ያለ ረቂቅ ኾነ ግዙፍ ነገር በቊጥር ይገለጣል፡፡ ለምሳሌ በክርስትና ትምህርት በምስጢረ ሥላሴ ላይ አንድ ሲኾኑ ሦስት፡፡ ሦስቱ ሲኾኑ አንድ፡፡ በአካላት ሦስት ሲኾኑ በሥልጣን አንድ ናቸው ተብሎ ይኽ ምስጢር በቊጥር ይገለጣል፡፡

በዓለመ መላእክትም በሦስቱ ሰማያት የሚኖሩ 99ኙ ነገደ መላእክት፣ 7ቱ ሊቃነ መላእክት፣ እልፍ አእላፋት ትእልፊተ አእላፋት መላእክት ይባላል፡፡ በሥነ ፍጥረትም 7 ሰማያት፣ 20ው ዓለማት ወዘተርፈ እየተባለ ከረቂቁ እስከ ግዙፉ በቊጥር የማይተነተን ምንም ነገር የለም፡፡

ለአብነት ያኽል በመጽሐፍ ቅዱስ ላይ በመለኪያ፣ በርዝመት፣ በስፋት፣ በቅርጽ አድርጎ ኢየሩሳሌም ሰማያዊትን በቊጥር ሲያስቀምጥ፡-

- ከተማዪቱ - 12 ሺሕ ምዕራፍ፣ ቅጥርዋ - 144 ክንድ፣ 12 ደጃፎች፣ 12 መሠረቶች፣ 12 ደጃፎቿ፣ 12 ዕንቊዎች፣ ከታላቁ መከራ የተረፉት ከ12ቱ ነገደ እስራኤል የታተሙት 144,000 ሰዎች ሲኾኑ ይኽም

በቍጥር ሲሰላ (12 x 12=144) ወይም 12 x 12,000 = 144,000 በማለት ይገልጻቸዋል (ራእ 7፥5-8፤ 21፡12-21)፡፡

በመኾኑንም ቍጥር በቅዱስ መጽሐፍ ጭምር እጅግ ትልቅ ስፍራ አለው፡፡ ለምሳሌ ያኽል የመዠመሪያው ቍጥር 1 እንኳ ለብቻውም ከሌላም ቍጥር ጋር ተቀናዥቶ ወደ 1273 ጊዜያት በላይ በመጽሐፍ ቅዱስ ላይ ተጠቅሷል፡፡

ሰውም ከተፀነሰበት ጊዜ ዠምሮ ተፈጥሮው፣ የኖረበት ዕድሜ፣ ዐጥንቱ፣ ሴሎቹ፣ ዥማቱ፣ ክሮሞሶም (ኀብለ በራሂው)፣ በ46ቱ ኀብለ በራሂው የተሰደሩ የዲኤንኤ ጥንዶች ኹሉ በቍጥር ይገለጻሉ፡፡

በመኾኑም በቀመር ቋንቋነት ጂኦሜትሪን መረዳት ወደ መራቀቅ ያመጣልና ቅድመ ልደተ ክርስቶስ በአቴንስ በፈላስፋው በፕሌቶ የተመሠረተው ትምህርት ቤት በላይ ያለው አርማ “ማንም ጂኦሜትሪን የማያውቅ ሰው ወደዚኽ አይግባ” ተብሎ ተጽፎበት ይነበብ ነበር፡፡ እጅግ በጣም ዝነኛው የኹሉም የሒሳብ ቀመሮች ምሁር፣ የተባለው ፓይታጎረስ በተፈጥሮ ያለ ኹሉም ነገር በቍጥር ይገለጻልና “ኹሉም ቍጥር ነው” በሚለው ዝነኛ አባባሉ ይታወቃል፡፡

ይኸውም በዙሪያችን ያሉ ኹሉም መኣዝናት፣ ክበቦች፣ ቅርጾች እና ጂኦሜትሪዎች ኹሉ ለእኛ የሚነግሩን ድንቅ መልእክት አለ፡፡ እያንዳንዱ አበባ፣ እያንዳንዱ ዛፍ፣ የፀሓይ መውጣት እና መጥለቅ፣ ከአንደበታችን የሚወጡት እያንዳንዳቸው የድምፅ ሞገዶች እና እያንዳንዱ የሰዓት አቈጣጠር ድምፅ በቍጥር ሕጋጋት፣ መርሆዎች የሚገለጥ እንደኾነ የዘርፉ ምሁራን ይገልጻሉ፡፡ እነዚኽ ፊደላትም በቅርጸ አካላቸው በሒሳባዊ ቋንቋ የሚገለጹ ሦስት፣ አራት … ማእዝናት፣ ክበባት እና ሌሎች የጂኦሜትሪ ቅርጾችን ያካተቱ ጭምር ናቸው፡፡

የፊደል ቅርጹ እንደ ሥጋ፤ የውስጡ ቍጥር ደግሞ እንደ ነፍስ ምሳሌ በመኾን ተሰናስለው ምሳሌን፣ ምስጢርን እየገለጹ፣ በጥበብ የተሠራ የፈጣሪን ድንቅ ሥራ እያወጁ ሥርዓታቸውን ጠብቀው ቀመራቸውን ይዘው ይጓዛሉ እንጂ አላዋቂዎች እንደሚያስቡት የሞቱ፣ የደረቁ፣ ቄሪራን የኾኑ፣ በዘፈቀደ የተቀረጹ፤ በዝተዋል ይቀነሱ የሚባሉ አይደሉም።

የቀመረ ፊደል ሕገጋት

ቀመረ ፊደልን የሚያጠና ሰው አእምሮው እንዲሰፋ ከፈለገ አስቀድሞ ስለ ስመ አቅማር፣ ስለ አቀማመር ስልት ይልቁኑ በዚኽ ዕውቀት የተራቀቁ ከጥንት ዠምሮ በተለያዩ ሀገራት የነበሩ ሊቃውንት እንዴት በፊደሉና በወካይ ቍጥሩ ላይ እንደተራቀቁበት፣ እንደሠሩበት፣ እንደተረዱት ሊያውቅ ይገባዋል።

ጥቂቶች ግን ፍኖተ አእምሮ ስላልተዋሐዳቸው እነርሱ ብቻ የሚያውቁት ትክክል እየመሰላቸው፤ የጥበብ መንገዱ እንደ ባሕር አዟሪት እጅግ የበዛና የጠለቀ መኾኑን ባለመረዳት በአንድ አነስተኛ ዕውቀት ብቻ ተገድበው ረዥም ርቀት ሳይጓዙ በሬ የበላውን እያወጣ እንደሚያመነዥግ ያንኑ እያመላለሱ ይኖራሉ እንጂ ዐዲስ ጥበብን ማመንጨት ዐዲስ አስተውሎትን መያዝ አይችሉም።

በመኾኑም ፊደላት ታላላቅ ምስጢራትን የያዙ ከመኾናቸው ጋር ተያይዞ ወደ 24 የሚጠጋ የአቀማመር ስልት ያላቸው ሲኾን ዋና ዋናዎች የአቅማራት ስልቶችን በተወሰነ መልኩ ከዚኽ በታች እንደሚከተለው ተገልጸዋል፡-

1ኛ. መደበኛ ቅመራ፡- ይኽ የቅመራ ዘዴ ከአልፍ [አ] ዠምሮ እስከ ፊደል [ፐ] ድረስ [አ] 1 [በ] 2 … እየተባለ እስከ ዘጠነኛው ፊደል [ጠ] ድረስ ይኼዳል። ዐሥረኛው ፊደል ዮድ [የ] 10 በመባል ቀጣይ ፊደል [ከ] 20፤ ፊደል [ለ] 30 እያለ ዐሥር ዐሥር እየጨመረ እስከ ፊደል [ቀ] ድረስ በመኼድ 100 ላይ ይደርሳል። ከዚያም መቶ፣ መቶ እየጨመረ በመኼድ ፊደል [ረ]

200፤ ፊደል [ሠ] 300 እያለ እስከ መጨረሻው ፊደል [ፐ] በመድረስ የመጨረሻው ፊደል [ፐ] 800 ቀመርን ይዞ ይጓዛል።

በምሳሌ ለመግለጽ በፊደል [ለ][በ] የተዋቀረው “ልብ” የሚለው ቃል ቀመሩን ለመረዳት ፊደል [ለ] 30 ፊደል [በ] 2 ስለኾነ 30 + 2 = 32 ይኾናል።

እንዲኽ እያልን በዚኽ መንገድ እንቀምራለን። የፊደላቱን ቀመር ለመቀመር የግእዝ መነሻ ፊደሉን ወካይ አኃዝ መጠቀም ሲኖርብን ከካዕብ - ሳብዕ ላሉት ፊደላት ኹሉ የግእዙ ፊደል (መነሻው ፊደል) ጠቅልሎ ይቀምራል። ይኽ መደበኛ ቅመራ በሠንጠረዥ ውስጥ በሚገባ ስለተቀመጠ በዚያ ላይ ይመልከቱ።

2ኛ. የተለመደ ቅመራ፡- ይኽ 26ቱ ፊደላት ከፊደል [አ] እስከ ፊደል [ፐ] ድረስ ባሉበት ተራ ቍጥር አንድ አንድ እየቈጠሩ መቀመር ሲኾን፤ በዚኽ ላይ ዐሥር ዐሥር፣ መቶ መቶ አይጨምርም ይኸውም፡-

- [አ-1] [በ-2] [ገ-3] [ደ-4] [ሀ-5] [ወ-6] [ዘ-7] [ሐ-8] [ጠ-9] [የ-10]
- [ከ-11] [ለ-12] [መ-13] [ነ-14] [ሰ-15] [ዐ-16] [ፈ-17] [ጸ-18] [ቀ-19] [ረ-20]
- [ሰ-21] [ተ-22] [ኀ-23] [ፀ-24] [ጰ-25] [ፐ-26] በሚለው የተለመደ አቈጣጠርን የሚከተል ቅመራ ነው።

ለምሳሌ በዚኽ ዘዴ “ደም” የሚለውን ቃል ቀመሩን ስናወጣ ፊደል [ደ]-4፤ ፊደል [መ]-13 ሲኾን 4 + 13 = 17 ይመጣል።

3ኛ. የግልበጣ ቀመር፡- ይኽ በዕብራይስጥ ፊደላት ቀመረ ፊደል ባሽ በመባል የሚታወቅ ሲኾን ፊደላቱ በተቃራኒው ከታች አንድ ብሎ ዠምሮ ወደ ላይ ጨምሮ የመጨረሻውን መዠመሪያ፤ የመዠመሪያውን መጨረሻ ያደርጋል። ለምሳሌ በዚኽ ዘዴ፡-

- [ፐ-1] [ጰ -2] [ፀ-3] [ኀ-4] [ተ-5] [ሠ-6] [ረ-7] [ቀ-8] [ጸ-9] [ፈ-10]
- [ዐ-20] [ሰ-30] [ነ-40] [መ-50] [ለ-60] [ከ-70] [የ-80] [ጠ-90] [ሐ-100]

- [ዘ-200] [ወ-300] [ሀ-400] [ደ-500] [ገ-600] [በ-700] [አ-800] ይኾናል፡፡

ለምሳሌ በዚኽ ዘዴ "ደም" የሚለውን ስናወጣ ፊደል [ደ]-500፤ ፊደል [መ]-50 ሲኾን 500 + 50 = 550 ይመጣል፡፡

4ኛ. የድመራ ቀመር፡- ይኽ በዕብራይስጥ የቀመረ ፊደላት ሕገጋት ውስጥ "ሚስፓር ሀቀዳሚ" ይባላል፡፡ የአቀማመር ስልቱም እያንዳንዱ ተከታታይ ፊደል የራሱና የሚቀድመው ፊደል ድምር ውጤት ነው እንደማለት ነው፡፡

ይኸውም የአልፍ ፊደል [አ] ውጤት 1 ነው፡፡ የኹለተኛው ፊደል ቤት [በ] ከፊደል [አ] ጋር ተደምሮ [3] ይኾናል (1 + 2 = 3)፡፡ ፊደል ገመል [ገ] ደግሞ የሚቀድሙት ፊደል [አ] ፊደል [በ] እና ራሱ ፊደል [ገ] ጨምሮ (1 + 2 + 3 = 6) ይኾናል፡፡

በዚኽ መልኩ እየተቀመረ ሲኼድ፡-

- [አ-1] [በ-3] [ገ-6] [ደ-10] [ሀ-15] [ወ-21] [ዘ-28] [ሐ-36] [ጠ-45] [የ-55]
- [ከ-75] [ለ-105] [መ-145] [ነ-195] [ሰ-255] [ዐ-325] [ፈ-405] [ጸ-495]
- [ቀ-595] [ረ-795] [ሰ-1095] [ተ-1495]

ለምሳሌ በዚኽ ዘዴ "ደም" የሚለውን ስናወጣ ፊደል [ደ]-10፤ ፊደል [መ]-145 ሲኾን 10 + 145 = 155 ይመጣል፡፡

5ኛ. የዕጥፍ ብዜት ቀመር፡- ይኽ "ሚስፓር ሀፔራቲ" ይሉታል፡፡ የዚኽ የቀመረ ፊደል አሰላል ፊደላቱ የሚወክሏቸው የመደበኛ ቀመር ዕጥፍ ብዜት ነው፡፡ ለምሳሌ የአልፍ [አ] መደበኛ ቀመር 1 ነው፡፡ ስለዚኽ 1 X 1 = 1 ይኾናል፡፡ የቤት [በ] መደበኛ ቀመር 2 ነው፡፡ 2 X 2 = 4 ነው፡፡ እንዲኽ እያሉ የኹሉንም ማውጣት ይቻላል፡፡ ይኸውም፡-

- [አ-1] [በ-4] [ገ-9] [ደ-16] [ሀ-25] [ወ-36] [ዘ-49] [ሐ-64] [ጠ-81] [የ-100]
- [ከ-400] [ለ-900] [መ-1600] [ነ-2500] [ሰ-3600] [ዐ-4900] [ፈ-6400]
- [ጸ-8100] [ቀ-10000] [ረ-40000] [ሰ-90000] [ተ-160000] [ኀ-250,000] [ፀ-360,000] [ጰ-490,000] [ፐ-640,000]

ለምሳሌ በዚኽ ዘዴ "ደም" የሚለውን ስናወጣ ፊደል [ደ]-16፤ ፊደል [መ]-1600 ሲኾን 16 + 1600 = 1616 ይመጣል፡፡

6ኛ. የፊደላት ሙሉ ቀመር፡- ይኽነን "ሚስፓር ሼሚ" ይሉታል፡፡ ይኽም ሙሉው የፊደሉ መጠሪያን በመደበኛው ቀመር አውጥቶ ለፊደላቱ መስጠት ነው፡፡

ለምሳሌ አልፍ [አ] መጠሪያው አልፍ ነው፡፡ ስለዚኽ ፊደል [አ-1] [ለ-30] [ፈ-80] ነው፡፡ ስንደምረው 1 + 30 + 80 = 111 ይመጣል፡፡

ቤት [በ] መጠሪያው በይት ነውና [በ-2] [የ-10] [ተ-400] ስንደምረው 2 + 10 + 400 = 412 ይመጣል፡፡

ገምል [ገ] መጠሪያው ገምል ነውና [ገ-3] [መ-40] [ለ-30] ስንደምረው 3 + 40 + 30 = 73 ይመጣል፡፡ እንዲኽ እያልን እስከ መጨረሻው ያሉትን ፊደላት ማውጣት ይቻላልና አንባብያን የኹሉንም አውጡት፡፡

7ኛ. የግንባታ ቀመር፡- ይኽ የቅመራ ዘዴ በዕብራይስጡም "ሚስፓር ቦኔህ" በመላል የሚታወቅ ነው፡፡ ቃሉን እያንዳንዱን ከመዠመሪያው እስከ መጨረሻው እየቀመሩ ውጤቱን ማወቅ ነው፡፡ ለምሳሌ "ኤሎሄ" የሚለውን ቃል በዚኽ ዘዴ ለመቀመር [አ] + [ኤሎ] + [ኤሎሄ] መቀመር ነው፡፡

ይኸውም [አ - 1] + ([አ - 1 + ለ 30]) + (አ - 1 + ለ - 30 + ሀ - 5)

1 + (1 + 30) + (1 + 30 + 5) = 36

8ኛ. ወደ አንድ አኃዝ የመለወጥ ዘዴ፡- ከዚኹ ጋር ተያይዞ የፊደላቱን ቀመር ወደ አንድ አኃዝ በማውረድ የሚቀመር ሲኾን ብዙ ስውር የኾኑ ምስጢራትን ለመተንተን በእጅጉ ያግዛል፡፡ ለምሳሌ ከላይ ያየነው ኤሎሄ ቀመሩ 36 ሲኾን ወደ አንድ አኃዝ ሲለወጥ 3 + 6 = 9 ይኾናል፡፡

ከዚኹ ጋር ተያይዞ አቅማራት "መጽሔተ ነጸብራቅ" (አንጸባራቂ መጽሔት) ናቸውና እየተገለባበጡ አስገራሚ ምስጢር ያሳያሉ፡፡ ለምሳሌ የገምል 73 ሲገለበጥ 37 ይሰጣል፡፡ ይኽም በጣም ብዙ አስደናቂ ስውር ምስጢራትን የያዘ ነው፡፡ ለምሳሌ ያኽል በፊደል [ገ] ላይ ተመልከቱ፡፡

THE BIBLE - ALPHABETS AND NUMERICAL VALUES

OV	Hebrew ARL	TNR	NV	P	Name	Syr	Greek ARL	TNR	NV	P	Name
1	⫰	א	א	1	(a)	Alef	ܐ	A	A	α	A	α	1	A	Alpha
2	ᓫ	ב	ב	2	B,V	Bet	ܒ	B	B	β	B	β	2	B,V	Beta
3	ᒣ	ג	ג	3	G	Gimel	ܓ	Γ	Γ	γ	Γ	γ	3	G	Gamma
4	△	ד	ד	4	D	Dalet	ܕ	Δ	Δ	δ	Δ	δ	4	D	Delta
5	ᒣ	ה	ה	5	H	He	ܗ	Ε	E	ε	E	ε	5	E	Epsilon
6	Ƴ	ו	ו	6	W,V	Vav	ܘ		F,Ϛ	F,ϛ	F,Ϛ	F,ϛ	6	W	Digamma'
7	I	ז	ז	7	Z	Zayin	ܙ	Z	Z	ζ	Z	ζ	7	Z	Zeta
8	ᑌ	ח	ח	8	H,X	Chet	ܚ	H	H	η	H	η	8	E	Eta
9	⊗	ט	ט	9	T	Tet	ܛ	Θ	Θ	θ	Θ	θ	9	Th	Theta
10	ʔ	י	י	10	J,I,Y	Yod	ܝ	I	I	ι	I	ι	10	I,J	Iota
11	Ϟ	כך	ךכ	20	K,X	Kaph	ܟ	K	K	κ	K	κ	20	K,C	Kappa
12	6	ל	ל	30	L	Lamed	ܠ	Λ	Λ	λ	Λ	λ	30	L	Lambda
13	ᗰ	מם	םמ	40	M	Mem	ܡ	M	M	μ	M	μ	40	M	Mu
14	ᒣ	נן	ןנ	50	N	Nun	ܢ	N	N	ν	N	ν	50	N	Nu
15	⟊	ס	ס	60	S	Samekh	ܣ	Ξ	Ξ	ξ	Ξ	ξ	60	Ks	Xi
16	O	ע	ע	70	(o)	Ayin	ܥ	O	O	ο	O	ο	70	O	Omicron
17	ꓶ	פף	ףפ	80	P,F	Pe	ܦ	Π	Π	π	Π	π	80	P	Pi
18	ᒣ	צץ	ץצ	90	Ts	Tsade	ܨ		Ϙ,Ϟ	ϙ,ϟ	Ϙ,Ϟ	ϙ,ϟ	90	K,Q	Qoppa
19	Ϙ	ק	ק	100	K,Q	Qoph	ܩ	P	P	ρ	P	ρ	100	R	Rho
20	ᒣ	ר	ר	200	R	Resh	ܪ	C	Σ	σ,ς	Σ	σ,ς	200	S	Sigma
21	W	ש	ש	300	S,Sh	Shin	ܫ	T	T	τ	T	τ	300	T	Tau
22	✕	ת	ת	400	T	Tav	ܬ	Υ	Y	υ	Y	υ	400	U,Y	Upsilon
23								Φ	Φ	φ	Φ	φ	500	Ph	Phi
24								X	X	χ	X	χ	600	Kh	Chi
25								Ψ	Ψ	ψ	Ψ	ψ	700	Ps	Psi
26								Ω	Ω	ω	Ω	ω	800	O	Omega
27									Ϡ,Ϡ	Ϡ,ϡ	Ϡ,Ϡ	Ϡ,ϡ	900	Ts	Sampi

የዕብራይስጥና የግሪክ ቀመረ ፊደል በመደበኛ ቀመር

በመጋቤ ሐዲስ ዶክተር ሮዳስ ታደስ

ኻያ ስድስቱ የግእዝ ፊደላት ቍጥርና ስያሜ

የተለመደ ቀመር	ፊደላት	ስያሜ	መደበኛ ቀመር
1	አ	አልፍ	1
2	በ	ቤት	2
3	ገ	ገምል	3
4	ደ	ድል(ን)ት	4
5	ሀ	ሆይ (ሀውይ)	5
6	ወ	ዋዌ	6
7	ዘ	ዛይ	7
8	ሐ	ሐውት (ሐይት)	8
9	ጠ	ጠይት	9
10	የ	የማን	10
11	ከ	ካፍ	20
12	ለ	ለውይ (ላዊ)	30
13	መ	ማይ	40
14	ነ	ነሐስ	50
15	ሰ	ሳሜክ	60
16	ዐ	ዐይን	70
17	ፈ	ፈፍ	80
18	ጸ	ጻዴ	90
19	ቀ	ቆፍ	100
20	ረ	ርእስ	200
21	ሠ	ሠውት	300
22	ተ	ታዊ (ታው)	400
23	ኀ	ኀርም	500
24	ፀ	ፀሓይ (ፀጳ)	600
25	ጰ	ጴት (ጰይት)	700
26	ፐ	[ፐ]ኔፍማቶስ፣ ፓኖስ	800

ሰባቱ ፊደላትና ምግብናቸው

በግእዝ ፊደላት ወደ ጐን የተደረደሩት ፊደላት በቊጥር ሰባት ሲኾኑ እነርሱም፡-

- ➢ አ - ግእዝ
- ➢ ቡ - ካዕብ
- ➢ ጊ - ሣልስ
- ➢ ዳ - ራብዕ
- ➢ ሄ - ኃምስ
- ➢ ው - ሳድስ
- ➢ ዞ - ሳብዕ ናቸው።

እነዚኽም ሰባቱ ፊደላት ምሳሌነታቸው ለሰባቱ ዕለታት ሲኾን፤ የሚወክሏቸውም "ሰባቱ መገብተ ዕለታት" ከዋክብት ናቸው። ሰባቱ ከዋክብት ወይም ሰባቱ መገብተ ዕለታት ተብለው ከሚጠሩት ሰባቱ ብሩሃን አካላት ውስጡ ዐምስቱ ፕላኔቶች ናቸው። ቀሪዎቹ ኹለቱ ደግሞ ፀሓይና ጨረቃ ናቸው። በአጠቃላይ ሰባቱ በዝርዝር ሲገለጡ፡-

- ➢ ፀሓይ (ሸምሽ)
- ➢ ጨረቃ (ቀመር)
- ➢ መሪኅ
- ➢ ዐጣርድ
- ➢ መሽተሪ
- ➢ ዝሁራ
- ➢ ዙሐል ይባላሉ።

ይኸውም የቊጥር ሊቃውንት "ሰብዐቱ ከዋክብት ይሜግቡ ሰብዐቱ ዕለታት ሸምሽ በዕለተ እሑድ ይከውን፤ ቀመር በሰኑይ ይከውን፤ መሪኅ በሠሉስ ይከውን፤ ዐጣርድ በረቡዕ ይከውን፤ መሽተሪ በኀሙስ ይከውን፤ ዝሁራ በዐርብ ይከውን፤ ዙሐል በቀዳም ይከውን" (ሰባቱ ከዋክብት ሰባቱን ዕለታት ይመግባሉ፤

ሽምሽ በእሑድ ይኾናል፣ ቀመር በሰኞ ይኾናል፣ መሪኅ በማግሰኞ ይኾናል፣ ዐጣርድ በረቡዕ ይኾናል፤ መሽተሪ በኀሙስ ይኾናል፣ ዝሁራ በዐርብ ይኾናል፣ ዙሐል በቅዳሜ ይኾናል) ይላሉ፡፡

ሰባቱ መገብተ ዕለታት በሠንጠረዥ ከወካይ ፊደላቸው ጋር እንዲኽ ይገለጣሉ፡-

መገብተ ዕለታት	ወካይ ቀናቸው	ወካይ ፊደላቸው
ሽምሽ	እሑድ	አ - ግእዝ
ቀመር	ሰኞ	ቡ - ካዕብ
መሪኅ	ማግሰኞ	ጊ - ሣልስ
ዐጣርድ	ረቡዕ	ዳ - ራብዕ
መሽተሪ	ኀሙስ	ሄ - ኀምስ
ዝሁራ	ዐርብ	ው - ሳድስ
ዙሐል	ቅዳሜ	ዞ - ሳብዕ

ከዚኽ በመቀጠል ሰባቱ መገብተ ዕለታት ለምን እነዚኽን ሰባቱን ዕለታትና ፊደላት እንዲወክሉ ተደረጉ የሚለውን ከዚኽ ቀጥለን እናያለን፡፡

1ኛ. [አ] - ግእዝ - [እ]ሑድ - [አ]ሚር

ከሰባቱ መገብተ ዕለታት ውስጥ የመዠመሪያውን ዕለት [እ]ሑድን እና ፊደል [አ] - ግ[እ]ዝን የሚወክለው [አ]ሚር ነው፡፡ ይኸውም የፀሓይ መጠሪያ ሲኾን፤ ከተሰጧት ስያሜዎቿ መኻከል፡-

- አሚር
- ኦርያሬስ
- ቶማስስ
- ፀሓይ
- ጀንበር
- ሽምሽ ይባላል፡፡

ፀሓይ የመዠመሪው እሑድን እንዲወክል መደረጉ [አ]ሚር በዕለተ እሑድ ተፈጥሮ ሳይኾን በዕለተ እሑድ “እግዚአብሔርም ብርሃን ይኹን አለ፤ ብርሃንም ኾነ” (ዘፍ 1፥3) ይላልና፤ በዚኽ የመዠመሪያ ዕለት “ለይኩን” ብሎ ከፈጠረው ከደገኛው ብርሃን ተከፍሎ ለፀሓይ ተሰጥቶት በከፍታ እያበራ ምግብናውን የሚያደርግ በመኾኑ ነው፡፡

2ኛ. [ቡ] - ካዕ[ብ] - ሰኞ - [ብ]ናሴ

ከሰባቱ መገብተ ዕለታት ውስጥ ኹለተኛው ዕለት ሰኞ እና ፊደል [ቡ] - ካዕ[ብ] የምትወክለው [ብ]ናሴ ናት፡፡ ይኽም የጨረቃ መጠሪያ ስም ሲኾን፤ ከተሰጣት ስያሜ ውስጥ፡-

- ብናሴ
- እብላ
- ኤራዕ
- አሶንያ
- ወርኀ
- ጨረቃ
- ቀመር
- ሶልያና ናቸው፡፡

የሰኞ ዕለት ምግብና ለብናሴ የተሰጠበት ምክንያት በዚኽ ዕለት “እግዚአብሔርም፦ በውሆች መካከል ጠፈር ይኹን በውሃና በውሃ መኻከልም ይክፈል አለ፤ እግዚአብሔርም ጠፈርን አደረገ ከጠፈር በታችና ከጠፈር በላይ ያሉትንም ውሆች ለየ፤ እንዲኹም ኾነ” ይላልና ውሃዎች የተለዩበት በኹለተኛው ዕለት ሰኞ ነው (ዘፍ 1፥6-7)፡፡

ጨረቃ ኹለተኛውን ዕለት መመገቧ በአንድሮሜዳ እና በማዛሮት መጽሐፍ ላይ በስፋት እንደተገለጸው ጨረቃ በውሃ ላይ ማዕበል በማስነሣትና በተፈጥሮ ከዊኗ ከውሃ ጋር የተያያዘ ታላቅ ግብር ስላላት ነው፡፡ ይኸውም በኹለንታ (Universe) ውስጥ ያሉ

ቁስ አካላት ኹሉ ይሳሳባሉ፡፡ ይኽ ማለት ደግሞ መሬትና ጨረቃም ይሳሳባሉ፤ የመሬት ብዙው ውጫዊ አካሏ ውሃ ስለኾነ በጨረቃ በሚሳብበት ወቅት እንደ ኹኔታው ከ2 እስከ 10 ሜትር ርዝመት ያለው የውሃ ከፍታ ሙላት ወይም ማዕበል (tide) ያመጣል፡፡ ይኽንን ክስተት በተለይ በውቅያኖስ ዳርቻ አካባቢ የሚኖሩ ማኅበረሰቦች ስለሚያውቁት ጥንቃቄ ያደርጋሉ፡፡

ይህ የውሃ ሙላት ጨረቃ በተለይ ጠፍ ጨረቃ (new moon) እና ሙሉ ጨረቃ (full moon) በምትኾንበት ጊዜ ያይላል፡፡ ለምሳሌ ጠፍ ጨረቃ በምትኾንበት ጊዜ ጨረቃ፣ መሬትና ፀሐይ አንድ መስመር ላይ ይኾናሉ፡፡

በዚያን ጊዜ የፀሓይ ስበትም መሬት ላይ የጨረቃን አንድ ሦስተኛ የሚያክል ሞገድ ስለሚያስነሣ በዚኽ ወቅት የውሃ ከፍታ ሙላቱ የጨመረ ይኾናል፤ ጨረቃ አንደኛ ሩብ (first quarter) እና ሦስተኛ ሩብ (third quarter) ቅርጽ ላይ በምትኾንበት ወቅት ግን የውሃው ሙላት ወይም ማዕበሉ የቀነሰ ይኾናል፡፡

ይኽ የመሳሳብ ክስተት በመሬትና ጨረቃ የዛቢያ ላይ መሽከርከርና የምሕዋር ጉዞ ፍጥነት ላይ ተጽዕኖ የሚያመጣ ሲኾን በሳይንሱ “ታይዳል ብሬኪንግ” (tidal breaking) በመባል ይታወቃል፡፡ የኢትዮጵያ ሊቃውንት “ምልአተ ወርኅ” (ጨረቃ ሙሉ) ስትኾን ደም ይመላል፣ ብርድ ብርድ ይላል፣ ደዌ ይቀሰቀሳል፡፡ በማለት የውቅያኖስን ውሃ ብቻ ሳይኾን በመሳብ የምታነሣሣው 70 ፐርሰንት በውሃ የተመላ የእኛንም ባሕርይ ጭምር ከፍ እንደምታደርገው ገልጸዋል፡፡

3ኛ. [ጊ] - ሣልስ - [ሠ]ሉስ ([ማግ]ሰኞ) - [መ]ሪኅ

ከ7ቱ መገብተ ዕለታት አንዱ የኾነው ቀዩ ፕላኔት “መሪኅ” ምግብናው ለዕለተ ሠሉስ (ማግሰኞ) እና [ጊ] ሣልስ ነው፡፡ ይኸውም በዚኽ ዕለት “ምድር ዘርን የሚሰጥ ሣርንና ቡቃያን በምድርም ላይ እንደ ወገኑ ዘሩ ያለበትን ፍሬን የሚያፈራ ዛፍን

ታብቅል አለ፤ እንዲኹም ኾነ" (ዘፍ 1፥11) ይላልና በዚኽ ዕለት ከውሃ የተለየ ደረቅ ምድር ለአዝርዕት፣ ለአትክልት፣ ለዕፀዋት መገኛ ሆኗል። መልክአ ማርስም ሲታይ ከውሃ የተለየ እንደኾነ እንደ ደረቀ ምድር ነውና ምግብናው ለሦስተኛ ዕለትና ለሦስተኛው ፊደል ነው።

በአንድሮሜዳ መጽሐፍ ላይ በስፋት እንደተገለጸው በማርስ ውጫዊ አካሉ ላይ ኹለት እጅግ የሚደነቁ ደረቃማ ገጽታዎች ይታዩበታል፤ አንደኛው "ኦሊሞፐስ ሞንስ" (Olympus Mons) ተብሎ የተሰየመው 25 ኪ.ሜ ከፍታ ያለው ተራራ ነው።

ይኽም መሬት ላይ ካለው ትልቁ የኤቨረስት ተራራን ሦስት ዕጥፍ ሲኾን በሥርዐተ ፀሓይ ውስጥ ትልቁ ተራራ እንዲኾን አድርጎታል። ኦሊሞፐስ ሞንስ ዲያሜትሩ 700 ኪ.ሜ. ሲኾን እሳተ ገሞራው የከፈተው ቀዳዳ 80 ኪ.ሜ ክፍተት ፈጥሯል። ሌላው የማርስ ውጫዊ አካል ላይ የሚታየውና ውስጥን የሚስበው ገጽታዋ "ቫሌስ ማሪነሪስ" (Valles Marineris) የሚባለው ሸለቆዎች የሚበዙበት ተራራማ ሰንሰለት ነው።

ይኽ ማሪነር በተባለችውና ፎቶውን ስታነሣ በነበረችው መንኰራኲር የተሠየመው ሰንሰለታማ ቦታ 4,000 ኪ.ሜ ርዝመት፣ 100 ኪ.ሜ ስፋት እና 7 ኪ.ሜ. ጥልቀት ያለው ሲኾን በማርስ መቀነት (equator) ላይ ተንጣሎ ይገኛል። መንኰራኲሮች ወደ ማርስ ሳይላኩና መልክአ ማርስን ፎቶ ሳያነሡ በፊት ቀደምት ሊቃውንት መልክአ ማርስን የሚገልጽ የማግሰኞ ዕለት ለመሪጎ ምግብና መስጠታቸው ይደንቃል።

ይኽስ ምን ያስደንቃል ሰዎች ተፈጥሯቸውን በሚገባ ከተረዱ፣ የብቃት ደረጃ ላይ ከደረሱ ጠፈር ደፈር አይከለክላቸውም ወደ ላይ እስከ ጽርሐ አርያም ወደ ታች እስከ በርባሮስ ድረስ የማየት ችሎታ ከፈጣሪያቸው ተሰጥቷቸዋል። እጅግ ሰፊ የኾነውን የመሪጎ ምሳሌነትን ማዛሮት መጽሐፍ ላይ ያንብቡ።

4ኛ. [ዳ] - ራብዕ - ረቡዕ - ዐጣር[ድ]

የዐጣርድ (ሜርኩሪ) ምግብና በአራተኛው ዕለት በረቡዕ እንዲኾን ሊቃውንት አድርገዋል፡፡ በዚኽ ዕለት "እግዚአብሔርም ኹለት ታላላቆች ብርሃናትን አደረገ ትልቁ ብርሃን በቀን እንዲሠለጥን ትንሹም ብርሃን በሌሊት እንዲሠለጥን ከዋክብትንም ደግሞ አደረገ" (ዘፍ 1፥16) ይላልና በአራተኛው ዕለት ለምልክት፣ ለዘመን መቀመሪያ፣ መለኪያ የሚኾኑ መልእክተኞች ፀሓይ፣ ጨረቃ፣ ከዋክብት ተፈጥረዋል፡፡

ፕላኔት ዐጣርድ (ሜርኩሪም) ፈጣን መልእክተኛ ነው ይኸውም ከፀሓይ ካለመራቁ ጋር ተያይዞ ፀሓይ እንደገባች በምዕራብ ሲታይ ጠዋት ላይ ደግሞ ፀሓይ ከመውጣቷ በፊት በስተምሥራቅ ቀድሞ ይታያል በሰማይ ላይ በፍጥነት ተጉዞ ይሰወራልና እንደ ፈጣን መልእክተኛ ይታያል፡፡ ይኽ ብሩህ ሰማያዊ አካል ምሳሌነቱን ማዛሮት መጽሐፍ ላይ ያንብቡ፡፡

5ኛ. [ሄ] - ኃምስ - ኀሙስ - መሽተሪ

የመሽተሪ (ጁፒተር) ምግብናው ለዐምስተኛዋ ዕለት ለኀሙስና ለዐምስተኛው ፊደል ነው፡፡ ይኽም የተሰጠበት ምክንያት በዚኽ ዐምስተኛ ዕለት "እግዚአብሔርም ታላላቆች ዐንበሪዎችን ውሃይቱ እንደ ወገኑ ያስገኘቻቸውንም ተንቀሳቃሾቹን ሕያዋን ፍጥረታት ኹሉ እንደ ወገኑ የሚበሩትንም ወፎች ኹሉ ፈጠረ" (ዘፍ 1፥21) እንዲል እጅግ የብዙ ብዙ በደመ ነፍስ ሕይወት ሕያዋን የኾኑ በልብ የሚሳቡ፣ በእግር የሚሽከረከሩ፣ በክንፍ የሚበሩ የባሕር ፍጥረታት ተፈጥረዋል፡፡ ከየብሱ ባሕሩ እንዲበዛ ከየብስ ተንቀሳቃሽ ፍጥረታትም በቊጥር የባሕር ይበዛል፡፡

ይኽም መሽተሪ ከፕላኔቶች ኹሉ በጣም ትልቁና ግዙፉ ነውና ከየብሱ ይልቅ በሚበዛው በትልቁ የባሕር ዓለም ውስጥ የሚኖሩ እጅግ የበዙ ፍጥረታትን ለመወከል አስችሎታል፡፡ መሽተሪ (ጁፒተር) ከኹሉም ኘላኔቶች በመጠን ትልቁ ነው፡፡

ከሌሎች ፕላኔቶች አንጻር መጠነ ቁሱ ሲወዳደር ኹሉም ተደምረው በ2.5 ያኽል ይበልጣቸዋል፡፡

ይዘቱን (volume) ለማወዳደር ያኽል 1,400 መሬቶች አንድ ላይ ቢኾኑ ነው የጁፒተርን ይዘት መስተካከል የሚችሉት፡፡ አክዘንጉ (ራዲየሱ) ደግሞ የመሬትን 11.2 ዕጥፍ ነው፡፡ መንፈሳዊ ምሳሌውን ማዛሮት መጽሐፍ ላይ ያንብቡ፡፡

6ኛ. [ው] - ሳድስ - ሰዱስ (ዐርብ) - ዝሁራ

የሰ[ው] ፍጥረትን የምትወክለው [ው] ሳድስ ከስድስተኛው ዕለት ከዐርብ ጋር የምትጓዝ ስትኾን ፕላኔት ዝሁራ (ቬኑስ) ምግብናዋን ይዛለች፡፡ ምክንያቱም በስድስተኛው ዕለት ዐርብ "እግዚአብሔርም ሰውን በመልኩ ፈጠረ፤ በእግዚአብሔር መልክ ፈጠረው፤ ወንድና ሴት አድርጎ ፈጠራቸው" ይላል (ዘፍ 1፥26-27)፡፡ በመኾኑም ብርሃን የለበሱ ብርሃን የተጐናጸፉ በብርሃን የደመቁ አድርጎ አዳምና ሔዋንን ፈጥሯል፡፡ በተመሳሳይ መልኩ ከፕላኔቶች ኹሉ በእጅጉ ደምቆ የሚታየው ዝሁራ ነውና በዕለቱ ምግብናው ተሰጥቶታል፡፡

በግእዝ ቋንቋም "ዝሁራ" መባሏ "ዘሀረ" ማለት በራ፤ አበራ፣ ብሩህ ኾነ፤ የክብር ብርሃን ማለት ነውና ይኽቺ ፕላኔት ደመቅ ያለ ብርሃን ያላት መሆኑ ያመለክታል፡፡ የዝሁራ መንፈሳዊ ምሳሌ ማዛሮት መጽሐፌ ላይ ያንብቡ፡፡

6ኛ. [ዞ] - ሳብዕ - ሳብዕት ዕለት (ቅዳሜ) - [ዙ]ሀል

ፊደላት ከ[አ] ግእዝ ተንደርድረው መጥተው በመጨረሻ የሚያርፉት [ዞ] ሳብዕ ላይ ነው፡፡ ይኽ የመጨረሻው ማረፊያ ፊደል ዕረፍት ለተደረገባት ለሰባተኛዋ ዕለት እና ምግብናውም ለ[ዙ]ሀል (ሳተርን) ተሰጥቷል፡፡ ይኸውም በዚኽ ዕለት "እግዚአብሔርም የሠራውን *ሥራ* በሰባተኛው ቀን ፈጸመ፤ በሰባተኛውም ቀን ከሠራው *ሥራ* ሁሉ ዐረፈ" ይላል (ዘፍ 2፥1)፡፡ የዙሀል ቀጥተኛ ፍቺም "ሰባት፣ ዕረፍት" ማለት ነው፡፡

ይኸውም በዕብራይስጥ "ሳባቲ" (Sabbatei) ሲባል ፍቺው "ሰንበት ወይም ዕረፍት፣ ማደር፣ መመለስ" ማለት ነው፡፡ በዐረብኛ "ዞሃል" (Zohal) ፍቺው "መሰወር፣ ማረፍ፣ መጠለል" ማለት ነው፡፡

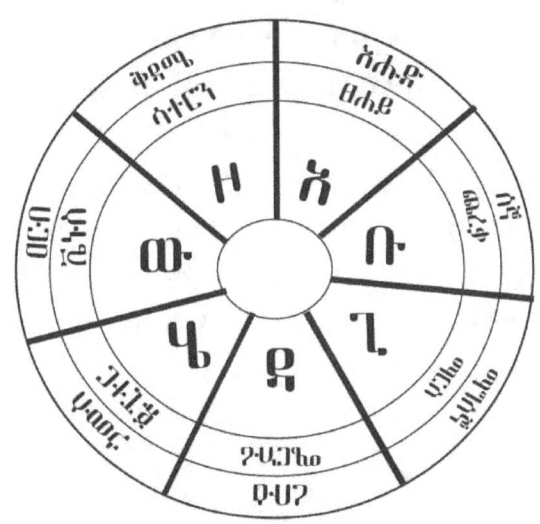

ሰባቱ ፊደላት በክበባቸውና በመጋቢ ዕለታቸውና ኮከባቸው

ሰባቱ ፊደላትና ሰባቱ የመቅረዝ አዕጹቅ

ሰባቱ ፊደላት "ሰባቱ መገብተ ዕለታት ከዋክብት" ተብለው የተጠሩ ብሩሃን ሰማያውያን አካላትን የሚወክሉ እንደኾነ ከላይ በዝርዝር አይተናል፡፡ ፊደላቱ በእነዚኽ ሰባቱ ከዋክብት ብቻ ሳይኾኑ ብርሃንን በሚፈነጥቁ በወርቅ መቅረዝ ላይ ባሉ ሰባቱ ቅርንጫፎች ይመሰላሉ፡፡

በሰባቱን የወርቅ መቅረዞች መኻከል ኾኖ፣ ሰባቱን ከዋክብት በእጆቹ ይዞ በመዠመሪያዋ ፊደል [አ] አልፋ ነኝ ብሎ ቀዳማዊነቱን ያስተማረንን [ኢ]የሱስን ያየ ዮሐንስ እንዲኽ አለ፡- "ዘወርም ብዬ 7 የወርቅ መቅረዞችን አየኊ፣ በመቅረዞቹም

መኻከል የሰው ልጅ የሚመስለውን አየኍ … በቀኝ እጁም 7 ከዋክብት ነበሩት” ይላል (ራእ 1፥12-16)፡፡

ለሙሴም በሲና ተራራ ላይ አስቀድሞ ምሳሌውን አሳይቶ ሰባት አዕጹቅ (ቅርንጫፎች) ያለው መቅረዝን ከጥሩ ወርቅ እንዲሠራ ለሙሴ ያዘዘው ሲኾን መኻከሉ ሥረወጥ እንዲኾን እንዳይቀጥልበት በመኻከሉ የተቀዳው በአዕጹቁ ኹሉ እንዲበራ አዝዞታል (ዘፀ 25፥31-40)፡፡ በመቅረዝ በሰባቱ አዕጹቅ መኻከል ያለው ሥረወጥ ሲኾን በመኻከሉ የተቀዳው ዘይት እንደ ደጃፍ መተላለፊያ ኾኖ ለኹሉም አዕጹቅ ይደርሳል፡፡

በተመሳሳይ መልኩ ዳሌት (ደጃፍ፣ በር) ተብላ የምትጠራው ፊደል [ደ] ከፊት በሦስቱ ፊደላት [አ] [ቡ] [ጊ] ስትከበብ ከኋላዋ ደግሞ በሦስቱ ፊደላት [ሄ] [ው] [ዞ] በእኩልነት በመከበብ የመውጪያ መግቢያ ደጃፍነቷን ታሳያለች፡፡

ፊደላቱ ከመቅረዙ ጫፍ ጋር

በዚኽም ሰባቱ ፊደላት በሰባቱ የመቅረዝ ቅርንጫፍ ሲመሰሉ፤ ሰባት ፍጹም ቍጥር ነውና 26ቱ የግእዝ ፊደላት ለኹለት ሲከፈሉ እኩል 13 እኩል 13 ይደርሳቸዋል።

መኻከለኛዋ እንደ መድሎት ናትና ለኹለት ተከፍለው ሲመዘኑ ሰባተኛዋ ፊደል ኹሉንም ማእከል አድርጋ በየልኬታቸው ትሰድራቸዋለች። ይኽም እንዲኽ ይደረደራል፡-

ፊደል	አ	በ	ገ	ደ	ሀ	ወ	ዘ	ሐ	ጠ	የ	ከ	ለ	መ
ቍጥር	1	2	3	4	5	6	7	6	5	4	3	2	1

ፊደል	ነ	ሰ	ዐ	ፈ	ጸ	ቀ	ረ	ሠ	ተ	ኀ	ፀ	ጰ	ፐ
ቍጥር	1	2	3	4	5	6	7	6	5	4	3	2	1

በቀመር ሕግ ከራሳቸውና ከቍጥር 1 ጋር ብቻ ተባዝተው ራሳቸውን የሚሰጡ "ፕራይም" (ብቸኜ ቍጥሮች) አሉ። ቍጥር 2, 3, 5, 7, 11 … እያሉ መጥቀስ ይቻላል። ለምሳሌ ቍጥር 3 ተባዝቶ ራሱን የሚሰጠው ከ 1 እና ከራሱ ከ3 ጋር ብቻ ነው። ስለዚኽ "Prime" (ብቸኜ ቍጥር) ይባላል።

በአንጻሩ ደግሞ ከራሳቸውና ከሌሎች ጋር ሊባዙ የሚችሉ "Composite" (ተተንታኝ) ቍጥሮች አሉ። ቍጥር 4, 6, 8, 9, 10, 12 … እያልን መጥቀስ እንችላለን። ለምሳሌ ቍጥር 12ን ቍጥር 1, 2, 3, 4, 6, 12 ጋር ተባዝተው ያመጡታል።

በዚኽ የሒሳብ ሕግ መሠረት ከላይ በኹለት በሠንጠረዦች ውስጥ ተከፍለው ከተቀመጡት ከግእዝ ፊደላት ውስጥ ሰንበትን (ዕረፍትን) የምትወክለውን 7 ቍጥርን ማእከል በማድረግ ፕራይም (ብቸኛ) ያልኾኑ ቍጥሮችን ከውስጣቸው ስናወጣ

ከአንዱ ምድብ [1] [4] [6] ስናገኝ ከሌላኛው ምድብ በተመሳሳይ መልኩ [6] [4] [1] እናገኛለን።

እነዚኽንም ብቸኛ ያልኾኑ ቊጥሮችን ስንደምር ሰንበት (7ተኛ ቀን) ላይ ዕረፍት የተደረገው 22ቱ ፍጥረታት ተፈጥረው ካበቁ በኋላ እንደኾነ በቀመሩ በትክክል እንዲኽ ይገኛል፡፡

1 + 4 + 6 + 6 + 4 + 1 = 22

22ቱ ሥነ ፍጥረትን የሚወክለውን ቀመር 22 ለማእከላዊ ሰንበትን ለወከለው ለ7 አኃዝ ስናካፍለው 22 ÷ 7 = 3.14... ይመጣል (ኩፋ 3፥2-3)፡፡ ይኽም የክበብን ዙሪያ ከዲያሜትሩ (ግማዘንግ) ጋር ያለውን ጥምርታ ከሚያስረዳው እስከ ትሪሊየኖች ድረስ ከሚጓዘው ከታላቁ ቀመር የፓይ π 3.14.... ጋር በእጅጉ ተቀራራቢ ኾኖ እናገኘዋለን፡፡ ይኽም አስገራሚና አስደናቂ ነው፡፡

3.14159 .... የያዘው ፓይ Pi በመባል የሚታወቅ በጽርዕ ፊደል የተሰየመው ቀመር እጅግ ብዙ አስደናቂ የቀመር ስደራን የያዘ፣ ሰማያዊ ምስጢር በውስጡ የሚገኝ ሲኾን ከያዛቸው ታላላቅ አቅማራት ጋር ራሱን ችሎ ሌላ መጽሐፍ የሚኾን ነውና ምናልባት በሌላ መጽሐፍ ላይ እመለስበት ይኾናል፡፡

ከ1936-1994 ዓ.ም. የነበረው ታዋቂው ተመራማሪ ካርል ሴጋን "የእግዚአብሔር ስዉር መልእክቶች በፓይ ውስጥ ሳይሰወሩ አይቀሩም" ይላል፡፡

በተጨማሪም ከላይ በሠንጠረዡ ውስጥ ያየናቸው "ፕራይም" (ብቸኜ) ያልኾኑ ተተንታኝ ቊጥሮች ብንደምር የሚሰጠን መልሶ 22ቱን ሥነ ፍጥረት ነው፤ እነዚኽም፡-

- 6 + 6 = 12
- 4 + 4 = 8
- 1 + 1 = 2

ድምር፡- 12 + 8 + 2 = 22

በፊደላቱ ሠንጠረዥ ከላይ ያየናቸውን ከእያንዳንዱ ምድብ "ፕራይም" (ብቸኜ) የኾኑ ቊጥሮችን ወስደን ስንደምር የምናገኘው፡-

2 + 3 + 5 + 7 + 5 + 3 + 2 = 27 ይመጣል። ፊደላት በጣቶች አንጓዎች ላይ ይቀመራሉና ዐፅመ እድ (የእጅ ዐጥንት) የብዛት ቍጥሩ በዚኽ ቀመር ልክ 27 ነው።

በአንደኛው የፊደል ሠንጠረዥ ምድብ ያለችው ሰባተኛዋ ፊደል [ዘ] ወካይ አኃዟ 7 ነው። በኹለተኛው ምድብ ያለው ሰባተኛው ፊደል [ረ] ነው። ወካይ ቀመሩ 200 ነው።

ኹለቱን በአንድ ላይ ስንደምር 7 + 200 = 207 ነው። ይኸውም የሰው ዐጥንት ቍጥር ልኬት ሲኾን ልክ ሲወለድ 207 ዐጥንት አለው። የኢትዮጵያ ሙሉ ፊደል ብዛትም 207 ነው።

በተጨማሪም በአንደኛው የፊደላት ሠንጠረዥ ምድብ ያለችው 7ተኛዋ ፊደል [ዘ] በሰባቱ አዕዋዳት የሚዘወረውን በፊደል [ዘ] የሚዠምረውን [ዘ]መን ይወክላል።

በኹለተኛው ምድብ የፊደላት ሠንጠረዥ በ7ተኛነት ያለው ፊደል [ረ] ሲኾን ርእስ (ራስ፣ ቍንጮ፣ መነሻን) ይወክላል። ኹለቱንም ስናጣምራቸው የዘመን መስፈሪያ [ር]እሰ ዐውደ ዓመት ሲያሳዩ በምድር ላይ ያለውን ዘመንን ለመስፈር ፀሓይ፣ ጨረቃ ያስፈልጉናል።

ከዚኹ ጋር ተያይዞ ከፀሓይ፣ ከፕላኔቶች፣ ከከዋክብትም ይልቅ ለመሬት ቅርብ የኾነች ዐውደ ዓመቷም 354 ዕለት ከ22 ኬክሮስ፣ ከ1 ካልዒት፣ ከ37 ሣልሲት፣ ከ52 ራብዒት፣ ከ48 ኀምሲት የኾነችው ጨረቃ ናት። በዚኽም የዘመን ራስነቷን ከፀሓይ ቀድማ ትፈጽማለች።

በመኾኑም የኹለቱን የጨረቃንና የምድርን ራዲየስ በአንድ ላይ ብናደርግ 5,040 ማይልስ ይኾናል። ከላይ እንዳየነው በ7ተኛነት ያሉትን ፊደላት በመረዳታችን ከቍጥር 1 ዠምረን እስከ ሰባት ብናባዛ ይኸነን ቍጥር መልሶ ይሰጠናል።

ይኸውም 1 X 2 X 3 X 4 X 5 X 6 X 7 = 5,040 ይመጣል።

ሰባቱ ፊደላትና ዐምስቱ አዕማደ ምስጢር

ከፊደል [አ] ግእዝ እስከ [ዞ] ሳብዕ ያሉት ሰባቱ ቀለማት በመንፈሳዊ ምስጢር ስንመረምራቸው ዐምስቱ አዕማደ ምስጢርን አጉልተው የሚያሳዩ ናቸው፡፡ ይኸውም፡-

- ❖ [አ]፡- አብ
- ❖ [ቡ]፡- ቤቃ ወልድ
- ❖ [ጊ]፡- መንፈስ ቅዱስ
- ❖ [ዳ]፡- ምስጢረ ሥጋዌ
- ❖ [ሄ]፡- ምስጢረ ጥምቀት
- ❖ [ው]፡- ምስጢረ ቊርባን
- ❖ [ዞ]፡- ምስጢረ ትንሣኤ ሙታን

ይኸውም ፊደል [አ] [ቡ] [ጊ] በሦስቱ አካላት (በምስጢረ ሥላሴ) መመሰላቸው በዝርዝር በፊደላቱ ውስጥ ስለተገለጸ በዚያ ላይ ይመልከቱ፡፡

በ[ዴዴ] [ደ]ጃፍ በምትባለው አራተኛዋ ፊደል [ዳ] በምስጢረ ተዋሕ[ዶ] መመሰሏ በአራተኛው ዕለት፣ በአራተኛው ደጃፍ የበረደውን የሚያሞቅ፣ የተሰወረውን የሚገልጥ፣ የጨለመውን የሚያስለቅቅ ፀሓይ በስተምሥራቅ መገኘቱ የሚያመለክተው እውነተኛው ፀሓይ በአራተኛው ክፍለ ዘመን፤ ከአራተኛው ነገደ ትውልድ ከተገኘችው ከአማናዊት ምሥራቅ ከቅድስት ድንግል ማርያም መወለዱን በትክክል ሲገልጽልን ነው፡፡

አራቱ ዘመናት የተባሉት፡-

1ኛ) ዘመነ አበው

2ኛ) ዘመነ መሳፍንት

3ኛ) ዘመነ ነገሥት

4ኛ) በዘመነ ካህናት ናቸው፡፡ በዚኽ 4ተኛው ዘመን ላይ ምሥራቋ እመቤታችን ተገኝታ አማናዊ ፀሓይ ወልድን ወለደች፡፡

በተጨማሪም በአራተኛው ትውልድ ማለትም አራተኛው

የያዕቆብ ልጅ ከኾነው፡-

1ኛ ልጅ - ሮቤል

2ኛ ልጅ - ስምዖን

3ኛ ልጅ - ሌዊ

4ኛ ልጅ - ይሁዳ ነው፡፡

ከ4ተኛው የያዕቆብ ልጅ ከቤተ ይሁዳ ከተገኘች ከምሥራቋ ደጃፍ ከቅድስት ድንግል ማርያም በብርሃኑ ኅልፈት ውላጤ የሌለበት፣ ጠፈር ደፈር የማይከለክለው፣ መዓልትና ሌሊት የማይፈራረቀው፣ የማይጠልቅ የጽድቅ ፀሓይ ክርስቶስ ተወልዶ ዘላለማዊ ፍዳን ዘላለማዊ ጨለማን አርቆልናልና አራተኛው ፊደል [ዳ] በምስጢረ ተዋሕ[ዶ] ተመስሏል፡፡

በዐምስተኛዋ ፊደል [ሄ] ምስጢረ ጥምቀት መመሰሉ በዐምስተኛዋ ዕለት በኀሙስ ዕለት ደመ ነፍስ ከሌላት ባሕር በደመ ነፍስ ሕይወት ሕያዋን ኾነው የሚኖሩ የባሕር ፍጥረታት እንደተገኙ ኹሉ፤ ዘርዐ ብእሲ፣ ሩካቤ ብእሲ ከሌለባት ከቅድስት ድንግል ማርያም ለምእመናን ምክንያተ ሕይወት የሚኾን ጌታ ተወልዶ ከጐኑ በፈሰሰ ውሃ ምእመናን ሕያዋን አድርጓልና፡፡

ስድስተኛው ፊደል [ው] በምስጢረ ቊርባን መመሰሉ በስድስተኛው ዕለት የተፈጠረውን አዳምን ለማዳን ዳግማይ አዳም ክርስቶስ በስድስተኛው ዕለት ለቤዛ ዓለም ተሰቅሎ ክቡር ደሙን አፍስሶ፤ ቅዱስ ሥጋውን ክቡር ደሙን ሰጥቶናልና፡፡

ሰባተኛው ፊደል [ዞ] ምስጢረ ትንሣኤ ሙታን መመሰሉ ሰባተኛዋ ዕለት ዕረፍት የተደረገባት ፍጻሜ እንደኾነች የሙታን መነሣትና [ዘ]ላለማዊ ዕረፍት በመጨረሻው ጊዜ ይፈጸማልና መንፈሳዊ አምሳላቸው ይኽ ነው፡፡

ፊደልና ቀመር 182

ከላይ በሠንጠረዡ ላይ ስናይ እንደመጣነው ከፊደል [አ] እስከ ፊደል [T] ከላይ ወደ ታች የተደረደሩት 26ት የግእዝ ፊደላት ናቸው፡፡

ወደ ጐን ያሉት [አ] [ቡ] [ጊ] [ዳ] [ሄ] [ው] [ዞ] ደግሞ 7 ናቸው፡፡ በአጠቃላይ ለማወቅ 26 × 7 =182 ይኾናሉ፡፡

ይኸውም 365 የዓመት ቀናት ÷ 2 = 182.5 በመምጣት የዓመቱን የግማሽ ዕለት ቀመርን ፊደላቱ ይዘዋል፡፡ በምንኖርባት ምድር ላይ በግእዝ ፊደላችን ቊጥር ልክ በየ182ት ቀናት የሚከሰቱ 4 አስገራሚ ዕለታት አሉ፡፡ እነዚኽም፡-

- ዕሪና መዓልት ወዕሪና ሌሊት ዘመፀው
- ዕሪና መዓልት ወዕሪና ሌሊት ዘጸደይ
- ነዊኅ ዕለት (ረዥም ዕለት)
- ሐጺር ዕለት (ዐጭር ዕለት) ናቸው፡፡

የ182 ቀን የመፀው ዕሪና

በእኛ በኢትዮጵያ አቈጣጠር መስከረም 12 በሌላው ዓለም አቈጣጠር ደግሞ እንደ ኹኔታው መስከረም (September) 20 ወይም 21 አንዳንዴም 22 ይኾናል፤ ያን ቀን ፀሓይ ልክ የምድር ወገብ ላይ ኾና ቀኑና ሌሊቱ እኩል የሚኾንበት ወቅት "የመፀው እኩሌ" (Autumnal /fall equinox) ይባላል፡፡

ይኽ ዕለት ፀሐይ የሰማያዊውን ሉል ወገብ አቋርጣ ወደ ደቡብ አግጣጫ የምትኼድበት ጊዜ ሲኾን በሰሜናዊው ንፍቀ ክበብ መፀው የሚዠምርበት ዕለት ነው፡፡

በዚኽ ጊዜ ፀሓይ ልክ በምሥራቅ ትክክለኛ አቅጣጫ ላይ ወጥታ በምዕራብ ትክክለኛ አግጣጫ ላይ ትጠልቃለች፡፡

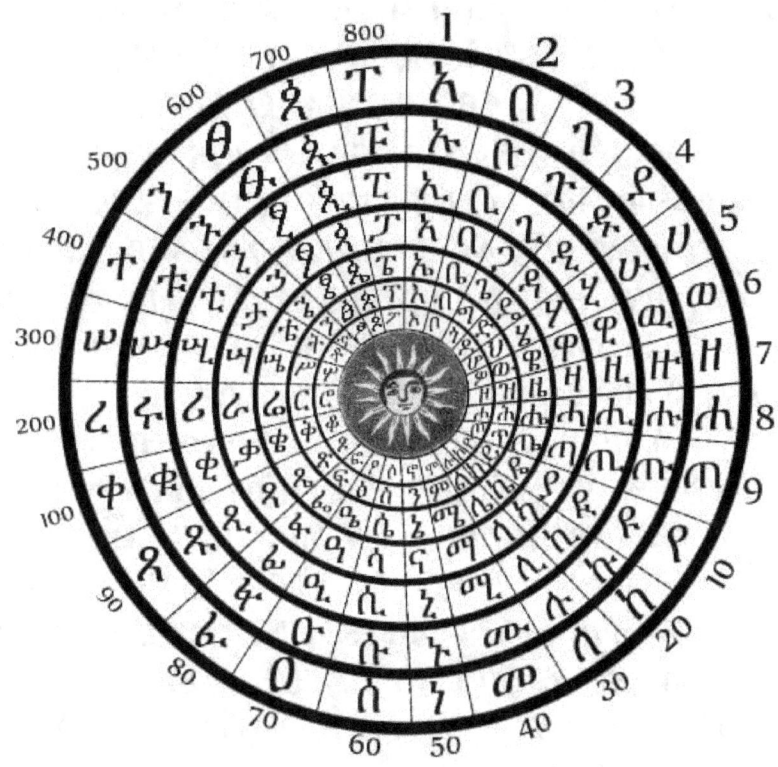

182ቱ ፊደላት ከነሙሉ ቀመራቸው በክበብ

የኢትዮጵያ ዐዲሱ ዓመት መግቢያ “መስከረም” ከኾነባቸው በርካታ ምክንያት ውስጥም አንደኛው በ182 ቀን አንዴ “ዕሪና መዓልት ወዕሪና ሌሊት ዘመፀው” (የመፀው የቀንና የሌሊት መተካከል) (Autumnal /fall equinox) የሚኾንበት ወርም ጭምር በመኾኑ ነው። መጽሐፍ ስንክሳርም የዓመቱ መዠመሪያ ስለኾነው የመስከረም ወር እንዲኽ ይተነትነዋል፡-

“ወርኃ መስከረም ቡሩክ ርእሰ አውራኅ ዓመታት ዘግብጽ ወኢትዮጵያ ሰዓተ መዓልቱ ፲ወ፪ቱ ዕሩይ ምስለ ሌሊቱ ወእምዝ የሐጽጽ” (የተባረከ የመስከረም ወር የግብጽና የኢትዮጵያ ዓመታት ወሮች ራስ ነው፤ የቀኑ ሰዓትም ከሌሊቱ ሰዓት የተስተካከለ

ዐሥራ ኹለት ነው፤ ከዚኽ በኋላ እያነሰ ይኼዳል) በማለት የመፀው እኩሌ የሚደረግበት ወር እንደኾነ አስቀምጧል፡፡

የ182 ቀን የጸደይ ዕሪና

ኹለተኛው በ182 ቀን የሚኾነው የቀንና ሌሊት መተካከል በኢትዮጵያ አቈጣጠር መጋቢት 12 በፈረንጆች ደግሞ መጋቢት (ማርች 20 ወይም 21) ላይ የሚውለው እና ፀሓይ ልክ የምድር ወገብ ላይ ኾና ቀንና ሌሊቱ እኩል የሚኾንበት ጊዜ (ወቅት) "ዕሪና መዓልት ወዕሪና ሌሊት ዘጸደይ" (የጸደይ የቀንና ሌሊት መተካከል) (Vernal/spring equinox) ይባላል፡፡

ይኽ ዕለት ፀሓይ የሰማያዊውን ሉል ወገብ አቋርጣ ወደ ሰሜን አግጣጫ የምትኼድበት ጊዜ ሲኾን ለሰሜናዊው ንፍቀ ክበብ ላሉ ጸደይ የሚዠምሩበት ቀን ነው፡፡ በዚኽ ጊዜ ፀሓይ ልክ በምሥራቅ ትክክለኛ አቅጣጫ ላይ ወጥታ በምዕራብ ትክክለኛ አግጣጫ ላይ ትጠልቃለች፡፡ በየ182 ቀናቱ የሚኾነውን የዕሪና መዓልት ወሌሊት (ኢኪውኖክስ) ሳይንስን በሚገባ በመረዳታቸው ነበር ይኽነን መተካከል የሚደረግበት ሌላኛውን ወር "መጋቢት" ብለው ሠይመውታል፡፡

መጋቢት የሚለው ቃል "መግቦ መግቦት" ከሚለው የግእዝ ንኡስ አንቀጽ የወጣ ቃል ሲኾን ትርጕሙም የመዓልትና የሌሊት ምግብና እንደ መስከረም ትክክል የሚኾንበት ቀንና ሌሊቱ እኩል የሚመጋገብበት ወርኀ ዕሪና (የመተካከል ወር) ማለት ነው፡፡

በምድር ወገብ በየትኛውም ወቅት ቢኾን የሰዓተ መዓልቱ ጊዜ 12 ሰዓታት ያኽል ነው፡፡ ከመጋቢት እኩሌ (March equinox) እስከ መስከረም እኩሌ (September equinox)፤ ፀሓይ በ23.5° ዲግሪ በሰሜን ምሥራቅ በኩል በመውጣት በ23.5° ዲግሪ በሰሜን ምዕራብ በኩል ትጠልቃለች፡፡

ከመስከረም እኩሌ እስከ መጋቢት እኩሌ፤ ፀሓይ በ23.5° ዲግሪ በደቡብ ምሥራቅ በኩል በመውጣት፤ በ23.5° ዲግሪ

በደቡብ ምዕራብ በኩል ትጠልቃለች። በመጋቢት እና በመስከረም (ኹለቱ እኩሌዎች) የመዓልቱ ርዝማኔ 12 ሰዓታት ያኽል ነው።

የ182 ቀን የገና ጀንበር (ዐጭሩ ቀን)

በፊደላችን ቀመር ልክ በ182 ቀን አንዴ በእኛ ታኅሣሥ 12 ሲኾን እና በጎርጎርዮሳውያኑ ደግሞ ታኅሣሥ (December) 21 ወይም 22 ሲፈልግም 23 በሚኾንበት ጊዜ ፀሓይ በፀሓይ ጉዳና (ኤክሊፕቲክ) መስመር በሰማያዊው ሉል ላይ ወደ ደቡቡ አቅጣጫ መጓዟን የምታቆምበት ዕለት "ዊንተር ሶልስቲስ" (winter solstice) ይባላል።

ይኽ ዕለት በሰሜናዊዉ ንፍቀ ክበብ ክረምት የሚዠምርበት ነው። በተጨማሪም ይኽ ወቅት የሰሜናዊዉ ንፍቀ ክበብ ሌሊቱ የሚረዝምበት እና የቀኑ ርዝማኔ ደግሞ ከ12 ሰዓት በታች የሚኾንበት ነው። ወቅቱ የደቡቡ ንፍቀ ክበብ ወደ ፀሓይ ያጋደለበት፣ ከአርክቲክ መስመር ዠምሮ ወደ ሰሜን ያለው ክፍል ቢያንስ ለአንድ ቀን ፀሐይ የማትወጣበት እንዲኹም ፀሓይ በደቡብ ምሥራቅ ወጥታ በደቡቡ ምዕራብ የምትጠልቅበት ወቅት ነው።

የኢትዮጵያ የሥነ ፈለክ ሊቃውንት በዚኽ ምክንያት የታኅሣሥ እና የሠኔ ስፍረ ሰዓትን "ታኅሣሥ ለባሕቲቱ" (ታኅሣሥ ለብቻው) "ሠኔ ለባሕቲቱ" (ሠኔ ለብቻው) ብለው በሠንጠረዥ ስፍረ ሰዓቱን ለብቻው ለይተው ያወጣሉ።

የታኅሣሥ ሰዓተ መዐልቱ ስለሚያጥርም "እስመ አሜሃ የሐጽር መዓልት ወይበዝኅ ስፍረ ሰዓታት ዘሌሊት" (ያን ጊዜ ቀኑ ያጥራል፤ የሌሊት የሰዓት መጠን ይበዛል) ይላሉ። ዐጭር ነውና የመዓልቱ ጊዜን "የገና ጀንበር" በማለትም ይገልጹታል።

የ182 ቀን የሠኔ ጀንበር (ረዥሙ ቀን)

በእኛ በኢትዮጵያውያን ሠኔ 14 በጎርጎርዮሳዊ የዘመን ቀመር ላሉት ደግሞ ሠኔ (June) 21 እንዳንዴም 22 የሚውልበትና ፀሓይ በሰማያዊው ሉል ላይ ወደ ሰሜን አቅጣጫ

መጓዟን የምታቆምበት ዕለት "ሰመር ሶልስቲስ" (Summer Solstice) ይባላል። ይኽ ዕለት በሰሜናዊው ንፍቀ ክበብ ያሉ በጋ የሚዠምሩበት ነው። በሰመር ሶልስቲስ ወቅት ፀሐይ ከአርክቲክ ወሰን በስተሰሜን ያለው ክልል ላይ 24 ሰዓት ሙሉ የማትጠልቅ ሲኾን አንታርቲክ መስመር ዠምሮ በስተደቡብ አቅጣጫ ደግሞ 24 ሰዓት ሙሉ ጨለማ ይሆናል። ይኽ ወቅት ሰሜን ንፍቀ ክበብ ላይ ቀኑ የሚረዝምበት፣ የመሬት ሰሜን ንፍቀ ክበብ ወደ ፀሐይ ያጋደለበት እንዲኹ ፀሐይ ከሰሜን ምሥራቅ ወጥታ በሰሜን ምዕራብ የምትጠልቅበት ወቅት ነው።

ሰዓተ መዐልቱ የሚረዝምበት የሠኔ ወርን በዐዋጃቸው ላይ "ወለሠኔ ካዕበ ይብሕት ስፍሩ እስመ አሜሃ ይነውኀ መዓልት ወየሐጽር ሌሊት" (ዳግመኛም በሠኔ መጠኑ ይለያል፤ ያን ጊዜ መዓልቱ ይረዝማል፤ ሌሊቱ ያጥራልና) በማለት ይጽፋሉ። ይኽንንም የመስከረምና የመጋቢት፣ የታኅሣሥ፣ የሠኔ የሰዓት ልኬትን ጨምሮ የሌሎቹም ወራቶች በሠንጠረዥ ሲገለጽ፡-

የወሩ ስም	የቀን ርዝመት	የሌሊት ርዝመት
መስከረም	12 ሰዓት	12 ሰዓት
ጥቅምት	11 ሰዓት	13 ሰዓት
ኅዳር	10 ሰዓት	14 ሰዓት
ታኅሣሥ	9 ሰዓት	15 ሰዓት
ጥር	10 ሰዓት	14 ሰዓት
የካቲት	11 ሰዓት	13 ሰዓት
መጋቢት	12 ሰዓት	12 ሰዓት
ሚያዝያ	13 ሰዓት	11 ሰዓት
ግንቦት	14 ሰዓት	10 ሰዓት
ሠኔ	15 ሰዓት	9 ሰዓት
ሐምሌ	14 ሰዓት	10 ሰዓት
ነሐሴ	13 ሰዓት	11 ሰዓት

የ26 የግእዝ ፊደላት ቀመራዊ ፍቺ

የግእዝ ፊደላት ከላይ ወደ ታች ሲደረደሩ ከፊደል [አ] ዠምሮ እስከ ፊደል [T] ድረስ 26 ፊደላት ናቸው፡፡ በዚኽ የቍጥር ብዛታቸው ደግሞ በጣም ድንቅ ሰማያዊና ምድራዊ ምስጢርን አካትተው፣ በውስጣቸው ሸሽገው ይዘዋል፡፡

ይኸውም በቀመረ ፊደል አወጣጥ ቍጥር 26 ታላቅ የኾነ ሰማያዊ፣ መለኮታዊ፣ አምላካዊ ስምን ይዟል፡፡ ይኸውም "ያህዌህ" (יהוה) የሚለውን ስመ አምላክ ነው (ዘፍ 22፥14፤ ዘፀ 17፥15)፡፡

ይኽ ስም በግእዝ ቀመረ ፊደል ሲቀመር በግእዝ ፊደላት ልክ 26 ቍጥር ይመጣል፡፡

ቃሉ	የግእዝ ፊደሉ	ቀመሩ
ያ	የ	10
ህ	ሀ	5
ዌ	ወ	6
ህ	ሀ	5

ድምር፡- 10 + 5 + 6 + 5 = 26 ይመጣል፡፡

በዕብራይስጥ ቀመረ ፊደል ሲቀመር በፊደል "ዮድ፣ ሄ፣ ቫቭ (ዋው)፣ ሄ" ነውና የሚጻፈው በተመሳሳይ መልኩ 26 ቍጥርን ይሰጣል፡፡

ה + ו + ה + י = 26
He Vov He Yod
5 6 5 10

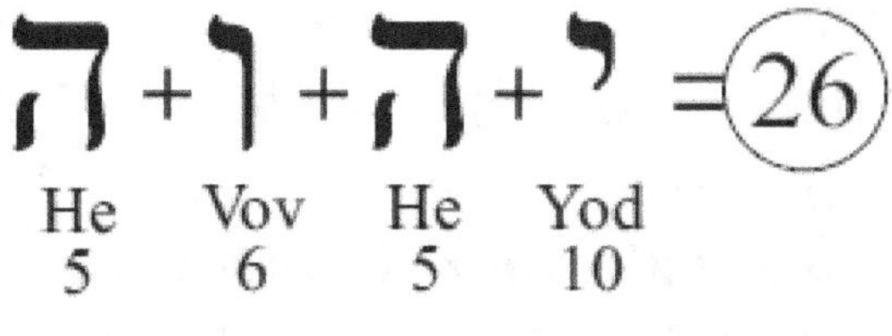

26 ስመ አምላክን በግእዝና በዕብራይስጥ ቀመረ ፊደል ብቻ ይዞ አያበቃም፡፡ በተመሳሳይ መልኩ የእንግሊዘኛ ፊደላት (A - Z)

ብዛት 26 ሲኾኑ "አምላክ" የሚጠራበት "GOD" የሚለው ቃል ቀመሩ 26 ነው። ይኸውም፡-

ቃሉ	ፊደሉ የሚገኝበት ተራ
G	7
O	15
D	4

ድምር፡- 7 + 15 + 4 = 26

ከዚኹ ጋር ተያይዞ ፊደልን አቀናብሮ በቋንቋ መናገር የሚችለው የሰው ልጅ ነው። ይኽነን ፍጡር ፊደላዊ ቀመሩ 26 የሚሰጠው ፈጣሪ "ያህዌህ" በአርአያው ፈጥሮታል። ይኽም በኹለት መልኩ ለአስተዋዮች ተገልጧል፡-

1ኛ. ለመዠመሪያ ጊዜ በዘፍጥረት ምዕራፍ 1 ላይ ስለ ሰው ተፈጥሮ የሚናገረው "ወይቤ እግዚአብሔር ንግበር ሰብአ በአርአያነ ወበአምሳሊነ" (እግዚአብሔርም አለ ሰውን በመልካችን እንደ ምሳሌያችን እንፍጠር) የሚለው ቅዱስ ቃል የሚገኘው በትክክል ቍጥር 26 ላይ ነው (ዘፍ 1፥26)።

2ኛ. መጽሐፍ ቅዱስ በዘፍጥረት 1፥1 ላይ "በቀዳሚ ገብረ እግዚአብሔር ሰማየ ወምድረ" (በመዠመሪያ <u>እግዚአብሔር</u> ሰማይንና ምድርን ፈጠረ) በማለት የእግዚአብሔርን ስም ለመዠመሪያ ጊዜ አነሣ።

ከዚያም "እግዚአብሔር" የሚለውን ስም ከላይ ዠምሮ እየደጋገመ ለ25 ጊዜያት ከጻፈ በኋላ ለ26ኛ ጊዜ "እግዚአብሔር" ብሎ የሚጽፈው ልክ በ26ኛው ቍጥር ላይ "ወይቤ እግዚአብሔር ንግበር ሰብአ በአርአያነ ወበአምሳሊነ" (እግዚአብሔርም አለ ሰውን በመልካችን እንደ ምሳሌያችን እንፍጠር) በሚለው ላይ ነው።

ይኽም በእጅጉ የሚገርምና የ26 ቀመርን መንፈሳዊ ምስጢር በግልጽ የሚያሳይ ነው።

ዕሥራ ወስድስቱ አቅማራት በክፍላተ አጽባዕተ አእዳው
(ኻያ ስድስቱ ቊጥሮች በእጆቻችን የጣቶች አንጓዎች)

ከአመልካች ጣት እስከ ትንሿ ጣት ያሉ በቀኝና በግራ ጣቶቻችን ያሉት አንጓዎች ብዛት በድምሩ 24 ሲኾኑ በአጠቃላይ 24ቱን ሰዓታት፣ 24ቱን ፊደላት ይወክላሉ።

24ቱን አንጓዎች ለመቊጠር በብቸኝነት እድል ያገኙት 2ቱ አውራ ጣቶች 24ቱ ሰዓታት በውስጣቸው የያዙ የቀን እና የሌሊት አምሳል ናቸው። ዳግመኛም ኹለቱ ጣቶች የመዠመሪያው ፊደል [አ] እና የመጨረሻው ፊደል [T] አምሳል ናቸው።

ኹሉንም ስንደምራቸው 26 በመኾናቸው ሊቈጠሩ ሊሰፈሩ የሚችሉትን የ26ቱን ፊደላት ልኬት እናውቃለን። ከፊደል [አ] እስከ ፊደል [መ] ያሉት 13ቱ ፊደላት በአንድ እጅ ባሉ የጣቶች አንጓ ውስጥ ሲካተቱ፤ ከፊደል [ነ] እስከ ፊደል [T] ያሉት 13ቱ ፊደላት ደግሞ በሌላኛው እጅ በሚገኙ የጣቶች አንጓ ውስጥ ይካተታሉ። ይኽም ከዚኽ በታች ባለው ገላጭ ሥዕል ተገልጧል።

የ33ቱ ፊደላት ቀመራዊ ፍቺ

በአበገደ በግእዝ አልፍ ቤት ከሚገኙ ከ26ቱ ፊደላት ጋር በአንዳንድ የፊደል ገበታ ላይ ተደርበው በላያቸው ላይ እንደ ዘውድ፣ አክሊል (⁻) ተደፍቶላቸው ወይም እንደ ምስማር (ቅንዋት) በጫፋቸው ክበብ (₀) ተቀጥሎላቸው ከግእዝ ፊደላት ውጪ ሌሎች ሰባት ፊደላት ይገኛሉ።

እነርሱም [ጀ] [ኘ] [ጨ] [ኸ] [ዠ] [ኘ] [ሸ] ናቸው። የግእዝ 26 ጋር እነዚኽ 7ቱ ፊደላት ሲጨመሩ 26 + 7 = 33 ይኾናሉ።

በቊጥር ትምህርት፣ በሳይንሳዊ ምርምር [26] [7] [33] የተያያዙ ብዙዎች ምስጢራትን ይዘዋል። ይኸውም ልክ እንደ ፊደላት በአግባቡ የተደረደሩ፣ የተሰደሩ፣ የተሰካኩ ከታች ዠምሮ እስከ ራስ ቅላችን ድረስ የሚደርሱ “አፅፅምተ ዘባን” (አከርካሪ የዠርባችን ዐጥንቶች) ከልጅነት ጊዜያችን ዠምሮ በአጠቃላይ ቢቈጠሩ ብዛታቸው 33 ነው።

ከዚያም በጕልማሳነት ደግሞ ዐጥንቶች በመዋሐድ ቊጥራቸው 26 ይኾናል። ሰባት ግብራትን ባስተባበረው በሰው ልጅ በአንገቱ ላይ የራስ ቅሉን የሚደግፉ፣ እንዲንቀሳቀስ የሚያደርጉ 7 ዐጥንቶች ይገኛሉ።

ረቀቅ ወዳለው መንፈሳዊዉ ምስጢር በቀመር ሠረገላ ተጭነን ስንጓዝ የምናገኘው ደግሞ አልፋ የሕይወት ራስ ኢየሱስ 33 ዓመት ሲመላው የራስ ቅል ወደምትባል ወደ ጕልጐታ ወጣ። በራሱ ላይም የእሾኽ ዘውድን፣ አክሊልን ተቀዳጀ። ከበላዩ “ኢየሱስ ናዝራዊ ንጉሠ አይሁድ” የሚል ጽሑፍ ተጽፎ፤ በየጫፋቸው ላይ ክበብ (₀) ባላቸው ምስማር ተቸንክሮ ተሰቅሏል። የዚኽን ዝርዝር እያንዳንዱን ፊደል ስንዳስስ እናገኘዋለን።

ደቃልው ፊደላትና ፍቺያቸው

ሌላው ከ26ቱ የግእዝ ፊደላት ካዕብ እና ሳብዕ በመተው በሕጹጽነት የሚጻፉ ሕጹጻን ደቃልው አራት ፊደሎች ያሉ ሲኾን መነሻ ፊደሎቹ [ገ] [ኀ] [ከ] [ቀ] ሲኾኑ፤ በዝርዝር ስናያቸው፡-

ጐ	ጒ	ጓ	ጔ	ጕ
ኈ	ኊ	ኋ	ኌ	ኍ
ኰ	ኲ	ኳ	ኴ	ኵ
ቈ	ቊ	ቋ	ቌ	ቍ

በፊደል ጓ፣ ኋ፣ ኳ፣ ቋ አንጻር ከግእዝም ከዐማርኛም የሚገኙ አንዳንድ ዲቃሎች ራብዖች ሲኖሩ። ከግእዝ ፊደላት ከ12ት የግእዝ ፊደላት (ደ፣ ዘ፣ ጠ፣ ለ፣ መ፣ ነ፣ ፈ፣ ጸ፣ ረ፣ ሰ፣ ተ) ከየራብዖቻቸው የተደቀሉ አሉ[1]።

ከዐማርኛ 7ቱ ፊደላት ከሰባቱ ራብዕ የተደቀሉ ሰባት ራብዖች ሲኖሩ በአጠቃላይ 19 ናቸው። እነርሱም፡-

ከግእዝ	ቧ	ዷ	ዟ	ጧ	ሏ	ሟ	ኗ	ፏ	ጿ	ፘ	ሷ	ቷ
ከዐማርኛ	ጇ	ዧ	ጯ	ዃ	ኟ	ሿ	ቿ					

በአጠቃላይ ታላቋ ሀገራችን ክብርት ኢትዮጵያችን ያሏት የራሷ ፊደላትን በአጠቃላይ ስንቀምር፡-

- 26 የግእዝ ፊደላት
- 7 የዐማርኛ ፊደላት
- 20 ሕጹጻን ደቃልው
- 19 ከራብዕ የተደቀሉ

ድምር 26 + 7 + 20 + 19 = 72 ፊደላት ናቸው።

ይኸም በባቢሎን ግንብ ጊዜ ከአንዲቱ ከሚግባቡበት ቋንቋ ተደቅለው የወጡ ለመዠመሪያ ጊዜ በሰዎች የተነገሩ 72ቱ የቋንቋዎችን ብዛት ሙሉ በሙሉ በመወከል ታላላቅ የኢትዮጵያ ፊደላት ገናና የኾነ ክብራቸውን ያሳያሉ።

---

[1] አንዳንድ ሊቃውንት ሕጹጻን፣ ደቂቀ ግእዝ፤ ክዑባነ ድምፅ ፊደላት፣ ጐራጆች፣ ፍንጽቅ ይሏቸዋል።

የበለጠ ምስጢሩን ፍንትው ሳደርገው ግእዝ ማለት ቀዳማዊ፣ አንደኛ ማለት ነው። በፊደሎቹ ቊጥሮች ልክ 72ት ቋንቋዎች በሰናዖር ከመገለጣቸው በፊት "ወአሐዱ ነገሩ ለኵሉ ዓለም ወአሐዱ ቃሉ" (ምድርም ኹሉ በአንድ ቋንቋና በአንድ ንግግር ነበረች) ሲል ያነሣዋል (ዘፍ 11፡1)።

እነዚኽ 72ቱ ቋንቋዎች በጽርሐ ጽዮን ለሐዋርያት ተገልጾላቸው ዓለምን ዙረው አስተምረውበታል።

አኹንም ከኢትዮጵያ ፊደሎች የቊጥር ብዛት ሳንወጣ በአግባቡ የተሰደሩትን እያንዳንዱን ፊደላት ስንደምር ሰውን ሰው ያደረጉ ከላይ ያየናቸው ልክ ሲወለድ የሚሰጠው አፅፅምት (ዐጥንት) በሙሉ ይወክላሉ። ይኸውም፡-

- 182ቱ ፊደላት (ከግእዝ - ሳብዕ)
- 49ኙ የዐማርኛ ፊደላት (ከግእዝ - ሳብዕ)
- 20 ሕጹጻን ደቃልው
- 19 ከራብዕ የተደቀሉ

አጠቃላይ ድምር 182 + 49 + 20 + 19 = 270 ፊደላት ናቸው። ይኸውም ፊደል ቀርጾ፣ በአግባቡ ደርድሮ፣ አቀናዥቶ በቋንቋ መግባባት የሚችል ከፍጡራን ሰው ብቻ ነውና በሚወለድበት ጊዜ ግን ልክ እንደ ፊደል በአግባቡ ተሰድረው፣ ተደርድረው፣ ተቀናዥተው የሚሰጡት የዐጥንቶቹ የቊጥራቸው ብዛት 207 ነው[2]።

ስለ ፊደላችን የቊጥር ብዛት በዚኽ መልኩ ካየን በቀጣዮቹ ምዕራፎች ደግሞ የኢትዮጵያ ሀብት የኾነው ለብዙ ሺሕ ዘመን ወደ ተጠቀምንባቸው ፊደላት በመኼድ ሙሉ ቀመራቸውን፣ ትርጒማቸውን ከዚኽ በታች ከፊደል [አ] በመነሣት በዝርዝር እያንዳንዳቸውን እንመለከታለን።

---

[2] 270-350 የተሰጡት ዐጥንቶቹ በጐልማሳነቱ ከ207 አንድ ቀንሶ 206 ዐጥንት ይኖረዋል።

ምዕራፍ ኹለት
ፊደል [እ]

በአበገደ በግእዝ አልፍ ቤት በአንደኛ ተራ ቁጥር ላይ የሚገኘው ፊደል [እ] ነው። ስሙ "[እ]ልፍ" ሲባል፤ ቁጥሩ አንድ አጋዝ ሲኾን [እ] አሐድ፤ አሐፉ ይባላል።

ፊደል [እ] በአብዛኛው የጥንታውያን ቋንቋዎች ከጥንት ጀምሮ የመነሻ ፊደላቸው ኹኗል። ግ[እ]ዝ ደግሞ ፊደሉን በመኽከሉ አግብቶበት የመዝመሪያ ተብሎ ተጠርቶበታል ለአብነት ያኽል የተወሰነዉን በሚቀጥለው ሠንጠረዥ እንመለከታለን፦

ቋንቋ	መጠሪያ	መጠሪያ
በግእዝ	[እ]ልፍ	እ
በፈንቂያውያን	[እ]ሌፐ	'ālep
በዕብራይስጥ	[እ]ሌፍ	ālef א
በአራማይክ	[እ]ላፐ	'ālap̄ ܐ
በግሪክ	[እ]ልፋ	ăλφα
በዐረብኛ	[እ]ሊፈ	alif ا
በሱርስት	[እ]ላፍ	alaph ܐ
በእንግሊዝኛ	ኤ	A

የፊደል [እ] ፍቼውና ቅርጸ አካሉ

በኢትዮጵያ የግ[እ]ዝ ሊቃውንት አልፍ [እ] ሲተረጎም፦

- ✓ አንደኛ ፊደል
- ✓ አንደኛ አጋዝ
- ✓ መዠመሪያ
- ✓ የፊደል ኹሉ ራስ
- ✓ በኩር
- ✓ ቀዳማይ ይባላል።

የፊደል [አ] ወይም አልፍ [አ] () ቅርጹ በትክክል ልብ ብለው ሲያዩት ከጥንት ዠምሮ በኹሉም የሚታወቀው የበሬ ቀንድ ነው። ከላይ ቀንድ ከወደታች ቀንድ ሲኖረው በመኻከል አንድ ቀንበር አያያዥ ኾኖለታል።

የኢትዮጵያ የግእዝ ቋንቋ ሊቃውንትም ከቅርጸ ፊደሉ በመነሣት ይኽነን ፊደል "አልፍ፣ ላም፣ በሬ፣ ቀንድ ከብት፣ ቀንድ፣ የበሬ ራስ" ይሉታል። ይኸውም "ቀዳማይ፣ ርእስ፣ በኵር፣ ጥንት" ሲሉ ነው። በሥነ ፍጥረት ከሰው ተፈጥሮ አስቀድሞ [እ]ንስሳት የሚቀድሙ ሲኾኑ፤ ከፍጥረታት ኹሉም መነሻ የሌለው [አ]ልፋ ፈጣሪያቸው ቀዳማዊ ነው። በመኾኑም መዠመሪያው ፊደል [አ] [አ]ልፋ (ቀዳማዊ) [አ]ምላክን ያሳያል።

በመጽሐፍ ቅዱስ ላይ ፊደል [አ] ለመዠመሪያ ጊዜ የተጠቀሰው "በቀዳሚ ገብረ [እ]ግዚአብሔር ሰማየ ወምድረ" (በመዠመሪያ [እ]ግዚአብሔር ሰማይንና ምድርን ፈጠረ) በሚለው [እ]ግዚአብሔር በሚለው ስም ላይ መነሻ ኾኖ ነው። ለመዠመሪያ ጊዜ [እ]ግዚአብሔር በሚለው ስም መነሻ ላይ ፊደሉ መግባቱ የፊደሉን ቀዳማዊነት የሚያመለክት ነው (ዘፍ 1፥1)።

የግእዝ አልፍ [አ] ከዕብራይስጡ "አሉፍ" ጋር ከተዛመደ ትርጒሙ "ጌታ፣ አለቃ" ማለት ነው። ይኽነንም ከዚኽ በመቀጠል ቅርጸ ፊደሉን ስናይ ምስጢሩ በደንብ ይገለጽልናል።

የዚኽ ፊደል የመዠመሪያው ቅርጹ ከላይ እንዳየነው የበሬ ጭንቅላት ምስል ነው () ይኽ ቅርጸ ፊደል ደግሞ አለቃን ወይም መሪን ይወክላል። ኹለት በሬዎች ሠረገላ ለመጎተት ወይም ለማረስ ሲጣመሩ በዕድሜ የገፋው አንዱ በሬ ልምድ ያለው ሲኾን ልምድ የሌለውን ጉልበት ያለውን ወይፈን ይመራል። በተመሳሳይ መልኩ በነገድ ወይም በቤተሰብ ውስጥ [አ]ለቃ ወይም [አ]ባት እንደ መሪ እና አስተማሪ በመኾን ከሌሎች

ጋር ተጣምሮ፣ ተቀናዥቶ ሥራውን ያከናውናልና ፊደል አልፍ [አ] [አ]መራርን፣ [አ]ለቅነትን ወክሎ ይገለጻል።

በቀንበር ውስጥ ካለው ከዚኽ በሬ ቅርጽ ውስጥ የላይኛውን ትተን አግድሞሹን (ቀንበር) እና ከጐኑ ወደ ታች የወረደውን በደንብ ስናስተውለው ፊደል [ለ] ነው። ይኸውም ፊደል ላሜድ [ለ] ዕውቀትን፣ ትምህርትን ወካይ ነውና ከነዚኽ ፊደላት የተዋቀረው ፊደል [አ] ጥንካሬ፣ ኀይል፣ አለቅነት የፊደሉ መገለጫ ናቸው።

በተለይ የታችኛው ቅርጽ [ለ] በትረ ኖላዊ (የእረኛ በትር) ወይም ቀንበር መምሰሉ ሥልጣንን ከማሳየቱ ጋር ፊደል [አ] እና [ለ] በአንድ ቅርጽ ተጣምረው "ኤል" የሚለውን ቃል ይሰጣሉ። ይኽም ጌትነት፣ አለቅነት የባሕርይ ገንዘቡ የኾነውን [አ][ል]ፋ ኤል (አምላክን) ይገልጻል።

እረኛ በትር ይዞ መንጋዎቹን እንደሚጠብቅ ምድራውያን ነገሥታትም በትረ መንግሥትን በእጃቸው ይጨብጣሉ። እንደ በሬ ቀንድ ደግሞ በራሳቸው ላይ አቅርንት ያሉት [አ]ክሊል ተቀዳጅተው የሀገር [አ]ለቃ መኾናቸውን ያሳያሉ።

በመኾኑም [ኤል] ተብሎ የተጠራ [አ]ልፋ ዐማኑ[ኤል] ጌትነቱ በቀንድ ተመስሎ በነቢያት ተነግሮለታል።

[እ]እግዚአብሔር ሥልጣኑ በቀንድ ተመስሎ እንደተገለጸ የተወሰነውን ከዚኽ በታች እንመልከት፡-

- “እግዚአብሔር ከግብጽ አውጥቷቸዋል፡፡ ጕልበቱ አንድ ቀንድ እንዳለው ነው” (ዘኍ 23፥22)
- “የመሲሑንም ቀንድ ከፍ ከፍ ያደርጋል” (1ኛ ሳሙ 2፡10)
- “መታመኛዬና የደኅንነቴ ቀንድ መጠጊያዬም ነው” (መዝ 17 (18)፥2)
- “ከጥንት ዠምሮ በነበሩት በቅዱሳን ነቢያት አንደበት እንደ ተናገረ በብላቴናው በዳዊት ቤት የመዳን ቀንድን አስነሥቶልናል” (ሉቃ 1፥69-70)

ሊቁ አባ ጊዮርጊስ ዘጋሥጫ በሰዓታት ላይ [አ]ልፋ [ኢ]የሱስን በቀንድ መስሎ እንዲኽ ይገልጸዋል፡-

- “ሞገስነ ወክብርነ ቀርነ መመድኀኒትነ ውእቱ ኢየሱስ ክርስቶስ”

(ሞገሳችን ክብራችንና የድኅነታችን ቀንድ ኢየሱስ ክርስቶስ ነው)፡፡

ፊደል [አ] እና ሕግ

የአልፍ [አ] ከላይ ከፍ ብሎ ወደ ላይ የተዘረጋው ቀንድ ስዉራን፣ ኅቡኣን፣ ረቂቃን የኾኑ የ[አ]ልፋ [አ]ምላክ ግብራተ ባሕርዩን ሲወክሉ፤ ከታች ያሉት ደግሞ በዓለም ላይ ያለውን አስተርእዮቱን ተረክቦቱን ይገልጻሉ፡፡ በመኾኑም ፊደል [አ] በቅርጹ [አ]ምላክ በባሕርዩ የማይታይ፤ በዘፈቀደ ግን የሚታይ እንደኾነ፤ በተጨማሪም ለበቁት የሚታይ፤ ካልበቁት የሚሠወር መኾኑን በአጠቃላይ የራቀውንም የቀረበውንም ጌትነቱን ያሳያል፡፡

ዳግመኛም የፊደል አልፍ [አ] ቅርጸ ፊደል ሌላው ፍቺው በልዕልና ከፍ ከፍ ያለው የላይኛው ቀንድ አመልካችነቱ በሰማያት፣ በልዕልና፣ በጌትነት ያለውን [አ]ልፋ [አ]ምላክን ነው፡፡

ከታች ያሉት ኹለቱ ጫፎች ከሰማይ በታች በምድር ውስጥ ያሉት ደቂቀ [አ]ዳምን ወካዮች ናቸው። ኹለቱን ያያያዘው አግድሞሽ "[አ]ርዑት" (ቀንበር) ደግሞ "[አ]ርዑተ እግዚአብሔር" (የእግዚአብሔር ቀንበር) የተባለው በፈጣሪና በፍጡር መካከል ድንበር የኾነው [አ]ምላካዊ ሕግ ነው።

የዚኽ የሕግ ቀንበርነት ሊታወቅ [አ]ልፋ [ኢ]የሱስ "ቀንበሬን በላያችኊ ተሸከሙ ... [አ]ርዑትየኒ ሠናይ ወጾርየኒ ቀሊል" (ቀንበሬ ልዝብ ሸክሜም ቀሊል ነውና) በማለት በበሬ [አ]ርዑት ቀንበር መስሎ ስለ ሕግ አስተምሯል (ማቴ 11፥29-30)።

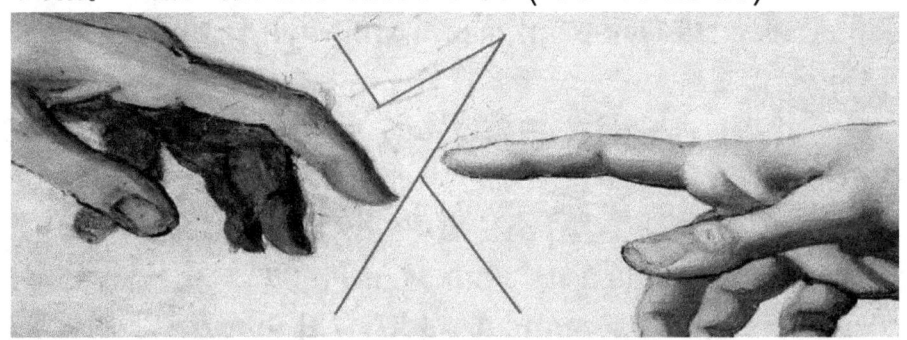

የሠዐሊ ሚካኤል አንጀሎ የእግዚአብሔርና የአዳም እጅ ሥዕል በፊደል [አ] ሲገለጽ

በመኾኑም ለመዠመሪያ ጊዜ [እ]ግዚአብሔር [አ]ምላክ ሕገ [ኦ]ሪትን በኹለት ጽላት ላይ ለሙሴ ጽፎ ሲሰጠው ሕገጋቱን በአልፍ [አ] በመዠመር "[አ]ነ [እ]ግዚአብሔር [አ]ምላክከ ..." ([እ]ኔ [አ]ምላክኽ [እ]ግዚአብሔር ..." ካለው በኋላ የዐሥሩ ትእዛዛቱን መነሻቸውን በመዠመሪያው ፊደል በአልፍ [አ] ምድብ ውስጥ በማድረግ የፊደሉን ቀዳማዊነት ጨምሮ ገልጧል።

ይኸውም፡-

1ኛ) "[ኢ]ታምልክ [አ]ማልክተ ወ[ኢ]ምንተኒ ዘ[እ]ንበሌየ" (ከእኔ በቀር ሌላ አማልክትን [አ]ታምልክ)

2ኛ) "[ኢ]ትምሐል ስመ እግዚአብሔር ፈጣሪከ በሐሰት" (የፈጣሪኽ የእግዚአብሔርን ስም በሐሰት ጠርተኽ [አ]ትማል)

3ኛ) "ተዘከር ዕለተ ሰንበት ከመ ትቀድሳ" (የሰንበትን ቀን ትቀድሳት ዘንድ [አ]ስብ)

4ኛ) "[አ]ክብር አባከ ወእመከ" (አባትኽንና እናትኽን [አ]ክብር)

5ኛ) "[ኢ]ትቅትል" ([አ]ትግደል)

6ኛ) "[ኢ]ትዘሙ" ([አ]ታመንዝር)

7ኛ) "[ኢ]ትስርቅ" ([አ]ትስረቅ)

8ኛ) "[ኢ]ትኩን ስምዐ በሐሰት ላዕለ ቢጽከ" (በባልንጀራኽ ላይ በሐሰት [አ]ትመስክር)

9ኛ) "[ኢ]ትፍቱ ብእሲተ ካልእከ" (የባልንጀራኽንም ሚስት [አ]ትመኝ)

10ኛ) "[አ]ፍቅር ቢጸከ ከመ ነፍስከ" (ባልንጀራኽን እንደ ራስኽ አድርገኽ [አ]ፍቅር)።

[አ] እና ስመ አምላክ

በዓለማት ውስጥ ያለውን የኹሉንም ነገር መዠመሪያ ([አ]ሐድነትን) የሚያመለክተው ፊደል [አ] ከመኾኑ ጋር ተያይዞ ኹሉን የፈጠረ [አ]ምላክ የተጠራባቸውን አብዛኛዎቹ ስሞቹ መነሻ ፊደላቸው የፊደል [አ] ምድብ ውስጥ ነው። ይኽነንም ከዚኽ ቀጥለን በዝርዝር እንመልከት፡-

- [አ]ዶናይ
- [አ]ብ
- [እ]ግዚአብሔር
- [ኤ]ል
- [ኤ]ኤልሻዳይ
- [አ]ምላክ
- [ኤ]ሎሂም
- [ኢ]የሱስ
- [እ]ብኖዲ

- [አ]ልፋና ዖሜጋ
- [አ]ካዕ

ፊደል [አ] እና [አ]ዳም

ይኽ ፊደል [አ] በመዠመሪያነቱ የአምላክን ቀዳማዊነት ለማመልከት ብቻ ሳይኾን የመዠመሪያው ሰው [አ]ዳም መኾኑንም ጨምሮ ያሳያል፡፡ ከአዳም ጋር የተያያዙ አብዛኛዎቹ ነገራትም የፊደል [አ] ምድብን ይዘው የሚኼዱ ሲኾን ከነዚኽ ውስጥ፡-

- [አ]ርአያ [እ]ግዚአብሔር፣ [አ]ምሳለ [እ]ግዚአብሔር የኾነው የኹሉ ሰዎች [አ]ባት [አ]ዳም የመነሻ ፊደሉን [አ] ሲኾን ሲፈጠር “ወይቤ [እ]ግዚአብሔር ንግበር ሰብ[አ] በ[አ]ርአያነ ወበ[አ]ምሳሊነ” (እግዚአብሔርም አለ ሰውን በመልካችን እንደምሳሌያችን እንፍጠር) ብሏልና (ዘፍ 1፥26)
- [አ]ባት [አ]ዳም የተፈጠረባት ቦታ ልዩ ስሟ [ኤ]ልዳ ይባላል፡፡
- ከ[ኤ]ልዳ በ40 ቀኑ የገባባት ቦታም [ኤ]ዶም ገነት ነበረች፡፡
- የሰው አባት መነሻ ፊደሉ [አ] እንደኾነ ፊደል [አ] በእያንዳንዱ ሰው ውስጥ እስትንፋስ የኾነውን [አ]የር ያመለክታል፡፡ ያለ [አ]የር መኖር የማይችሉት [አ]ዳማውያን ሰዎች ኹሉ ሕይወት ሊኾናቸው የሳቡትን ይኽነን [አ]የር ሲያወጡና ሲያገቡ “አአአ…” በማለት ድምፀ ፊደሉን ዘወትር ያሰሙታል፡፡

የሕይወት [እ]ስትንፋስ [እ]ፍፍፍ ተብሎ ከ[አ]ምላክ የተሰጣቸው ሰዎች አካላዊ እንቅስቃሴ ካደረጉ በኋላ፤ በተረበሹና በተጨነቁ ጊዜም እስትንፋሳቸውን ወደ ውስጥ ይዘው ቈይተው ከዚያም በረዥሙ “አአአአ… እእእእ….” ሲሉ ወደቀደመ መረጋጋት ውስጥ ይገባሉ፡፡ በዚኽም ቃላት ከፍተኛ ኀይል አላቸውና የፊደል [አ]ልፍ [አ]የራዊ ሞገድ ከፍተኛነት እንረዳለን፡፡

ከ[አ]ምላክ የሚተነፍሰው የሕይወት [አ]የር [እ]ስትንፋስ የተሰጠው የመዠመሪያው ሰው ስሙ [አ]-[ዳም] ሲባል፤ መጠሪያውም በፊደል [አ] ተዠምሮ በፊደል [ዳም] እንዲጠናቀቅ መደረጉ ተፈጥሮውም በፊደላቱ እንዲታወቅ ጭምር ነው፡፡

ይኸውም ፊደል [አ] አመልካችነቱ በአዳም ባሕርይ ያለውን ሰውን ከእንስሳ የለየውን [አ]እምሮ ሲኾን፤ [ደም] ደግሞ ደመ ነፍሳዊ ግብሩን ነው፡፡ በዚኽ መጠሪያው [አ]ዳም መልአካዊ እና እንስሳዊ ኹለት ባሕርያት ያሉት ፍጡር እንደኾነ አስረጂ ነው፡፡

ዳግመኛም ፊደል [አ] ከላይ እንዳየነው [አ]የርን የሚወክል ነው፡፡ ቀጣዩ [ደም] ደግሞ በአዳም ሰውነት ውስጥ የሚመላለሰውን ደም የሚያመለክት ነው፡፡ በሌሎች ቋንቋዎች "አዶም" (ቀይ) ማለትም ነው፡፡ ይኽም የተሰጠውን የደሙን ቅላት አመልካች ነው፡፡ በመኾኑም መሬታዊዉ [አ]ዳም ሲፈጠር በሕይወት ለመኖር [አ]የር እና [ደም] የሚያስፈልገው ፍጡር መኾኑን ከስሙ ፊደላት ልብ ይሏል፡፡

በተጨማሪም ፊደል [አ] ፈጣሪው [አ]ልፋ [እ]ግዚአብሔርን ይወክላል፡፡ [ደም] ደግሞ በሕይወተ ሥጋ እንዲቈይ ለአዳም በተፈጥሮ የሰጠውን ደም ይገልጻል፡፡

አዳም በተለየ መልኩ ከምድር ዐፈር ሲፈጠር ይኽ ደም በተፈጥሮ የተሰጠው ሲኾን እኛ ግን አባትና እናት በሚያደርጉት ጾታዊ ግንኙነት ፅንስ ኾነን ስንመጣ እናገኘዋለን፡፡ ይኽነን ምስጢር በቀመረ ፊደል ቊልፍነት ከዚኽ በታች እንዲኽ እንከፍተዋለን፡፡

መዠመሪያ [ደም] የሚለውን ቃል በግእዝ ቀመር ስናወጣ፡-

ቃል	ግእዝ ቃል	ቀመር
ደ	ደ	4
ም	መ	40

[ደም] 4 + 40 = 44

በዚኽ ላይ [ደም] ቀመሩ 44 እንደኾነ እናስተውል፡፡

ይኽነን [ደም] በፅንስ ጊዜ ከ[አ]ባትና ከ[እ]ናት እንደምናገኘው የምናውቀው "[አ]ብ" (አባት) እና "[እ]ም" (እናት) የሚለውን የግእዝ ቃል በቀመር ስናወጣው ነው፡፡

ቃል	ግእዝ ቃል	ቀመር
አ	አ	1
ብ	በ	2

[አብ] ድምሩ፡- 1 + 2 = 3

ቃል	ግእዝ ቃል	ቀመር
እ	አ	1
ም	መ	40

[እም] ድምር፡- 1 + 40 = 41

[አብ] 3 + [እም] 41 = 44

ከላይ እንዳየነው [ደም] የሚለው ቃል ቀመሩ 44 ነው፡፡ በተመሳሳይ መልኩ እኛ ደም እንድናገኝ ምክንያት የኾኑት አባት እና እናት ቀመራቸው 44 ነው፡፡ ይኽም በእጅጉ የሚያስደንቅ በቀመረ ፊደል ብቻ የሚከፈት ምስጢር ነው፡፡

አዳማዊ ሰውነት ያለው ኹሉ ይኽ ቀመሩ 44 የኾነው ደሙ ዝውውርታን ሲያቆም የሚመጣበት "ሞት" ነው፡፡ ይኽነን ለማረጋገጥ "ሞት" የሚለውን ቃል በቀመሩ ስናወጣው፡-

ቃል	ግእዝ ቃል	ቀመር
ሞ	መ	40
ት	ተ	400

[ሞት] ድምር፡- 40 + 400 = 440 ይኾናል፡፡ አልቦ (0) ብናወጣ ቀመሩ የሚሰጠን 44 ነው፡፡

[አ]ዳም ግን ይኽ ደም በተፈጥሮ ከ[አ]ልፋ ያህዌህ የተሰጠው እንጂ እንደ እኛ ከእናትና ከአባት ያላገኘው መኾኑን

የምናውቀው ቀመሩን ስናወጣው ከደም 44 ላይ በፊደል [አ] ምክንያት አንድ ጨምሮ 45 በመምጣቱ ነው። ይኸውም፦

ቃል	ግእዝ ቃል	ቀመር
አ	አ	1
ዳ	ደ	4
ም	መ	40

[አ]ዳም ድምር፦ 1 + 4 + 40 = 45 ይመጣል።

ቀመር 45 ደግሞ "ያህዌህ" በሚለው ስመ አምላክ ውስጥ ባሉት ጥቅልል ሳይኾን የውስጥ ዝርዝር ፊደላት ውስጥ እንዴት እንደሚገኝ ከዚኽ ቀጥለን እንመለከታለን፦

ስም	ዝርዝር ፊደል	ግእዝ ፊደል	ቀመር
ያ	የ	የ	10
	ው	ወ	6
	ድ	ደ	4
ህ	ሄ	ሀ	5
	እ	አ	1
ዌ	ዋ	ወ	6
	አ	አ	1
	ው	ወ	6
ህ	ሄ	ሀ	5
	እ	አ	1

[ያህዌህ] ድምር፦ 10 + 6 + 4 + 5 + 1 + 6 + 1 + 6 + 5 + 1 = 45

በመኾኑም በእግዚአብሔር [አ]ርአያ የተፈጠረው ቀመሩ 45 የኾነው [አ]ዳም ያህዌህ በፊደል [አ] ምድብ የሰጠውን "[ኢ]ትብላዕ" ([አ]ትብላ) የሚለውን ሕግ ቢያከብር ኖሮ በሕያውነት ይኖር ነበር። [አ — ዳም] ግን ልክ እንደ ፊደሉ [አ]እምሮውን ከመጠቀም ይልቅ

[ደማዊ] ዕሳቤውን በመከተል በመጉምዥቱ ቀመሩ 44 የኾነውን ሞት ቀምሷል፡፡

በመኾኑም ይኽ ከታተመች ድንግል መሬት የተገኘው [አ — ዳም] ሞትን በማምጣቱ ሞት በሞት ይሞት ዘንድ በተመሳሳይ መልኩ እንደ ታተመች ምድር [አ]ልፋ [ኢ]የሱስ ከኀትምት ድንግል ማርያም ሰው ኾኖ "ዳግማይ [አ]ዳም" ተብሎ ተጠርቶ [አ]ዳም በተፈጠረበት በስድስተኛው ዕለት ዐርብ ደሙን አፍስሶ በሞቱ ሞት ይወገድ ዘንድ ሞተ፡፡

ከመዠመሪያው [አ]ዳም ለሰው ኹሉ የሞት ምክንያት የኾነችው [እ]ም ሔዋን ከጐኑ በዕለተ ዐርብ እንደተገኘች በተመሳሳይ መልኩ በዕለተ ዐርብ ከኹለተኛው [አ]ዳም [ኢ]የሱስ ጐን ሰዎች የሚድኑበት ደም እና ማይ (ውሃ) ፈስሷል (ዮሐ 19፥ 34)፡፡ ይኽነንም ምስጢር በፊደላቱ ውስጥ እንዴት እንደተቀመጡና እንደተቀመሩ ከዚኽ ቀጥለን እናያለን፡-

- [አ]፡- ፊደል [አ] - የመዠመሪያውን "[አ]ብ" ([አ]ባት) ይኸውም [አ]ዳምን ያሳያል፡፡
- [ዳ]፡- ፊደል [ደ] - "ድልት" ማለት [ዴዴ] ደጃፍ ነውና የመዠመሪያው [አ]ብ [አ]ዳም መተላለፊያ [ደ]ጃፍ መኾኑን ያስረዳል፡፡
- [ም]፡- ፊደል [መ] - ከላይ እንዳየነው በፊደል [መ] የሚዠምረው [ሞ]ትን እና ያልተረጋጋ በሁከት የተከበበ በፊደል [መ] ምድብ ያለውን [ማ]ዕበልን ወክሏል፡፡

በመኾኑም የመዠመሪያው ሰው [አዳም] ለሰው ልጆች ኹሉ ያለመረጋጋት፣ የመደምሰስ፣ የሞት የመተላለፊያ ደጃፍ እንደኾነ የተሰጠው ስያሜ ያመለክታል፡፡

ይኽ ይወገድ ዘንድ [አ]ልፋ [ኢ]የሱስ "ዳግማይ [አ]ዳም" (ኹለተኛ አዳም) ተብሎ በመጠራት እንደመጣ አኹንም ፊደሉ በግልጽ ሲያስረዳ፡-

- [አ]፡- [አ]ልፋ [ኢ]የሱስ
- [ዳ]፡- ፊደል [ደ] “ድልት” ደጃፍ ማለት ነውና ደጃፍ መኾኑን (ዮሐ 10፥2፤ 10፥9)።
- [ም]፡- ፊደል [መ] [ማ]ይ (ውሃን) ወካይ ነውና ከጐኑ በፈሰሰ [ማ]ይ ዳግመኛ ሕይወትን የሰጠን ደጃፍ መኾኑን አመለከተን (ኤፌ 5፥25-26)።

በቀዳማዊዉ አዳም እና በደኅራዊዉ አዳም የተደረገዉን ነገር በማነጻጸር ቅዱስ ጳውሎስ እንዲኽ ጻፈልን፡-

- “ኹሉ በአዳም እንደሚሞቱ እንዲኹ ኹሉ በክርስቶስ ደግሞ ሕያዋን ይኾናሉ … ፊተኛው ሰው አዳም ሕያው ነፍስ ኾነ ተብሎ ተጽፏል። ኋለኛው አዳም ሕይወትን የሚሰጥ መንፈስ ኾነ” (1ኛ ቆሮ 15፥22፤ 45)።

በተጨማሪም “አዳም” የሚለው ቃል እያንዳንዱ ፊደል የሚሰጠን የዘመን ምስጢር አለ። ይኸውም አዳም 1000 ዓመት ሊሞላው 70 ዓመት ሲቀረው በ930 ዓመቱ አርፏል። ይኽነን በፊደሉ ስንተነትነው፡-

- ፊደል [አ] - [አ]ዳም ሲኾን 930 ዓመት ኖሯል።
- ፊደል [ዳ] - ወልደ [ዳ]ዊት ተብሎ የተጠራው [አ]ልፋ [ኢ]የሱስ ከርሱ ባሕርይ የተወለደውን ንጉሥ [ዳ]ዊትን አስቀድሞ የሚያመለክት ሲኾን፤ ይኽ [ዳ]ዊት አዳም ሺሕ ዘመን ሊሞላው የቀረውን 70 ዓመት ኖሯል (2ኛ ሳሙ 5፥4)። ኹለቱን ስንደምር 930 + 70 = 1000 ይኾናል።
- ፊደል [ም] - ዳግማይ አዳ[ም]፣ ወልደ ዳዊት የተባለ [መ]ሲሕ ክርስቶስን የሚገልጽ ሲኾን፤ በአጠቃላይ ከላይ ከአዳም እና ከዳዊት የተገኘው 1000 ዓመት “ወይሁቦ እግዚአብሔር መንበረ ዳዊት አቡሁ” (እግዚአብሔር የአባቱን የዳዊትን ዙፋን ይሰጠዋል) (ሉቃ 1፥32) ከተባለው

ከዳግማይ አዳም ከመሲሒ ክርስቶስ ጋር 1000 ዓመት የሚነግሡ [ም]እመናንን ያሳያል (ራእ 20፥4-6)፡፡

በፊደል [አ] መጠሪያው ለኾነለት [አ]ዳም ረዳት ትኾነው ዘንድ የተሰጠችው የሰው ኹሉ [እ]ም [እ]ናት [እ]መ ሕያዋን ናትና "ሔዋን" እንዳላት፡-

- "ወሰመየ [አ]ዳም ስማ ለብ[እ]ሲቱ ሔዋን እስመ ይእቲ [እ]ሞሙ ለሕያዋን" ([አ]ዳምም የሚስቱን ስም ሔዋን አለው የሕያዋን ኹሉ [እ]ናት ናትና) በማለት በፊደል [አ] ምድብ [አ]ንስት ሔዋንን ይጠራታል (ዘፍ 3፥20)፡፡

ፊደል [አ] እና [አ]ዳማዊ ቤተሰብ

ከላይ በዝርዝር እንዳየነው ፊደል [አ] የኹሉ [አ]ባት የ[አ]ዳም መነሻ ፊደል ከመኾኑ ጋር ተያይዞ [አ]ዳማዊ የሰው ልጆች በሚመሠርቱት ቤተ ሰብ[እ] ውስጥ ያሉት መጠሪያቸው አብዛኞቹ በፊደል [አ] ምድብ ያሉ ሲኾኑ ይኽም በዚኽ መልኩ ይገለጻል፡-

- [አ]ብ ፡- አባት
- [እ]ም፤ [እ]ማት፡- እናት፣ እናቶች
- [እ]ኍ፣ [እኁ]፣ [እ]ኀው፤ [አ]ኀው ፡- ወንድም፤ ወንድሞች
- [እ]ኀት፤ [አ]ኃት፣ [እ]ኀታት፡- እኅት፤ እኅቶች፣ እትማማቾች
- [እ]ምሔው፣ [አ]ማሑት፡- አያት፣ አያቶች
- [አ]ክስት
- [አ]ኀት

በመኾኑም አዳማውያን የሰው ልጆች ራሳቸውንም ኾነ ሌሎችን ሲጠሩ ፊደል [አ] በመከተት በግእዝ እንዲኽ ይላሉ፡-

የግእዝ ቃላት	ትርጉም
[አ]ነ	እኔ
[አ]ንተ	አንተ
[አ]ንቲ	አንቺ
[አ]ንትሙ	እናንተ
[አ]ንትን	እናንተ (ለሴቶች)
[እ]ሉ፤ [እ]ሉንቱ	እነዚኽ (ለወንዶች)
[እ]ላ፤ [እ]ላንቱ	እነዚኽ (ለሴቶች)
[እ]ልኩ፤ [እ]ልክቱ	እነዚያ (ለወንዶች)
[እ]ልኮን፤ [እ]ልክቶን	እነዚያ (ለሴቶች)

ፊደል [አ] እና [አ]ቤል

ሞት በኹሉ [አ]ባት [አ]ዳም ሲመጣ ከሰው ልጆች የመዠመሪያዉን ንጹሕ መሥዋዕት ለእግዚአብሔር በማቅረቡ ወንድሙ ቃየል በቅንአት የገደለው የአዳም ልጅ የበጎች እረኛ የነበረው [አ]ቤል መነሻ ፊደሉ [አ] ነበረ፡፡

አዳም በሚለው መጠሪያው ውስጥ ያለውን ምስጢር ከላይ እንዳየን ኹሉ በተመሳሳይ ኹኔታ ከሰው ልጆች ውስጥ አስቀድሞ በሥጋ ሞትን የሞተው [አ]ቤል የተሰጠው የስሙ ቀመር በኋላ ዘመን ሊኾን ያለውን የድኅነት ምስጢር የሚያመለክት ሲኾን፤ ይኽነንም በግእዝ ቀመሩ ስናወጣው፡-

ስም	ግእዝ ቃል	ቀመሩ
አ	አ	1
ቤ	በ	2
ል	ለ	30

ድምር፡- 1 + 2 + 30 = 33 ይሰጣል፡፡

ይኽም 33 የሚያመለክተው ታላቅ ምስጢር የበጎች እረኛ [አ]ልፋ [ኢ]የሱስ የአዳም ልጅ ተብሎ ሥጋን ተዋሕዶ ወደ ምድር

ከመጣ በኋላ 33 ዓመት ሲመላው የገዛ ወገኖቹ ልክ እንደ ቃየን ቀንተውበት ተመቅኝተውት ሰቅለው እንደሚገድሉት ያመለከተ ነበር (ሉቃ 3፥38)፡፡ ይኸም ሊታወቅ [አ]ቤል የበጎች ጠባቂ እረኛ እንደነበር (ዘፍ 4፥2)፤ በተመሳሳይ መልኩ [አ]ልፋ [ኢ]የሱስ የበጎች እረኛ የምእመናን ጠባቂ እንደኾነ መጻሕፍት ሲመሰክሩ፡-

- ❖ "መልካም እረኛ እኔ ነኝ፡፡ መልካም እረኛ ነፍሱን ስለ በጎቹ ያኖራል" (ዮሐ 10፥11)
- ❖ "በዘለዓለም ኪዳን ደም ለበጎች ትልቅ እረኛ የኾነውን ጌታችንን ኢየሱስን" (ዕብ 13፥20)
- ❖ "በመገረፉ ቍስል ተፈወሳችኍ፤ እንደ በጎች ትቅበዘበዙ ነበርና አኹን ግን ወደ ነፍሳችኍ እረኛ እና ጠባቂ ተመልሳችኋል (1ኛ ጴጥ 2፥25)
- ❖ "በዙፋኑ መካከል ያለው በጉ እረኛቸው ይኾናልና ወደ ሕይወትም ውሃ ምንጭ ይመራቸዋል" (ራእ 7፥17)፡፡

ቀመረ ፊደሉ 33 የኾነው [አ]ቤል ዲያብሎስ በሚመራው በነፍሰ ገዳዩ ቃየን በቅናት እንደተገደለ [አ]ልፋ [ኢ]የሱስም በ33 ዓመቱ በቅናት ለሞት ተላልፎ ተሰጥቷልና በወንጌሉ ላይ "እናንተ ከአባታችኍ ከዲያብሎስ ናችኍ የአባታችኹንም ምኞት ልታደርጉ ትወዳላችኍ፤ ርሱ ከመዠመሪያ ነፍሰ ገዳይ ነበረ" ብሏቸዋል (ዮሐ 8፥44)፡፡

ፊደል [አ] እና አህጉራት

[አ]ዳማዊ የኾኑ ከሰባቱ ግብራት የተፈጠሩ የሰው ልጆች የሚኖሩባቸው ሰባቱ [አ]ህጉራትም መነሻ ፊደላቸው በ[አ] ምድብ ውስጥ ነው፡፡ እነዚኽም፡-

- ➢ [አ]ፍሪካ
- ➢ [እ]ስያ [ኤ]ዢያ
- ➢ [አ]ሜሪካ (ሰሜን)
- ➢ [አ]ሜሪካ (ደቡብ)

- [አ]ውስትራሊያ
- [አ]ንታርክቲካ
- [አ]ውሮፓ - ኢሮፕ - ዩሮፕ

ፊደል [አ] እና [አ]ልፋ ኢየሱስ

የፊደል [አ] ቀዳማዊነት ሊታወቅ [ኢ]የሱስ በዚኽ ፊደል መነሻነት ቀዳማዊነቱን ለዮሐንስ እንዲኽ ሲል ገልጾለታል፡፡

- "[አ]ልፋ እና ያሜጋ እኔ ነኝ" (ራእ 1፥8)
- "[አ]ልፋና ያሜጋ መዠመሪያውና መጨረሻው እኔ ነኝ" (ራእ 21፥6)
- "[አ]ልፋና ያሜጋ ፊተኛውና ኋለኛው፤ መዠመሪያውና መጨረሻው እኔ ነኝ" (ራእ 21፥6)

[ኢ]የሱስ በዚኽ ፊደል ራሱን መጥራቱ [አ]ልፋነቱን ከመግለጽ በተጨማሪ ቅርጸ ፊደሉ ስለ ርሱ የሚገልጸው ታላቅ ምስጢር አለ፡፡ ይኸውም የላይኛው በፊደል [አ] ውስጥ ከፍ ያለው ቀንድ በልዕልና ያለውን የ[አ]ልፋ [ኢ]የሱስን ጌትነት የሚያሳይ ነው፡፡ ከላይ ወደ ታች የሚወርደው አግድሞሹ የሰው ልጆችን ለማዳን ከሰማየ ሰማያት መውረዱን ያመለክታል፡፡

ዝቅ ያለው የታችኛው ቀንድ በትሕትና [ኢ]የሱስ አንገቱን ዘለስ አድርጎ ሞትን መቅመሱን ይገልጣል፡፡ ይኽ ፊደል [አ] በራሱ ቀዋሚ ኾኖ አናባቢ እና በተመሳሳይ መልኩ ተደራቢ ድምፅ የሌለው ዝም፣ ጸጥ ያለ ፊደል ነው፡፡ ይኸም [ኢ]የሱስ [አ]ልፋ ሲኾን ለደቂቀ [አ]ዳም ሲል የ[አ]ዳምን ሥጋ ተዋሕዶ ለመስቀል ሞት ታዝዞ በዝምታ መሠዋቱን ያመለክታል (ፊልጵ 2፥6-11)፡፡

ይኸውም ከፊደል [አ] በመቀጠል ፊደል [በ] [ቤ]ት እንደኾነ ኹሉ በቅዱስ ወንጌል ላይ የተጻፈልንም [አ]ልፋ [ኢ]የሱስ ለመዠመሪያ ጊዜ የተናገረው በፊደል [አ] እና በቀጣዩ ፊደል [በ] ነበር፡፡

ይኸውም ለገቢረ በዓል በብላቴናነቱ ወደ ኢየሩሳሌም ሲወጣ ከሦስት ቀን በኋላ ምስጢርን በልቧ የምታኖረው እናቱ ቅድስት ድንግል ማርያም በጠየቀችው ጊዜ፡-

"[ኢ]ያእመርክሙኑ ከመ ይደልወኒ አሀሉ ውስተ ዘ[አ]ቡየ [ቤ]ት" (በ[አ]ባቴ [ቤ]ት እኾን ዘንድ እንዲገባኝ [አ]ላወቃችኹምን?) አለ፡፡ እነርሱ ግን "ዘ[አ]ቡየ [ቤ]ት" (የአባቴ ቤት) በማለት አያይዞ ሲነግራቸው ሌሎቹ የነገራቸውን አላስተዋሉም ነበር (ሉቃ 2፥49)፡፡

ወንጌል በፊደል [አ] የተናገረውን እንደጻፈልን ክርስ[ቶ]ስ ቅድስት ነፍሱን ከሥጋው ከመለየቱ አስቀድሞ በመስቀል ሳለ በአሌፋት መጨረሻ በፊደል [ተ] "[ተ]ፈጸመ" ብሏል፡፡

በዕርገቱ ጊዜ ደግሞ ለደቀ መዛሙርቱ ቃል የገባላቸው የመጨረሻ ፊደል ባደረግነው ፊደል [T] [ፐ]ኔፍማቶስ፣ [ፓ]ንዋማንጦን" ብለን የምንጠራው መንፈስ ቅዱስ ወደ እነርሱ እንደሚመጣ ነበር፤ ይኽነነም በዝርዝር በየፊደላቱ እናየዋለን፡፡

ፊደል [አ] እና [አ]ውራው ሰውር

ፊደል [አ] ቅርጸ ፊደሉ ከ12ቱ መገብተ አውራኅ የመናዝል (ዞዲያክ) ሕብራተ ከዋክብት ውስጥ [አ]ውራ በሬ በኾነውን ሰውር (ታውረስ) ይወክላል፡፡

እንደሚታወቀው [አ]ውራው የአካላዊ መራባት ምልክትነትን የሚወክል ሲኾን ሕብረ ኮከቡም በየዓመቱ በጸደይ ወቅት በሚያዝያ ወር ከፀሓይ ጋር ዐብሮ የሚውል ይኾናል፡፡ በዚኽ ወቅት በተለይ በሰሜን ንፍቀ ክበብ አበባዎች ዐዲስ የእድገት ወቅት መዠመሩን የሚያበሥሩበት ጊዜ ነው፡፡ ስለ ሰውር በዝርዝር ለማወቅ አንድሮሜዳ ቍጥር 2 እና ማዛሮት መጽሐፍን ያንብቡ፡፡

የበሬው ራስ የማሕፀን ቅርጽ ሲይዝ ቀንዶቹ የማሕፀን ቱቦዎች መሳይ ናቸው ኹሉም አካላዊ መራባትን መባዛትን በቅርጻቸው ያመለክታሉ፡፡

ልክ እንደ [አ]ውራ፣ ፊደላት ከርሱ የተወለዱበት ፊደል [አ] [አ]ውራ ነውና በየቃላቱ መነሻ ላይ እየገባ ብዙ፣ የብዙ ብዙ ያደርጋቸዋል። ይኸነንም በተወሰነ መልኩ በምሳሌ ስናይ፡-

ስም	ፍቺው	በ[አ] ሲበዛ	ፍቺው
ቤት	ማደሪያ	[አ]ብያት	ማደሪያዎች
ወግር	ኰረብታ	[አ]ውግር	ኰረብታዎች
ደብር	ተራራ	[አ]ድባር	ተራራዎች
ፈለግ	ወንዝ	[አ]ፍላግ	ወንዞች
ቀመር	ቍጥር	[አ]ቅማር	ቍጥሮች
ነቅዕ	ምንጭ	[አ]ንቅዕት	ምንጮች
እድ	እጅ	[አ]እዳው	እጆች
ላሕም	ላም	[አ]ልሕምት	ላሞች
በግዕ	በግ	[አ]ባግዕ	በጎች
ዐምድ	ምሰሶ	[አ]ዕማድ	ምሰሶች

ፊደል [አ] እና ዕለተ [እ]ሑድ

ዓለም የተፈጠረበት የመዠመሪያው ዕለት በፊደል [አ] ምድብ የተዠመረ ሲኾን ይኸውም [እ]ሑድ ነበረ። [እ]ሑድ ማለትም [እ]ሒድ፣ [እ]ሒዶት ካለው የግእዝ ንኡስ አንቀጽ የሚወጣ ሲኾን “አንድ፣ አንደኛ፣ መዠመሪያ” ማለት ነው።

በዕለተ [እ]ሑድ በመዠመሪያ የተፈጠሩት ፍጥረታት በፊደል [አ] ምድብ በኾነው “[አ]ርምሞ” (ዝምታ) ነው። እነዚኽም አራቱ ባሕርያት፣ ጨለማ፣ አርያማት፣ መላእክት ናቸው።

በመኾኑም ከነዚኽ ውስጥ በፊደል [አ] የሚጠራው [አ]እምሮ የተሰጣቸው በዕለተ [እ]ሑድ የተገኙት መላ[እ]ክት ሲኾኑ የተፈጠሩትም በፊደል [አ] ምድብ ባለው [አ]ርምሞ ነው።

መል[አ]ክ ወይም "መላ[እ]ክት" ስንል በስማቸው መኻከል [አ] እንዳለች የምናይ ሲኾን በሚጠሩበት የተለየ መጠሪያ ውስጥ ደግሞ "[ኤ]ል" የሚል ተጨምሮላቸዋል፡፡

ለምሳሌ "ሚካ[ኤ]ል፤ ገብር[ኤ]ል፤ ሩፋ[ኤ]ል፣ ራጉ[ኤ]ል፣ ፋኑ[ኤ]ል ..." ተብለው ይጠራሉ (ዘፀ 23፥21)፡፡

እነዚኽ መላ[እ]ክት የሚኖሩበት ዓለም በአጠቃላይ በፊደል [አ] ምድብ "[አ]ርያም" ሲባል፤ በብዙ ደግሞ "[አ]ርያማት" ተብሎ ይጠራል፡፡

ፊደል [አ] እና ቀመሩ

ከላይ እንዳየነው የፊደል [አ] ወካይ ቍጥሩ አንድ ነው፡፡ በመኾኑም ከላይ ስናየው እንደመጣነው ፊደሉ ቀዳማዊ ነገሮችን የሚወክል ነው፡፡ ይኸውም ቍጥር አንድ ከእምነበ አልቦ ካለምንም መገኘቱ ጋር ተያይዞም ጭምር ነው፡፡ ለምሳሌ ቍጥር 2 ስንል ከቍጥር 1 ተገኝቶ ቍጥር ሦስትን ያስገኛል፡፡ ከዚያም ወደ አራት ይኼዳል፡፡ ዐምስት ከአራት መጥቶ ወደ 6 እየቀጠለ ይገሠግሣል፡፡ አንድ ግን በአንድነቱ ጸንቶ ይቆያል፡፡

[አ]ሐድነት (አንድነትን) የወከለው ይኽ ፊደል አልፍ [አ] [አ]ሐድ ነውና ከላይና ከታች በቀንበር እንዳሉ በሬዎች ርስ በርሱ እየተባዛ ቍጥሮችን ከፊትና ከኋላ እንደ መስታየት እየገለበጠ፤ እንደ አውራነቱ እያረባ ውብ በኾነ መልኩ እንዲኽ ይገሠግሣል፡-

- 1 X 1 = 1
- 11 X 11 = 121
- 111 X 111 = 12321
- 1111 X 1111 = 1234321
- 11111 X 11111 = 123454321
- 111111 X 111111 = 12345654321
- 1111111 X 1111111 = 1234567654321
- 11111111 X 11111111 = 123456787654321

[አ]ሐድ ነውና ከ1 — 9 ያሉ ቍጥሮችን ኹሉ በአንድ ላይ ደርድሮም እንደመስታየት ገልብጦም የማምጣት ብቃት አለው፡፡ ቀመሩንም በብዜት ከዚኽ በታች እንመለከታለን፡-

111111111 × 111111111 = 12345678987654321

አልፍ [አ] ቀዳማዊነቱ ሊታወቅ በቀመረ ፊደሉ ሲቀመር የሚሰጠው ቍጥር የፊደሉን አንደኛነት በጉልሕ ያስረዳል፤ ይኸውም፡-

ቃሉ	የግእዝ መነሾ	ቀመር
አ	አ	1
ል	ለ	30
ፍ	ፈ	80

ድምር፡- 1 + 30 + 80 = 111 ይኾናል፡፡

አልፍ እና መንፈሳዊ ትርጕሙ

በመንፈሳዊ ምስጢሩ [አ]ልፍ [አ] በአንደኝነት መገኘቱ ዋና ቀመሩም 1 መኾኑ “ስማዕ እስራኤል [አ]ሐዱ ውእቱ [እ]ግዚአብሔር አምላክከ” (እስራኤል ሆይ ስማ አምላክኽ እግዚአብሔር አንድ ነው) የሚለውን የአንድነትን ምስጢር ይጠቁማል (ዘዳ 6፥4)፡፡

ሦስት ጊዜ ደጋግሞ 111 መስጠቱና የተዋቀረበት አልፍ የሚለው ሦስት ፊደላት ደግሞ ሦስትነትን (ሥላሴን) ያሳያል፡፡

ቀመር 111 የሚሰጠው “አልፍ” አንድነትን ሦስትነትን ከመግለጹ ጋር ተያይዞ ሊቃውንት ይኽነን ፊደል አልፍ [አ] በቅድምና አንድ በኾኑ በሦስቱ አካላት ይፈቱታል፡፡ እያንዳንዱን ፊደል እንዲኽ ይተረጕሙታል፡-

- ❖ አ፡- [አ]ብ
- ❖ ል፡- ወ[ል]ድ
- ❖ ፍ፡- መን[ፈ]ስ ቅዱስ

ከዚኹ ጋር ተያይዞ በፊደል [አ] ላይ በልዕልና ያለው ቀንድ በልዕልና ያለው የ[አ]ብ ምሳሌ ነው። ይኽም ሊታወቅ [አ]ብ በሚለው ስም ውስጥ ይኽ ፊደል [አ] አለ።

በአግድሞሽ እንደ ቀንበር ወደታች የወረደው ሥጋን ለመዋሐድ ወደዚኽ ምድር የወረደው የወ[ል]ድ ምሳሌ ነው። ይኽም ሊታወቅ ወ[ል]ድ በሚለው ስም ውስጥ ይኽ ፊደል [ል] አለ።

በዚኽ ፊደል ከቀንበሩ አጠገብ በጐን የሚወርደው የፊደል ቅርጽ ደግሞ በርግብ፣ በእሳትና በነፋስ አምሳል የወረደው የመን[ፈ]ስ ቅዱስ አምሳል ነው።

ይኽም ሊታወቅ መን[ፈ]ስ ቅዱስ በሚለው ስም ውስጥ ይኽ ፊደል [ፈ] በውስጡ አለ።

ስለ ፊደል [አ] ዝርዝር በዚኽ መልኩ ከተመለከትን በቀጣይነት ወደሚገኘው ፊደል [በ] በመኼድ ምስጢሩን በዝርዝር እንረዳለን።

ምዕራፍ 3

ፊደል [በ]

በአበገደ በግእዝ አልፍ ቤት በኹለተኛ ተራ ቍጥር ላይ የሚገኘው ፊደል [በ] ነው። ስሙ "[ቤ]ት" ሲባል፤ ቍጥሩ ኹለት አኃዝ ሲኾን [በ] ክልኤት፤ ክልኤቱ ይባላል።

የፊደል [በ] ፍቺ

ይኽ ፊደል [በ] እንደ ስያሜው ቅርጹ ቤት እና ደጅ አፍ የሚመስል ሲኾን ስሙንም ቅርጸ መልኩንም ከቤት የወሰደ ነው። የተሰጠው ቀመር ኹለት ነው። ሥርወ ቃሉ "በየተ" ወይም "በዪት፣ በይቶት" ከሚለው የግእዝ ቃል የተገኘ ሲኾን በተመሳሳይ መልኩ በዕብራይስጥም "በዪት" ይባላል።

የግእዝ ቋንቋ ሊቃውንት ፍቺውን "ማደር፤ ባሉበት ቦታ ከሠርክ እስከ ነግህ መቈየት፤ የትም ውሎ ወደ ቤት መመለስ፤ መግባት፤ መክተት፤ ከሰው መጠጋት፤ መኖር፤ በአንድ ሀገር መወሰን፤ ቦታ መያዝ፤ ቤት መሥራት፤ አጽንዖ በኣት" በማለት አስፋፍተው ይተረጕሙታል።

ፊደል [በ] እና ወልድ

በፊደል [አ] ላይ የስሙ መነሻ [አ] የኾነውን [አ]ብ እንዳየን በፊደል [በ] ደግሞ ቤት ማደሪያ ነውና ለጊዜው የሰው ማደሪያ የኾነችው ምድር ከውሃ ተለይታ ለሰው ማደሪያነት፣ ለአትክልት ማብቀያነት የተዘጋጀችበትን ኹለተኛውን ዕለት ሰኞን ቢወክልም ፍጻሜው ግን ወካይነቷ [ቤቃ] ወይም በዕብራይስጥ [ቤን] [בֵּן] የተባለ ሥጋን ተዋሕዶ በእኛ ያደረው ኹለተኛውን አካል ነው።

"ቤን" የሚለው የዕብራይስጥ ቃልም ቀጥተኛ ፍቺው "ወልድ" ማለት ነው። እዚኽ ላይ ያለው ሌላው ሰማያዊ ምስጢር በፊደል [አ] ስለ [አ]ብ እንዳወቅን፤ ከፊደል [አ] በቀጠለው በፊደል [በ] "ቤቃ፣ ቤን" [בֵּן] የተባለ ወልድን አውቀናል።

ኹለቱንም በአንድ ላይ ስንገጥም "እ—ብን" የሚለውን ቃል ሲሰጠን ቀጥተኛ ፍቺው "ድንጋይ" ነው፡፡ ይኽም "እብነ ማእዘንት" (የማእዘን ድንጋይ) ተብሎ የተጠራው ቤን ወልድ ሰባቱን ባሕርያተ ሰብእ ነሥቶ በቤት ማሕፀነ ድንግል ማደሩን ይገልጻል፡፡

ይኽም ሊታወቅ ቤት የሚለው ቃል የተዋቀረበትን [በ] [የ] [ተ] ፊደላትን በቀመራቸው ስናስቀምጣቸው፡-

ቃሉ	ቀመሩ
በ	2
የ	10
ተ	400

ድምር፡- 2 + 10 + 400 = 412 ይኾናል፡፡

ቍጥር 412 ወደ አንድ አኃዝ ስንለውጠው 4 + 1 + 2 = 7 ነው፡፡

ቍጥር 7 ማለት ደግሞ "ሰብእ" (ሰው) የሚታወቅበት ቀመር ነው፡፡ ይኸውም 4ቱ ባሕርያተ ሥጋ + 3ቱ ባሕርያተ ነፍስ = በአጠቃላይ 7ቱን ባሕርያት አመልካች ነውና 4ቱን ባሕርያተ ሥጋ እና 3ቱን ባሕርያተ ነፍስ [ቤቃ፣ ቤን] [בֵּן] ወልድ ተዋሕዶ በድንግል ማሕፀን ማደሩን፣ በ[ቤ]ተልሔም [በ]ኣት (በከብቶች ማደሪያ) መወለዱን አመልካች ነው (ሉቃ 2፥7)፡፡

በፊደል [በ] በኵል [ቤ]ቃ የሚለውን ስሙን በሚገባ አውቀናል፡፡ ይኸውም ፊደል [በ] ኹለተኛ ፊደል እንደኾነ [ቤ] ኹለተኛው አካል ሲኾን፤ [ቃ] - [ቃ]ል [ቀ]ዳማዊ ማለት ነው፡፡

ከላይ የመዠመሪያው አልፍ [አ] 111 ደርድሮ አንድነትን ሦስትነትን እንዳሳየን፤ ኹለተኛው አካል ወልድን በምሳሌ የሚገልጸው ቍጥር ኹለትን ወክሎ በኹለተኛ ተራ ቍጥር ላይ የሚገኘው ፊደል [በ] 222 ቍጥሮችን የሚያመጣባቸው ቃላት ደግሞ ከኹለተኛው አካል [ቤ]ቃ ወልድ ጋር የተያያዙ ናቸው፡፡

ብርሃነ ብርሃናት [ቤ]ቃ ወልድን የሚያመለክቱ በፊደል [በ] መነሻቸው የኾኑት [በ]ኵር፣ [ቡ]ሩክ፣ [ባ]ረከ የሚሉት ቃላት የሚያመጡትን አስደናቂ ቀመር ከዚኽ ቀጥለን እንመለከታለን።

ይኸውም [በ]ኵር የሚለውን ቃል በቀመረ ፊደሉ ስናወጣው 222 ስጥቶን በትክክል ሲያሳየን፡-

ቃሉ	የግእዝ ፊደሉ	ቀመሩ
በ	በ	2
ኵ	ከ	20
ር	ረ	200

ድምር፡- 2 + 20 + 200 = **222**

በመጽሐፍ ቅዱስ ላይ [ቤ]ቃ ወልድ በኵር እንዴት እንደተባለ ከዚኽ ቀጥለን ባሉት ጥቅሶች እንመልከት፡-

- ❖ "የ[በ]ኵር ልጇን ወለደች" (ሉቃ 2፥7)
- ❖ "ልጁ በብዙ ወንድሞች መካከል [በ]ኵር ይኾን ዘንድ" (ሮሜ 8፡29)
- ❖ "ክርስቶስ ላንቀላፉት [በ]ኵር ኾኖ ከሙታን ተነሥቷል" (1ኛ ቆሮ 15፥20-23)
- ❖ "ከፍጥረት ኹሉ በፊት [በ]ኵር ነው … ከሙታንም [በ]ኵር ነው" (ቆላስ 1፥16-17)
- ❖ "ደግሞም [በ]ኵርን ወደ ዓለም ሲያገባ" (ዕብ 1፥6)

ዳግመኛም [ቤ]ቃ ወልድ [ቤ]ት በተባለ በቅድስት ድንግል ማርያም ማሕፀን ዐድሮ ሳለ "[ቡ]ሩክ" ተብሎ በኤልሳቤጥ ቃል ተመስግኗል (ሉቃ 1፥42)።

ወደ ማደሪያው [ቤ]ተ መቅደስ ሲገባም ክ[ቡ]ር የባሕርይ አምላክ "[ቡ]ሩክ ዘይመጽእ በስመ እግዚአብሔር" (በእግዚአብሔር ስም የሚመጣ ቡሩክ ነው) (ማቴ 21፥9-15) ተብሎ ተመስገነ።

በመጨረሻም [በ]ኵር [ቤ]ቃ ቀድማ ተረግማ የነበረችውን በኪደተ እግሩ የተመላለሰባትን ምድር [ባ]ርኳታል።

በመኾኑም ክ[ቡ]ር፣ [ቡ]ሩክ እና [ባ]ረከ በቀመረ ፊደላቸው ሲወጡ 222 በመስጠት የምስጢሩን አማናዊነት እንዲኽ ያሳያሉ፡፡

ቃሉ	የግእዝ ፊደሉ	ቀመሩ
ክ	ከ	20
ቡ	በ	2
ር	ረ	200

ድምሩ፡- 20 + 2 + 200 = 222

ቃሉ	የግእዝ ፊደሉ	ቀመሩ
ቡ	በ	2
ሩ	ረ	200
ክ	ከ	20

ድምሩ፡- 2 + 200 + 20 = 222

ቃሉ	የግእዝ ፊደሉ	ቀመሩ
ባ	በ	2
ረ	ረ	200
ከ	ከ	20

ድምር፡- 2 + 200 + 20 = 222

ፊደል [በ] በመጨረሻ የተካተተችበት "ረከ[በ]" የሚለው ቃል ሲኾን ፍቺውም "አገኘ" ማለት ነው፡፡ ነቢያት ርሱን ለማየት ለማግኘት የሚፈልጉትን [ቤ]ቃ መሲሕን አግኝተው ከተከተሉት ውስጥ የመዠመሪያው እንድርያስ ሲኾን ለወንድሙ ለጴጥሮስ "ረከ[ብ]ናሁ ለመሲሕ ዘይብልዎ ክርስቶስ" (ክርስቶስ የተባለ መሲሕን አገኘነው) በማለት ለወንድሙ ለስምዖን ጴጥሮስ በመንገር ወደ ጌታችን አምጥቶታል (ዮሐ 1፥41)፡፡

በተመሳሳይ መልኩ ሥጋን ተዋሕዶ የኹለተኛውን አካል የመሲሕ ክርስቶስን በሥጋ መገለጡን መገኘቱን፣ በዐጭር ቁመት በጠባብ ደረት መመላለሱን የሚጠቁመው "ረከበ" በቀመሩ ሲወጣ፡-

ቃሉ	የግእዝ ፊደሉ	ቀመሩ
ረ	ረ	200
ከ	ከ	20
በ	በ	2

ድምር፡- 200 + 20 + 2 = 222

ፊደል [በ] እና ፍጥረተ ዓለም

ፊደል [አ] በጽላቱ ላይ ለተጻፉት ለመዠመሪያዎቹ ሕገጋት መነሾ እንደኾነ ኹሉ ኹለተኛው ፊደል [በ] ደግሞ የመጽሐፍ ቅዱስ የመዠመሪያ "ሙ[ባ]እ" (መግቢያ፣ በር፣ ደጃፍ) ፊደል ኾኗል፡፡

ይኸውም መጽሐፍ ቅዱስን ስንገልጥ መዠመሪያ የምናገኘው "[በ]ቀዳሚ ገብረ እግዚአብሔር ሰማየ ወምድረ" ([በ]መዠመሪያ እግዚአብሔር ሰማይንና ምድርን ፈጠረ) የሚለውን በፊደል [በ] የሚዠምረውን ቅዱስ ቃል ነው (ዘፍጥ 1፥1)፡፡

በዚኽም ለመዠመሪያ ጊዜ ለሰማያውያኑ [ቤ]ት የሚኾነውን የሰማይን ተፈጥሮ እና ለምድራውያኑ [ቤ]ት የሚኾነውን የምድር ተፈጥሮ በፊደል [በ] በመዠመር [ቤ]ትነቱን በግልጽ አሳይቷል፡፡

በተመሳሳይ መልኩ እኛ በግእዝ "[በ]ቀዳሚ" የምንለውን የዕብራይስጥ የብሉይ ኪዳን መጽሐፍ ማለትም በኦሪት ዘፍጥረት 1፥1 ላይ "[በ]ረሺት" בראשית በሚለው በፊደል [በ] ዠምሯል፡፡

ይኽም የሚያስረዳን ፊደላት የፍጥረተ ዓለምን ምስጢር በዝርዝር የሚያሳውቁ መኾናቸውን ነው፡፡ ስለ መዠመሪያው ፊደል [አ] ስንናገር [አ]ርምሟዊ ዝምታዊ ግብሩን አስተውለናል፤ ቀጣዩን ፊደል [በ] በማለት ስንናገረው ግን ልክ እንደሚፈነዳ ቦምብ ድምፅ "ብውው … ቡምም …" በማለት ከከንፈሮች ተስፈንጥሮ በመውጣት ከፍተኛ ድምፅን ይሰጣል፡፡

ይኸውም [አ]ልፋ [እ]ግዚአብሔር ፍጥረተ ዓለምን በ[አ]ርምሞ ወይም (በዝምታ) ዠምሮ ለመዠመሪያ ጊዜ "[ብ]ርሃን

ይኹን” የሚል በፊደል [በ] የሚዠምር ቃል በተሰማ ጊዜ “ዝንቱ [ብ]ርሃን ኮኖሙ ጥበበ ወአእምሮ” (ይኽ ብርሃን ለመላእክት ጥበብ እና ዕውቀት ኾናቸው) ይላል፡፡ ዕውቀት፣ ጥበብ፣ ማስተዋል የሚኾን የብርሃን ፍንዳታ፣ የብርሃን ጐርፍ ተገኝቷል፡፡ ይኽም ከከናፍር በኀይል ፈንድቶ ከሚወጣው ከድምፀ ፊደሉ በትክክል መረዳት እንችላለን፡፡

ይኽ ከኹለቱ ከናፍር ተስፈንጥሮ ከፍተኛ ድምፅ የሚያሰማው ፊደል [በ] አብዛኛውን ጊዜ በሚጮኹ ከፍተኛ ድምፅ በሚያሰሙ መሣሪያዎች ላይ ይገባል፡፡ ለምሳሌ ስናይ፡-

1ኛ. [ብ]ዕዛ በብዙ [ብ]ዕዛት ሲባል እንደ መለከት፣ በአፍ የሚነፋ፣ በሳላ ቀንድ አምሳል የተሠራ መለከት ንዋየ ማሕሌት የሚነፋ ኹሉ በዚኽ ፊደል መነሻነት ይጠራበታል፡፡

2ኛ. [ቡ]ቅ በብዙ አ[ብ]ዋቅ ማለት ሥሥ ውስጠ ክፍት የኾነ ከፍተኛ ድምፅ የሚያሰማ ፊደል [በ] መነሻ የኾነው የሚያኽ ቀንደ መለከት ነው፡፡

ፍጥረተ ዓለም በፊደል [አ] ሳይኾን በፊደል [በ] ዠምሯል፤ ከፊደል [አ] ተዠምሮ ቢኾን ኖሮ ሦስት ሦስት ፊደላትን እያከታተልን ብንደምር ፍጹም የኾነው ቍጥር 7 ሲመላ 1 የቀረው ፍጹም ያልኾነው ጐደሎ 6 እየመጣ ወደ ታች ይወርድ ነበር፡፡ ለምሳሌ፡-

- ፊደል [አ - 1] [በ - 2] [ገ - 3] ሲኾኑ ስንደምራቸው 1 + 2 + 3 = 6 ይኾናል፡፡
- ፊደል [ደ - 4] [ሀ - 5] [ወ - 6] ሲኾን ስንደምራቸው 4 + 5 + 6 = 15 = 1 + 5 = 6 ይኾናል፡፡
- ፊደል [ዘ - 7] [ሐ - 8] [ጠ - 9] ሲኾን ስንደምራቸው 7 + 8 + 9 = 23 = 2 + 3 = 6 ይኾናል፡፡
- ፊደል [የ - 10] [ከ - 20] [ለ - 30] ሲኾን ስንደምራቸው 10 + 20 + 30 = 60 = 6 + 0 = 6 ይኾናል፡፡

- ፊደል [መ - 40] [ነ - 50] [ሰ - 60] ሲኾን ስንደምራቸው 40 + 50 + 60 = 150 = 1 + 5 + 0 = 6 ይኾናል።
- ፊደል [ዐ - 70] [ፈ - 80] [ጸ - 90] ሲኾን ስንደምራቸው 70 + 80 + 90 = 240 = 2 + 4 + 0 = 6 ይኾናል።
- ፊደል [ቀ - 100] [ረ - 200] [ሠ - 300] ሲኾን ስንደምራቸው 100 + 200 + 300 = 600 = 6 + 0 + 0 = 6 ይኾናል።
- ፊደል [ተ - 400] [ኀ - 500] [ፀ - 600] ሲኾን ስንደምራቸው 400 + 500 + 600 = 1500 = 1 + 5 + 0 + 0 = 6 ይኾናል።
- ፊደል [ጰ - 700] [ፐ - 800] ሲኾን ስንደምራቸው 700 + 800 = 1500 = 1 + 5 + 0 + 0 = 6 ይኾናል።

በመኾኑም ከፊደል [አ] ይልቅ 2ኛ ተራ ቊጥር ላይ ባለችው በፊደል [በ] በቀዳሚ ብሎ መዠመሩን በታላቅ ማስተዋል ስናይ ረቂቅ ምስጢርን በያዘው የጥበብ ቊጥር በኾነው በ9 እየተደመደመ ታላቅነቱን ያሳያል። ለምሳሌ፡-

- ፊደል [በ - 2] [ገ - 3] [ደ - 4] ሲኾኑ ስንደምራቸው 2 + 3 + 4 = 9 ይኾናል።
- ፊደል [ሀ - 5] [ወ - 6] [ዘ - 7] ሲኾን ስንደምራቸው 5 + 6 + 7 = 18 = 1 + 8 = 9 ይኾናል።
- ፊደል [ሐ - 8] [ጠ - 9] [የ - 10] ሲኾን ስንደምራቸው 8 + 9 + 10 = 27 = 2 + 7 = 9 ይኾናል።
- ፊደል [ከ - 20] [ለ - 30] [መ - 40] ሲኾን ስንደምራቸው 20 + 30 + 40 = 90 = 9 + 0 = 9 ይኾናል።
- ፊደል [ነ - 50] [ሰ - 60] [ዐ - 70] ሲኾን ስንደምራቸው 50 + 60 + 70 = 180 = 1 + 8 + 0 = 9 ይኾናል።

- ፊደል [ፈ - 80] [ጸ - 90] [ቀ - 100] ሲኾን ስንደምራቸው 80 + 90 + 100 = 270 = 2 + 7 + 0 = 9 ይኾናል።
- ፊደል [ረ - 200] [ሠ - 300] [ተ - 400] ሲኾን ስንደምራቸው 200 + 300 + 400 = 900 = 9 + 0 + 0 = 9 ይኾናል።
- ፊደል [ኀ - 500] [ፀ - 600] [ጸ - 700] ሲኾን ስንደምራቸው 500 + 600 + 700 = 1800 = 1 + 8 + 0 + 0 = 9 ይኾናል።

የ9 ቍጥር የጥበብ ቀመርነት በፊደል [ጠ] ላይ በዝርዝር ስለተገለጸ በዚያ ላይ ይመልከቱ።

ፊደል [በ] በቤትነቱ

ማደሪያ፣ መኖሪያ የኾኑትን ኹሉ ፊደል [በ] በውስጣቸው እየገባ ቤትነታቸውን ማደሪያነታቸውን ያጕላዋል። ለምሳሌ:-

- [ቤ]ቴል:- ኤል ቤቴል (የእግዚአብሔር ቤት) (ዘፍ 35፥7)
- [ቤ]ተልሔም:- የኅብስት ቤት (ዘፍ 35፥19)
- [ቤ]ተ ላሕም:- (የሥጋ ቤት)
- [ቤ]ት የሺሞት:- የባድማ ቤት (ኢያ 13፥20)
- [ቤ]ተ መዛግብት:- የሀብት ማኖሪያ (1ኛ ዜና 28፥12)
- [ቤ]ተ መቅደስ:- የአምላክ ማደሪያ፣ የመመስገኛ ቤት (መዝ 64 (65)፥5)
- [ቤ]ተ እግር:- መጫሚያ፣ ሹራብ፣ ሱሪ፣ ገንባሌ፣ ድርማንቅ፣ ቦለሌ
- [ቤ]ተ እድ:- እጅጌ፣ እጀ ጠባብ፣ የእጅ ቤዛ፣ ሹራብ
- [ቤ]ተ ክሣድ:- ዐንገትጌ፤ የቀሚስ አፍ፣ ራስ ማግቢያ
- [ቤ]ተ ርእስ:- ቆብ፣ ባርኔጣ
- [ቤ]ተ ልብስ:- ጋን፣ ሣጥን፣ ዕቃ ቤት
- [ቤ]ተ ላሕ:- የልቅሶ ቤት

- [ቤ]ተ መበስላን፡- የወጥ፣ የንፍሮ ቤት፣ ማብሰያ፣ መቀቀያ
- [ቤ]ተ ሞቅሕ፡- የግዞት ቤት፤ ወንጀለኞች የሚታሰሩበት
- [ቤ]ተ ምሥያጥ፡- ሱቅ፣ መደብር፣ የንግድ ቤት
- [ቤ]ተ አንስት፡- ጥሩ ዕልፍኝ፣ የተሸለመ፣ የተጌጠ፣ የተንቈጠቈጠ
- [ቤ]ተ አፈው፡- የሽቱ መደብ የበቀለበት የተተከለበት
- [ቤ]ተ ብለኔ፡- የውሽባ ቤት፣ መታጠቢያ፣ ሽቱ መዝገቢያ
- [ቤ]ተ ግዝእ (ቤተ ስታይ)፡- የድግስ፣ የመሸታ ቤት፣ ሣቅ፣ ጨዎት፣ ስካርና ያለበት
- [ቤ]ተ ፍሥሐ፡- የሰርግ፣ የመሸታ ቤት
- [ቤ]ተ መያሲ፡- የመሸታ ቤት
- [ቤ]ተ ሙታን፡- መቃብር፣ የመቃብር ቤት፣ ሲኦል
- [ቤ]ተ ድዉያን፡- በሽተኞች እስኪድኑ የሚተኙበት፤ ሐኪምና ፈውስ ያለበት
- [ቤ]ተ ወይን፡- የጠጅ ቤት፤ የወይን ጠጅ በበርሚል በጋን የሚሾምበት
- [ቤ]ተ መጥባሕት፡- አፎት፣ ሰገባ
- [ቤ]ተ ምርፋቅ፡- የምግብ ቤት
- [ቤ]ተ ምሳሕ፡- አዳራሽ፣ ግብር ማግቢያ፣ ምሳ ማቅረቢያ
- [ቤ]ተ ነግድ፣ ቤተ ፍንዱቅ፡- እንግዳ የሚያርፍበት (ሆቴል)
- [ቤ]ተ ጸሎት፡- የጸሎት ቤት (መሥዋዕት) የማይቀርብበት
- [ቤ]ተ መጻሕፍት፡- የመጻሕፍት ቤት
- [ቤ]ተ መምህራን፡- ታላቅ የተማሪ ቤት፤ የፈላስፎች ትምህርት ያለበት

በተራ ቍጥር 2 ላይ በመቀመጥ ኹለትን የሚወክለው በቤትነት የሚጠራው ፊደል [በ] ምሳሌነቱ በኹለቱም ቤቶች ማለትም፡-

- ➢ በሰማይ እና በምድር
- ➢ በሚታየውም በማይታየውም
- ➢ በረቀቀውም በገዘፈውም
- ➢ በጊዜያዊዉም በዘላለማዊዉም
- ➢ በሚያልፈውም በማያልፈውም
- ➢ በሚፈርሰውም በማይፈርሰውም
- ➢ ባለውም በሚመጣውም ዓለማት ያሉትን ኹለት ቤቶች ወካይነት አለው።

በረቂቁ ዓለም ስላለው ብዙ ማደሪያዎችን ስለያዘው ሰማያዊ ቤት ቅዱስ መጽሐፍ ሲገልጸው፡-

- ❖ "በአባቴ [ቤ]ት ብዙ መኖሪያ አለ" (ዮሐ 14፥2)
- ❖ "ቤትን የሚያዘጋጀው ከ[ቤ]ቱ ይልቅ የሚበልጥ ክብር እንዳለው መጠን እንዲኹ ርሱ ከሙሴ ይልቅ የሚበልጥ ክብር የተገባው ኾኖ ተቈጥሯል። እያንዳንዱ [ቤ]ት በአንድ ሰው ተዘጋጅቷልና፤ ኹሉን ያዘጋጀ ግን እግዚአብሔር ነው" (ዕብ 3፥3-4፤ 2ኛ ቆሮ 5፥1)

ፊደል [በ] እና ቅርጸ አካሉ

በፊደል ገበታ በተራ ቍጥር ኹለት ላይ የሚገኘው [በ] የተሰኘው ይኽ ፊደል ቅርጹ ልክ እንደ ቤት ከላይ ጣሪያ፤ ከጐንና ከጐን ቋሚዎች ያሉትና የተዘጋ ሲኾን ከታች ያለው ብቻ ተከፍቷል።

ለሰው ቤት ወደኾነችው ወደዚኽች ምድር ስንመጣ እንደ ኹለቱ የጐንና የጐን ምሰሶዎች መነሻ እና መድረሻ አላት። እንደ ጣሪያ የጊዜ ጣሪያ ያላት ናት። ፊደል [በ] ኹለት ቍጥርን እንደወከለች የሰው ቤት የኾነችው ምድር በኹለት ተቃርኗዊ ክፍፍል የተመላች ናት፤ እነዚኽም፡-

- ❖ አዳም እና ሔዋን
- ❖ ወንድ እና ሴት (መስተቃርናነ ጾታ)

- መንፈሳዊ እና ሥጋዊ
- ብርሃን እና ጨለማ
- ሕይወት እና ሞት
- ደስታ እና ሐዘን
- ማግኘት እና ማጣት
- ደግ እና ክፉ
- እውነት እና ሐሰት

እነዚኽን ተቃርኖዎች በትክክል መረዳት የምንችለው ቤት [በ] ከ[አ]ልፋ [አ]ምላክ ጋር ሲገናኝ ብቻ ነው። ይኸውም በጽላቱ ላይ በጻፈው በመዠመሪያ ትእዛዙ ላይ [ኢ]ታምልክ ብሎ በፊደል [አ] ዠምሮ በመቀጠል "[ባ]ዕደ አምላከ ዘእንበሌየ" ብሎ በፊደል [በ] ገልጾ እውነትን ከሐሰት እንድንለይ ነግሮናልና።

በተጨማሪ ይኽ [በ] ቅርጸ ፊደል ለሰው ቤትነት (ማደሪያነት) በተሰጠችው ምድር ላይ ኹለቱ የዳርና ዳር ቋሚዎች አድማስ እና ናጌብን ሲወክሉ፤ ከላይ እንደ ጣራ የተሰመረው ፀሓይ [ብ]ርሃንን ከላይ እየሰጠች በፍኖቷ ላይ የምትመላለስበትን ጠፈርን ወካይ ነው። ከታች ክፍት የኾነው ግን በውስጡ የምንመላለስ የምንገባ የምንወጣ ሰዎች ነን።

ከላይ በጠቀስነው መሠረት በሰማያዊ [ቤ]ት ለመኖር ፊደል [በ] እንደተዋቀረባቸው ሦስቱ መስመሮች ልክ ሦስቱን ማለትም፡-

- እምነት
- ተስፋ
- ፍቅር

ወይም

- ጾም
- ጸሎት
- ምጽዋት ያስፈልጉናል።

ፊደል [በ] በዚኽ መልኩ ካየን ቀጣዩን [ገ] ደግሞ እንመለከታለን።

ምዕራፍ 4

ፊደል [ገ]

በአበገደ በግእዝ አልፍ ቤት በሦስተኛ ተራ ቍጥር ላይ የሚገኘው ፊደል [ገ] ነው፡፡ ስሙ "[ገ]ምል" ሲባል፤ ቍጥሩ ሦስት አኃዝ ሲኾን [ገ] ሠለስት፤ ሠለስቱ ይባላል፡፡

የፊደል [ገ] ቅርጸ አካልና ፍቺው

ፊደል [ገ] ቅርጹ እንደሚያሳየው ቅልጥም እና አንገተ ረዥሙን በምድረ በዳ ጉዞን የሚያደርገውን "[ገ]መል" (ግመል) ነው፡፡ ግመሎች የነጋድያንን የነገሥታትን የከበሩ ታላላቅ ንብረቶችን ይዘው ይጓዛሉ፡፡ በበረሓ ውስጥ ለቀናት ያለ ጥማት ጉዞ ማድረግ የሚችሉ እንስሳት መኾናቸው ልዩ ያደርጋቸዋል፡፡ በረዥሙና በአድካሚው መንገድ የሰዎችን ስንቅ፣ ሀብት ተሸክመው የሰዎችን ችግር በማቃለል ይራዳሉ፡፡

ሰፊ ሀብት ተጭኖባቸው ይጓዙ እንደነበር ለአብነት ያኽል የአብርሃም አገልጋይ ኢያውብር ለይስሐቅ ሚስት ትኾነው ዘንድ ለመምረጥ ወደ መስጴጦምያ ወደ ናኮር ከተማ በዐሥር ግመሎች የከበሩ ዕቃዎችን ጭኖ እንደኼደ መጽሐፍ ቅዱስ ይገልጻል (ዘፍጥ 24፥10)፡፡

የኢትዮጵያ ንግሥትም በግመሎች ላይ ሽቱና እጅግ ብዙ ወርቅ የከበረም ዕንቍ አስጭና ከታላቅ ጓዝ ጋር ወደ ኢየሩሳሌም እንደኼደች በመጽሐፍ ቅዱስ ላይ ተጽፏል (1ኛ ነገ 10፥2)፡፡

የቀመር ሊቃውንት ከፊደል [አ] ከፊደል [በ] ቀጥሎ፤ ከፊደል [ደ] ግን አስቀድሞ ይኽ ፊደል [ገ] በመኻከል መግባቱ፤ [እ]ልፍ ሀብትን ከ[ቤ]ት ይዞ በመውጣት በ[ዴዴ] [ደ]ጅ ለተቀመጠ ነ[ዳ]ይ [ድ]ኻ ለመመጽወት ሲል እንደ [ገ]መል በፊደል [ገ] የሚዠምረው በግእዝ [ገ]ያሢ (የሚገሠግሥ፣ ገሥጋሽ፣ ማላጅ፣ ማለዳ ኺያጅ) በኾነ ሰው ይመስሉታል፡፡

እንዲኽ ያሉበት ምክንያት ቀጣይ ፊደል [ደ] ወይም "ዳሉት" በ[ደ]ጃፍ የሚቀመጥ ነ[ዳ]ይ ማለት ነውና [ገ] ሀብትን ተሸክሞ ወደ ርሱ ምጽዋት ለመስጠት እንደ [ገ]መል [ገ]ያሚ ገሥጋሽ ይሉታል። ፊደል [በ] ደግሞ [ገ]ያሚው የወጣበት ቤት እንደማለት ነው።

ፊደል [ገ] እና መንፈስ ቅዱስ

ከላይ በፊደል [አ] እና በፊደል [በ] እሑድንና ሰኞን በተለይም አብንና ወልድን እንዳየን በሦስተኛው ፊደል [ገ] ደግሞ ሦስተኛውን አካል መንፈስ ቅዱስን እናያለን። ይኸውም ፊደል [ገ] የሦስተኛውን ዕለት ማ[ግ]ሰኞን መደብ አድርጎ ይነገራል።

ይኸውም በማ[ግ]ሰኞ አዝርዕት፣ አትክልት፣ ዕፀዋት ኹሉ ወደ ልምላሜ፣ ወደ አበባ፣ ወደ ወደ ፍሬ እንደደረሱ ሦስተኛው አካል መንፈስ ቅዱስም ሀብቱን፣ ፍሬ ጸጋውን ይሰጣል።

በዘኍ 17፥1 ላይ "የአሮን በትር አቈጠቈጠች ለመለመችም አበባም አወጣች፤ የበሰለ ለውዝም አፈራች" በሚለው ቃል የበሰለ የሚለውን በዕብራይስጥ ጋማል ይለዋል፤ ማበብን፣ ማፍራትን ቃሉ ያሳያልና በእጅጉ በበዛ በተትረፈረፈ በሀብተ መንፈስ ቅዱስ መመሰሉ የታመነ ነው (የሐዋ 2፥4፤ 1ኛ ቆሮ 12፥4-11)።

ገመል [ገ] እና ቀመር 73 — 37

የቍጥር 3 አኃዛዊ ቀመር የተሰጠው [ገ]መል 73 መኾኑ ፊደላትን ለሚመረምር፣ የፊደላት የአቅማራት ቍልፍን ለያዘ ሊቅ በእጅጉ ይገርማል። ይኸውም በኦሪት ዘፍጥረት የመዠመሪያው ቃል ላይ ፊደል [በ] መነሾ አድርጎ "[በ]ቀዳሚ ..." ([በ]መዠመሪያ...) እንዳለ ኹሉ ቀጣዩን ቃል ደግሞ በፊደል [ገ] ዠምሮ "[ገ]ብረ" (ፈጠረ) አለ (ዘፍ 1፥1)።

ይኸውም ከላይ ዠምሮ ፊደላቱን ስንደረድራቸው [አ]ልፋ እ[ግ]ዚአብሔር [ቤ]ት ሊኾኑ ሰማይ እና ምድርን መፍጠሩን [ገ]ብረ ላይ በመቀመጥ ፊደል [ገ] እ[ግ]ዚአብሔር [ገ]ባሬ ሰማያት

ወምድር መኾኑን [ገ]ባሪነቱን ታሳያለች፡፡ ፊደል [ገ] በሥነ ፍጥረት ኹሉ እየገባ የአምላክን ገባሪነት በዚኽ መልኩ ይገልጻል፡፡

- ❖ "[ገ]ብረ እግዚአብሔር ጠፈረ..." (እግዚአብሔር ጠፈርን ፈጠረ) ብሎ ስለ ጠፈር (ዘፍ 1፥7)፡፡
- ❖ "[ገ]ብረ እግዚአብሔር ክልኤተ ብርሃናተ ዐበይተ..." (እግዚአብሔር ኹለት ታላላቆች ብርሃናትን ፈጠረ ...) በማለት ፀሐይንና ጨረቃን አነሣ (ዘፍ 1፥16)፡፡
- ❖ "[ገ]ብረ እግዚአብሔር ዐናብርተ ዐበይተ..." (እግዚአብሔር ታላላቆች አናብርትን ፈጠረ) በማለት በዐናብርት ተፈጥሮ ዙሪያ (ዘፍ 1፥21)፡፡
- ❖ "[ገ]ብረ እግዚአብሔር እንስሳ በበዘመዱ ..." (እግዚአብሔር እንስሳን በየወገኑ ፈጠረ...) በማለት በእንስሳት፣ በአራዊት ተፈጥሮ ላይ (ዘፍ 1፥25)፡፡
- ❖ "[ገ]ብሮ እግዚአብሔር ለዕጓለ እመሕያው እመሬተ ምድር ..." (እግዚአብሔር የሰው ልጅን ከምድር አፈር አበጀው" በማለት [ገ] በሰው ተፈጥሮ ላይ እየገባ ይነገራል(ዘፍ 1፥7)፡፡

በፍጥረታዊ ኩነት ኹሉ ላይ ፊደል [ገ] መቀመጡ የበለጠ ግልጽ ለማድረግ "ገመል" የሚለውን የፊደሉ መጠሪያ ቃል በቀመረ ፊደሉ አስቀድሞ ማውጣት ግድ ይላል፡፡ ይኸውም፡-

ቃሉ	የግእዝ ፊደሉ	ቀመሩ
ገ	ገ	3
መ	መ	40
ል	ለ	30

ድምር፡- 3 + 40 + 30 = 73 ይኾናል፡፡

ቍጥሮች "መጽሔት" (መስታየት) ናቸውና እየተገለባበጡ፣ ራሳቸውን እየደጋገሙ የሚሰጡት መልእክት እጅግ አስደናቂ እንደኾነ የቀመረ ፊደል ሕገጋት ላይ በዝርዝር አይተናል፡፡

አኹንም የገመል ቍጥር 73 እንደ መስታየት አንጸባርቆ ከኋላ ወደ ፊት ተገልብጦ የሚሰጠን ቀመር 37 ነውና የአምላክን ሥራ አንጸባርቀው በሚያሳዩ [ግ]ቡራን (ፍጡራን) ኹሉ ላይ እየገቡ ግሩም እምግሩማን የኾነውን የእግዚአብሔርን [ገ]ባሪነት (ፈጣሪነት) ያውጃሉ፡፡

በቀዳሚ ገብረ እና 73 - 37 ገመል

በዚኽ ትንታኔ አንባብያን ሆይ ልቡናችኹን ከፍ አድርጉና በቍጥር ሠረገላነት ወደ ፍጥረተ ዓለም በኅሊናችኹ ተጓዙ፡፡ በዚኽም ብሉይ ኪዳን በተጻፈበት በዕብራይስጥ ቋንቋ ውስጥ ገብተን የጌታ [ገ]ባሪነትን (ፈጣሪነትን) በቀመር እናወጣለን፡፡

- “በቀዳሚ [ገ]ብረ እ[ግ]ዚአብሔር ሰማየ ወምድረ” (በግእዝ)
- (በመዠመሪያ እግዚአብሔር ሰማይንና ምድርን ፈጠረ) (ዘፍጥ 1፡1) (በዐማርኛ)
- בראשית ברא אלוהים את השמים ואת הארץ Bereshit bara Elohim et hashamayim ve’et ha’aretz በረሺት (913) ባራእ (203) ኤሎሂም (86) ኤት (401) ሀሻማይም (395) ቬኤት (407) ሀአሬዝ (296)

913 + 203 + 86 + 401 + 395 + 407 + 296 = 2701 ይመጣል፡፡

<table>
<tr><td colspan="28">THE FIRST VERSE OF THE BIBLE</td></tr>
<tr><td colspan="4">7</td><td colspan="3">6</td><td colspan="5">5</td><td colspan="2">4</td><td colspan="5">3</td><td colspan="3">2</td><td colspan="6">1</td></tr>
<tr><td>28</td><td>27</td><td>26</td><td>25</td><td>24</td><td>23</td><td>22</td><td>21</td><td>20</td><td>19</td><td>18</td><td>17</td><td>16</td><td>15</td><td>14</td><td>13</td><td>12</td><td>11</td><td>10</td><td>9</td><td>8</td><td>7</td><td>6</td><td>5</td><td>4</td><td>3</td><td>2</td><td>1</td></tr>
<tr><td>ץ</td><td>ר</td><td>א</td><td>ה</td><td>ת</td><td>א</td><td>ו</td><td>ם</td><td>י</td><td>מ</td><td>ש</td><td>ה</td><td>ת</td><td>א</td><td>ם</td><td>י</td><td>ה</td><td>ל</td><td>א</td><td>א</td><td>ר</td><td>ב</td><td>ת</td><td>י</td><td>ש</td><td>א</td><td>ר</td><td>ב</td></tr>
<tr><td>Ts</td><td>R</td><td>a</td><td>H</td><td>T</td><td>a</td><td>W</td><td>M</td><td>I</td><td>M</td><td>S</td><td>H</td><td>T</td><td>a</td><td>M</td><td>I</td><td>H</td><td>L</td><td>a</td><td>a</td><td>R</td><td>B</td><td>T</td><td>I</td><td>S</td><td>a</td><td>R</td><td>B</td></tr>
<tr><td>90</td><td>200</td><td>1</td><td>5</td><td>400</td><td>1</td><td>6</td><td>40</td><td>10</td><td>40</td><td>300</td><td>5</td><td>400</td><td>1</td><td>40</td><td>10</td><td>5</td><td>30</td><td>1</td><td>1</td><td>200</td><td>2</td><td>400</td><td>10</td><td>300</td><td>1</td><td>200</td><td>2</td></tr>
<tr><td colspan="4">ha'aretz
the earth</td><td colspan="3">ve'et
and</td><td colspan="5">ha'shamayim
the heavens</td><td colspan="2">et
-</td><td colspan="5">Elohim
God</td><td colspan="3">bara
created</td><td colspan="6">Be'reshit
In the beginning</td></tr>
<tr><td colspan="4">296</td><td colspan="3">407</td><td colspan="5">395</td><td colspan="2">401</td><td colspan="5">86</td><td colspan="3">203</td><td colspan="6">913</td></tr>
<tr><td colspan="14">1499</td><td colspan="14">1202</td></tr>
<tr><td colspan="28">2701</td></tr>
</table>

ከላይ እንደተመለከትነው “በቀዳሚ [ገ]ብረ እ[ግ]ዚአብሔር ሰማየ ወምድረ” (በመጀመሪያ እ[ግ]ዚአብሔር ሰማይን እና ምድርን ፈጠረ) (ዘፍጥ 1፥1) በማለት የእ[ግ]ዚአብሔርን [ገ]ባሪነት የሚገልጸው ዐረፍተ ነገር በተጻፈበት በዕብራይስጥ ቀመር ሲወጣ 2701 ነው።

በሚያስደንቅ መልኩ ከላይ እንዳየነው ቀመሩ 73 የኾነው “ገመል” እንደ መስታየት ሲገለበጥ ብዜቱ የዘፍጥረት 1፡1 ቀመር 2701 እንደሚያመጣ ከዚኽ ቀጥለን እንመልከት፡-

$$73 \times 37 = 2701$$

በእጅጉ የሚገርመው እያንዳንዳቸው ሲደመሩ የሚሰጡት ቀመር (999፤ 888፤ 777) መኾኑ ነው። ይኸውም፡-

“በቀዳሚ” (በረሺት)፤ “እግዚአብሔር” (ኤሎሂም) የሚሉት ቃላት በተጻፉበት በዕብራይስጥ ቀመራቸው ርስ በርስ ሲደመሩ፡-

$$86 + 913 = 999$$

“ባራ” (ገብረ)፤ “ኤት” “ሀሻማይም” (ሰማየ) የሚሉት ቃላት በተጻፉበት በዕብራይስጥ ቀመራቸው ርስ በርስ ሲደመሩ፡-

$$395 + 401 + 203 = 999$$

“እግዚአብሔር” (ኤሎሂም)፤ “ሰማየ” (ሀሻማይም) “ወ” (ቬኤት) የሚሉት ቃላት በተጻፉበት በዕብራይስጥ ቀመራቸው ርስ በርስ ሲደመሩ፡-

$$407 + 395 + 86 = 888$$

“እግዚአብሔር” (ኤሎሂም)፤ “ሰማየ” (ሀሻማይም) “ምድረ” (ሀአሬዝ) የሚሉት ቃላት በተጻፉበት በዕብራይስጥ ቀመራቸው ርስ በርስ ሲደመሩ፡-

$$296 + 395 + 86 = 777$$

በመኾኑም ቀመር 73 — 37 የእ[ግ]ዚአብሔርን [ገ]ባሪነት የሚገልጽ ቀመር በመኾኑ ቀመር 37 እነዚኽን ሲያበዛና ሲያመጣ ስናይ፡-

- 37 X 21 = 777 ወይም (37 X 7) + (37 X 7) + (37 X 7) = 777
- 37 X 24 = 888
- 37 X 27 = 999

ከዚኹ ጋር ተያይዞ ቀመር 73 — 37 የፍጹምነት አምሳል የኾነውን ይኽነን ቀመር እየመላለሰ ሲያመጣውና ውጤቱም፡-

7 X 7 X 77 = <u>37</u>73

በአጠቃላይ 2701 ቀመርን የሰጠን "በቀዳሚ [ገ]ብረ እግዚአብሔር ሰማየ ወምድረ" የሚለው የመዠመሪያው ቅዱስ ቃል ከ37 እና 73 ጋር እየተዋደደ መኼድ ብቻ ሳይኾን ከግራ ወደ ቀኝ ከቀኝ ወደ ግራ ቊጥሩን ሲገለባብጡት ውጤቱን ያው 73 — 37 አድርጎ መስመሩን ሳይስት በምስጢር የፈደላት እና የቊጥራት ሐዲድ ላይ ይጓዛል፡፡ ከላይ ያየነውን በሌላ መንገድ እንመልከት፡-

ዘፍጥረት 1፡1 ላይ ያገኘነውን 2701 ለኹለት ስንከፍለው 27 እና 01 ይመጣል፡፡

ይኽንን 2701 ከኋላ ወደ ፊት ስናመጣው 1072 ነው፡፡

ኹለቱን ስንደምር 2701 + 1072 = **3773** ይሰጣል፡፡ በእዚኽ ውጤት ላይ ቊጥር 37 እና 73 እንደተከታተሉ አስተውሉ፡፡

ዳግመኛም ለኹለት ከከፈልነው 27 01 ላይ ቊጥር 01 ስንገለብጠው 10 ይኾናል፡፡ 27 + 10 = **37** ይሰጠናል፡፡

ቊጥር 27 ስንገለብጠው ደግሞ 72 ይኾናል፡፡ ከ01 ጋር ስንደምረው፡- 72 + 01 = **73** ይመጣልናል፡፡

በተጨማሪም በብዜት ስንቀምር 2701 X 1072 = 2,895,472 ይመጣል፡፡ ወደ አንድ አኃዝ ለውጠን ስንቀምራቸው፡-

2 + 8 + 9 + 5 + 4 + 7 + 2 = **37** ይመጣል፡፡

በተጨማሪም በብዜት ያገኘነውን 2,895,472 ለሦስት ከፍለን ብንደምር፡-

2 + 895 + 472 = 1369 ነው።

37 X 37 = 1369 ይሰጡናል።

መኾኑም የ[አ]ልፋ [ገ]ብራት የኾኑት [ቤ]ቶች ሰማይ እና ምድር በ73 — 37 ቀመር እየተጓዙ በፊደል [ገ] በኩል [ገ]ባሪነቱን (ፈጣሪነቱን) በትክክል ያውጃሉ።

"በቀዳሚ [ገ]ብረ እግዚአብሔር ሰማየ ወምድረ" የሚለውን ከላይ በሠንጠረዡ ያየነውን 2701 ቍጥር ደምረን ቀመሩን በዚኽ መልኩ እንዳወጣን ቀጥለን በማባዛት ደግሞ **73 — 37** ቀመርን ነጥለን እናወጣለን።

ከላይ በሠንጠረዡ ያሉትን በአንድ ላይ እናባዛ፡-

913 × 203 × 86 × 401 × 395 × 407 × 296 = 304,153,525,784,175,760 ይመጣል። ይኸነን ውጤት በየሦስቱ ረድፍ ከፍለን እንደምራለን።

304 + 153 + 525 + 784 + 175 + 760 = **2701** በመስጠት የቀመረ ሥነ ፍጥረትን አማናዊነት በድጋሚ ያረጋግጣል።

በዚኽ ሳናበቃ በሦስተኛ ተራ ቍጥር ላይ በሚገኘው ፊደል [ገ] አንጻር የተገኘውን 304,153,525,784,175,760 በየሦስት አኃዙ ያሉትን በማውረድ እንደምራለን። በውጤቱም እንደነቃለን።

- [304]፡- 3 + 0 + 4 = 7
- [153]፡- 1 + 5 + 3 = 9
- [525]፡- 5 + 2 + 5 = 12 = 1 + 2 = 3
- [784]፡- 7 + 8 + 4 = 19 = 1 + 9 = 10
- [175]፡- 1 + 7 + 5 = 13 = 1 + 3 = 4
- [760]፡- 7 + 6 + 0 = 13 = 1 + 3 = 4

ከዚኽ በመቀጠል ያገኘናቸውን የመዠመሪያውን ረድፍ እና የኹለተኛውን ረድፍ ውጤት እንደምራለን፡-

7 + 9 + 12 + 19 + 13 + 13 = **73**

7 + 9 + 3 + 10 + 4 + 4 = **37** በመምጣት ፊደል [ገ]መል [ገ] የእ[ግ]ዚእ ([ጌ]ታ) ገባሪነትን (ፈጣሪነትን) ያሳውቃል፡፡

የእ[ግ]ዚእ ገባሪነት በድጋሚ ሊታወቅ እነዚኽን "በቀዳሚ [ገ]ብረ እ[ግ]ዚአብሔር ሰማየ ወምድረ" ላይ በብዜት ያገኘናቸውን 304,153,525,784,175,760 ቍጥሮች እያንዳንዳቸውን ስንደምር-

3+0+4+1+5+3+5+2+5+7+8+4+1+7+5+7+6+0 = 73 በመስጠት የገመል [ገ] ቀመርን እየሰጠ አኹንም ስለ [ገ]ባሬ ሰማያት ወምድር እ[ግ]ዚአብሔር ይመሰክራል፡፡

በተጨማሪም ከላይ እንዳየነው "በቀዳሚ [ገ]ብረ እ[ግ]ዚአብሔር ሰማየ ወምድረ" የሚለው ቅዱስ ቃል አቅማር የኾኑት [913] [203] [86] [401] [395] [407] [296] ርስ በርሳቸው በዝርዝር ደምረን የምናገኘው ውጤትን ቀመር 73 ሲገለበጥ 37 ነውና ከተለያዩ ቍጥሮች ጋር ተባዝቶ እንዴት እንደሚያመጣቸው ከዚኽ ቀጥለን እንመለከታለን፡፡

- 296 = 37 × 8
- 407 = 37 × 11
- 86 + 395 = 37 × 13
- 407 + 296 = 37 × 19
- 86 + 395 + 296 = 37 × 21
- 86 + 395 + 407 = 37 × 24
- 913 + 86 = 37 × 27
- 203 + 401 + 395 = 37 × 27
- 86 + 395 + 407 + 296 = 37 × 32
- 203 + 401 + 395 + 296 = 37 × 35
- 913 + 86 + 296 = 37 × 35

- 913 + 86 + 296 = 37 × 38
- 203 + 401 + 395 + 407 = 37 × 38
- 913 + 203 + 401 = 37 × 41
- 913 + 86 + 407 + 296 = 37 × 46
- 203 + 401 + 395 + 407 + 296 = 37 × 46
- 913 + 203 + 401 + 296 = 37 × 49
- 913 + 203 + 401 + 407 = 37 × 52
- 913 + 203 + 86 + 401 + 395 = 37 × 54
- 913 + 203 + 401 + 407 + 296 = 37 × 60
- 913 + 203 + 86 + 401 + 395 + 296 = 37 × 62
- 913 + 203 + 86 + 401 + 395 + 407 = 37 × 65
- 913 + 203 + 86 + 401 + 395 + 407 + 296 = 37 × 73

ጥበብ ቀመሯ 73 — 37 መኾኗ ሊታወቅ በተመሳሳይ መልኩ ጠቢቡ ሰሎሞን በምሳ 3፥24 ላይ ጥበብን አስገብቶ እንዲኽ አለ፡-

- "እግዚአብሔር በጥበብ ምድርን መሠረተ፡፡ በማስተዋልም ሰማያትን አጸና"

"ጥበብ" የሚለው ቃል ሰሎሞን በጻፈበት በዕብራይስጥ "ሖክማህ" (חכמה) ይባላል፡፡ በነርሱ በመደበኛ ቅመራ (ሐ - 8 + ከ - 20 + መ - 40 + ሀ - 5) = **73** ሲመጣ፡፡ በተለመደው ቅመራ ደግሞ (ሐ - 8 + ከ - 11 + መ - 13 + ሀ - 5) = **37** ይመጣል፡፡

ጥበብ የተገኘበት ኹለቱን ስናበዛ 73 X 37 = 2701 በመስጠት "በቀዳሚ ገብረ" (ዘፍ 1፥1) የሰጠን ቀመር 2701 ላይ ይዞን ኹሉን በጥበብ እግዚአብሔር እንደመሠረተው ያስረዳል፡፡

በጂኦሜትሪ ላይም በፍጹም ሦስት ጐን (ፐርፌክት ትራያንግል) ውስጥ በመዠመሪያው ሦስት ጐን 1 ዩኒት (አሐድ)

በኹለተኛው 3 ዩኒቶች፤ በሦስተኛው 6 ዩኒቶች፤ በአራተኛው 10 ዩኒቶች፤ ዐምስተኛው 15 ዩኒቶች ... እንዲኽ እያለ ይቀጥልና በ37ተኛው ሦስት ጐን ውስጥ ስንደርስ 703 ዩኒቶች ይገኛሉ፡፡ ይኽም በ73 መኻከል 0 ገብታ ነው፡፡ ቀመር 703 ደግሞ "ቬኤት ሀአሬዝ" (ወምድረ) የሚለው 407 + 296 = 703 ቊጥር ነው፡፡

በእጅጉ የሚደንቀው በፍጹም ሦስት ጐን (ፐርፌክት ትራያንግል) 73ኛውን ስናይ በውስጡ 2701 ዩኒቶች ይገኛሉ፡፡ ይኽም የዘፍጥረት 1፡1 ሙሉ ቀመር ነው፡፡

703ቱም በ2701 ሦስት ማእዘን ውስጥ ብናስገባቸው በትክክል በመኻከሉ ውስጥ ያለተፋልሶ ይሰደራሉ፡፡

73 — 37 እና ኢየሱስ

"ኢየሱስ" በግሪክ ቀመረ ፊደል 888 ነው፡፡ ስሙ በጽርዕ ሲጻፍ **"Ιησους" (Iesous)** ሲኾን ይኽ በፊደል [ሐ] ላይ በዝርዝር ከነቀመሩ ተገልጧልና በዚያ ላይ ተመልከቱ፡፡

Ι	η	σ	ο	υ	ς	Χ	ρ	ι	σ	τ	ο	ς
I	e	s	o	u	s	Ch	r	i	s	t	o	s
10	8	200	70	400	200	600	100	10	200	300	70	200
888						1480						
2368												

ቊጥር 37 በኢየሱስ 888 ቀመር ላይ ኹሉ በመግባት "ወኵሉ ቦቱ ኮነ" (ኹሉ በርሱ ኾነ) የተባለውን የኢየሱስን ገባሪነት (ፈጣሪነትን) ያውጃል (ዮሐ 1፥3)፡፡ ይኸውም፡-

888 = 37 × 24 ወይም 37 × **8** × 3

ወይም

2 × 444 ነው፡፡

"ክርስቶስ" በሚለው ስሙ፤ በጽርዕ ቀመረ ፊደሉ ስናየው "1480" ይመጣል። በመኾኑም ኢየሱስ 888 + ክርስቶስ 1480 = 2368 ነው።

ኢየሱስ 888 እና ክርስቶስ 1480 እያንዳንዱን ስንደምር 8 + 8 + 8 + 1 + 4 + 8 + 0 = **37** ይሰጣል።

የኢየሱስ ክርስቶስ ገባሪነት (ፈጣሪነት) ሊታወቅ ኢየሱስ ክርስቶስ የሚለውን አጠቃላይ 2368 እና በዘፍ 1፥1 ላይ የተገኘውን 2701 ስንቀንሳቸው 2368 — 2701 = **333** ይሰጠናል። ይኽም ማለት **37** X 9 = 333 ነው።

የመዠመሪያውን ፊደል አልፍ [አ] ቀመር 111 እንደሰጠን አይተናል። ቀጣዩ ፊደል [በ] ስንመለከት 222 አይተናል። በዚኽ ገመል [ገ] ላይም 333 መጣ። እነዚኽ ተከታታይ ቊጥሮች ያላቸውን ትልቅ ትርጕም እስካኹን እያየን መጥተናል። በተከታይነትም የምናየው ይኾናል።

እ[ግ]ዚአብሔር [ገ]ባሬ ሰማያት ወምድር መኾኑን በሚያሳየን የቀመር 73 መጽሐተ ነጸብራቅ እነዚኽን አቅማራት በሙሉ እንዴት እንደሚመራ ከዚኽ በታች እንመልከት።

- 111 ➻ 1+1+1 = 3 ➻ 3 X 37 = 111
- 222 ➻ 2+2+2 = 6 ➻ 6 X 37 = 222
- 333 ➻ 3+3+3 = 9 ➻ 9 X 37 = 333
- 444 ➻ 4+4+4 = 12 ➻ 12 X 37 = 444
- 555 ➻ 5+5+5 = 15 ➻ 15 X 37 = 555
- 666 ➻ 6+6+6 = 18 ➻ 18 X 37 = 666
- 777 ➻ 7+7+7 = 21 ➻ 21 X 37 = 777
- 888 ➻ 8+8+8 = 24 ➻ 24 X 37 = 888
- 999 ➻ 9+9+9 = 27 ➻ 27 X 37 = 999

እነዚኽ ብዙ ምስጢርን በውስጣቸው የያዙ ሦስት ተከታታይ ቍጥሮች በሚገኙበት ተራ ቍጥር ልክ እስከ 10,000 የሚጠጉ የመዠመሪያዎች ብቸኜ ቍጥሮችን ስናወጣ ቀመር 73 — 37 መምጣቱ አይቀርም፤ ይኸውም ስንደምራቸው፦

- 111 ➡ 607
- 222 ➡ 1399
- 333 ➡ 2239
- 444 ➡ 3119
- 555 ➡ 4019
- 666 ➡ 4973
- 777 ➡ 5903
- 888 ➡ 6907
- 999 ➡ 7907

37073 ይመጣል።

እነዚኽም ምስጢርን በውስጡ ሰድሮ በያዘው በፓይ ቀመር የመዠመሪያዎቹ 3,000 ዴሲማል ቍጥሮች ውስጥ እነዚኽ ተከታታይ ሦስት ቍጥሮች ስንተኛ ተራ ቍጥር ላይ እንደሚገኙ ስናይ፦

- 111 ➡ 153
- 222 ➡ 1735
- 333 ➡ 1698
- 444 ➡ 2707
- 555 ➡ 177
- 666 ➡ 2440
- 777 ➡ 1589
- 888 ➡ 4751
- 999 ➡ 762 ይመጣሉ። ስንደምራቸው 16012 ነው።

በአጠቃላይ ይኽነን 16012 ቍጥር በመጽሔተ ነጸብራቅነት ከኋላ ወደ ፊት ስንገለብጠው 21061 ነው። ኹለቱን ስንደምር፡-

16012

<u>21061</u>

37073 ይመጣል።

ቅዱስ ጳውሎስ በፊልጵ 2፡10 ላይ "ከመ ለስሙ ለኢየሱስ ክርስቶስ ይስግድ ኵሉ ብርክ" (ለኢየሱስ ክርስቶስ ለስሙ ጕልበት ኹሉ ይስገድ) ይላል። በመኾኑም ከዚኽ በመነሣት በዘመነ ሐዲስ በታቦቱ ላይ የኢየሱስ ክርስቶስ ስሙ ይጻፋል።

ይኸውም አስቀድሞ በዘፀ **37፡6** ላይ ምሳሌውን ከቀመሩ ጋር እንዴት እንደገለጸው እንመልከት፡-

- "ከጥሩ ወርቅም ርዝመቱ ኹለት ክንድ ተኩል፤ ወርዱም አንድ ክንድ ተኩል የኾነ የስርየት መክደኛ ሠራ" (ዘፀ 37፥6) ይኸውም፡-

  888 (ኢየሱስ) X 2.5 (ርዝመቱ) = 2220

  1480 (ክርስቶስ) X 1.5 (ወርዱ) = 2220

የበለጠ አስገራሚው ነገር ይኽ ቅዱስ ቃል የተጻፈበት ኦሪት ዘፀአት ምዕራፉ **37** ቍጥሩ **6** መኾኑ ነው። ይኸውም፡-

37 X 6 = 222 ይመጣል። ስለ 222 በፊደል [በ] ላይ ይመልከቱ።

ከቀመር 37 ጋር ያላቸው ትስስር ሲቀጥል፡-

1480 (ክርስቶስ) = **37** × 40 ወይም **37** × **8** × 5 ነው።

ኢየሱስ ክርስቶስ የሚለውን 2368 ቍጥር የሚሰጠውን ስሙን በአንድ ላይ ብንቀምር ቀመር 37 በመምጣት ፈጣሪነቱን ታውጃለች። ይኸውም "ኢየሱስ ክርስቶስ" የሚለው አቅማረ ፊደላተ ጽርዕ በሚያመጡት የመጨረሻ ውጤት 2368 ላይ አኹንም እንዲኽ ይገባል፡-

2368 = **37** × 64 ወይም **37** × 8 × 8

ከላይ ስናይ እንደመጣነው ኢየሱስ ክርስቶስ በጽርዕ 2368 ነው፡፡ በዕብራይስጥ "ኢየሱስ መሲሕ" ሲጻፍ יְהוֹשֻׁעַ (Yehoshua) המשיח (HaMashiach)፡- ነው፤ መደበኛ ቀመሩም፡-

ח	י	ש	מ	ה	ע	ש	ו	ה	י
8	10	300	40	5	70	300	6	5	10

አጠቃላይ ድምር፡-

10+5+6+300+70+5+40+300+10+8 = 754 ይመጣል፡፡

ቅድም እንዳየነው በጽርዕ ኢየሱስ ክርስቶስ 2368 ነው፡፡

በዕብራይስጥ ደግሞ 754 ነው፡፡ ኹለቱን ስናካፍላቸው 2368 ÷ 754 = 3.14 የፓይ π ቀመርን ሰጠን፡፡

ቀመር 73 — 37 ጉዞውን አስፍቶ በፔሪዮዲክ አርኬያዊ ሠንጠረዥ ላይ የመዠመሪያዎቹ 37 ንጥረ ነገራት "ኮምፓሲት" ተተንታኝ ቊጥር ሲቈጠር "ኢየሱስ ክርስቶስ" (2368) ይመጣሉ፡፡

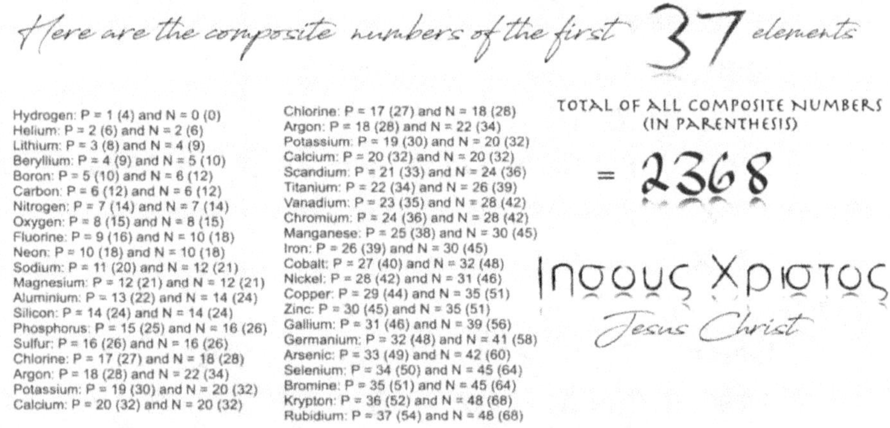

Here are the composite numbers of the first 37 elements
Hydrogen: P = 1 (4) and N = 0 (0)
Helium: P = 2 (6) and N = 2 (6)
Lithium: P = 3 (8) and N = 4 (9)
Beryllium: P = 4 (9) and N = 5 (10)
Boron: P = 5 (10) and N = 6 (12)
Carbon: P = 6 (12) and N = 6 (12)
Nitrogen: P = 7 (14) and N = 7 (14)
Oxygen: P = 8 (15) and N = 8 (15)
Fluorine: P = 9 (16) and N = 10 (18)
Neon: P = 10 (18) and N = 10 (18)
Sodium: P = 11 (20) and N = 12 (21)
Magnesium: P = 12 (21) and N = 12 (21)
Aluminium: P = 13 (22) and N = 14 (24)
Silicon: P = 14 (24) and N = 14 (24)
Phosphorus: P = 15 (25) and N = 16 (26)
Sulfur: P = 16 (26) and N = 16 (26)
Chlorine: P = 17 (27) and N = 18 (28)
Argon: P = 18 (28) and N = 22 (34)
Potassium: P = 19 (30) and N = 20 (32)
Calcium: P = 20 (32) and N = 20 (32)
Chlorine: P = 17 (27) and N = 18 (28)
Argon: P = 18 (28) and N = 22 (34)
Potassium: P = 19 (30) and N = 20 (32)
Calcium: P = 20 (32) and N = 20 (32)
Scandium: P = 21 (33) and N = 24 (36)
Titanium: P = 22 (34) and N = 26 (39)
Vanadium: P = 23 (35) and N = 28 (42)
Chromium: P = 24 (36) and N = 28 (42)
Manganese: P = 25 (38) and N = 30 (45)
Iron: P = 26 (39) and N = 30 (45)
Cobalt: P = 27 (40) and N = 32 (48)
Nickel: P = 28 (42) and N = 31 (46)
Copper: P = 29 (44) and N = 35 (51)
Zinc: P = 30 (45) and N = 35 (51)
Gallium: P = 31 (46) and N = 39 (56)
Germanium: P = 32 (48) and N = 41 (58)
Arsenic: P = 33 (49) and N = 42 (60)
Selenium: P = 34 (50) and N = 45 (64)
Bromine: P = 35 (51) and N = 45 (64)
Krypton: P = 36 (52) and N = 48 (68)
Rubidium: P = 37 (54) and N = 48 (68)
TOTAL OF ALL COMPOSITE NUMBERS (IN PARENTHESIS)
= 2368
Ιησους Χριστος
Jesus Christ

በመዠመሪዎቹ 73 ንጥረ ነገራት ውስጥ ያሉ የፕሮቶንና መጠን በዘፍጥረት 1፡1 ላይ "በመዠመሪያ እግዚአብሔር ሰማይን እና ምድርን ፈጠረ" የሚለውን ቀመር 2701 እና የኒዩትሮን መጠን በዮሐንስ 1፡1 ላይ "በመዠመሪያ ቃል ነበረ" (Ἐν ἀρχῇ ἦν ὁ λόγος) የሚለውን ቀመር 3627 ይሰጣል፡፡

Sum of Protons and Neutrons of first 73 elements

1) HYDROGEN = 1 +1
2) HELIUM= 2 + 2
3) LITHIUM = 3 + 4
4) BERYLLIUM = 4 + 5
5) BORON = 5 + 6
6) CARBON = 6 + 6
7) NITROGEN= 7+ 7
8) OXYGEN = 8 + 8
9) FLUORINE = 9 + 10
10) NEON = 10 + 10
11) SODIUM = 11 + 1 2
12) MAGNESIUM= 12 + 12
13) ALUMINIUM = 13 + 14
14) SILICON= 14 + 14
15) PHOSPHORUS = 15 + 16
16) SULFUR = 16 + 16
17) CHLORINE= 17 + 18
18) ARGON = 18 + 22
19) POTASSIUM = 19 + 20
20) CALCIUM = 20 + 20
21) SCANDIUM = 21 + 24
22) TITANIUM = 22 + 26
23) VANADIUM = 23 + 28
24) CHROMIUM = 24 + 28
25) MANGANESE = 25 + 30
26) IRON = 26 + 30
27) COBALT = 27 + 32
28) NICKEL= 28 + 31
29) COPPER = 29 + 35
30) ZINC = 30 + 35
31) GALLIUM = 31 + 39
32) GERMANIUM = 32 + 41
33) ARSENIC = 33 + 42
34) SELENIUM = 34 + 45
35) BROMINE = 35 + 45
36) KRYPTON = 36 + 48
37) RUBIDIUM = 37 + 48
38) STRONTIUM = 38 + 50
39) YTTRIUM = 39 + 50
40) ZIRCONIUM = 40 + 51
41) NIOBIUM = 41 + 52
42) MOLYBDENUM = 42 + 54
43) TECHNETIUM = 43 + 55
44) RUTHENIUM = 44 + 57
45) RHODIUM = 45 + 58
46) PALLADIUM = 46 + 60
47) SILVER = 47 + 61
48) CADMIUM = 48 + 64
49) INDIUM = 49 + 66
50) TIN = 50 + 69
51) ANTIMONY = 51 + 71
52) TELLURIUM = 52 + 76
53) IODINE = 53 + 74
54) XENON = 54 + 77
55) CAESIUM = 55 + 78
56) BARIUM = 56 + 81
57) LANTHANUM = 57 + 82
58) CERIUM = 58 + 82
59) PRASEODYMIUM = 59 + 82
60) NEODYMIUM = 60 + 84
61) PROMETHIUM = 61 + 84
62) SAMARIUM = 62 + 88
63) EUROPIUM = 63 + 89
64) GADOLINIUM = 64 + 93
65) TERBIUM = 65 + 94
66) DYSPROSIUM = 66 + 97
67) HOLMIUM = 67 + 98
68) ERBIUM = 68 + 99
69) THULIUM = 69 +100
70) YTTERBIUM = 70 + 103
71) LUTETIUM = 71 + 104
72) HAFNIUM =72 +106
73) TANTALUM = 73 + 108

ከአንደኛው ንጥረ ነገር ከሀይድሮጅን ዠምሮ እስከ 73ኛው ንጥረ ነገር ታንታለም ድረስ ያሉትን ንጥራተ ነገራት የፕሮቶናቸውን ድምር የመጨረሻ ውጤት እንመልከት፡-

1+2+3+4+5+6+7+8+9+10+11+12+13+14+15+16+17+18+19+20+21+22+23+24+25+26+27+28+29+30+31+32+33+34+35+36+37+38+39+40+41+42+43+44+45+46+47+48+49+50+51+52+53+54+55+56+57+58+59+60+61+62+63+64+65+66+67+68+69+70+71+72+73 = 2701 (የኦሪት ዘፍጥረት "በመዠመሪያ እግዚአብሔር ሰማይን እና ምድርን ፈጠረ ምዕ 1፡1 ሙሉ ቀመር ይሰጣል)።

ከዚኽ በመቀጠል የ73 ንጥረ ነገራት የኒዩትሮናቸው ድምር የመጨረሻ ውጤትን እንመልከት፡-

1+2+4+5+6+6+7+8+10+10+12+12+14+14+16+16+18+22+20+20+24+26+28+28+30+30+32+31+35+35+39+41+42+45+45+48+48+50+50+51+52+54+55+57+58+60+61+64+66+69+71+76+74+77+78+81+82+82+82+84+84+88+89+93+94+97+98+99+100+103+104+106+108= 3627

(የዮሐንስ ወንጌል "በመዠመሪያ ቃል ነበር ምዕ 1፡1 ሙሉ ቀመር ይሰጣል)።

አንባብያን እጅግ የረቀቀውን ገባሬ ሰማያት ወምድር የኾነው የኢየሱስ ክርስቶስ የስሙን ምስጢር "መራኁተ ጥበብ" (የጥበብ መክፈቻ) በኾነው በቀመር (73 — 37) ቍልፍነት እየከፈትን ስንጓዝ ወደ መጽሐፈ ሔኖክ መግባታችን እሙን ነው። በተለይ ሰማይና ምድር ስለጸናበት ሕያው ስም እንዲኽ ይላል፡-

❖ "ልዑል በጌትነት በኖረ ጊዜ ለቅዱሳን የገለጠው የመሐላ ራስ የክስብኤል የስሙ ቍጥር ይኽ ነው። ስሙም ቤቃ ይባላል። ይኸውም ቅዱስ ሚካኤልን እንዲኽ አለው "ያን የተሰወረው ስሙን ያውቁ ዘንድ የተሰወረውን ስም ግለጥላቸው። የተሰወረውንም ኹሉ ለሰው ልጆች ያሳዩ ከዚኽ ስምና መሓላ የተነሣ እንዲንቀጠቀጡ በመሓላ ጊዜ ይጠሩት ዘንድ ግለጥላቸው። ኀይለኛ ነውና የጸናም ነውና የዚኽ መሓላ ኀይሉ ይኽ ነው። ይኽ አካዕ የተባለውንም ስም በቅዱስ ሚካኤል እጅ አኖረው የዚኽ ስም የተሰወሩ ምስጢሮቹም እነዚኽ ናቸው" (ሔኖ 20፡5)

በመኾኑም ለቅዱሳን መላእክት የገለጠው የመሓላ ራስ የኾነውን "ክስብኤል" ስሙን፤ ከስም በላይ የኾነውን "ክርስቶስ" የተባለ የተዋሕዶ ስሙን በማክበር ቅዱሳን መላእክት እየተንበረከኩ "ሃሌ" እያሉ ያመሰግኑታል። "ሃሌ" ማለት ስብሐት፣ ውዳሴ፣ መዝሙር፣ ግናይ፣ ቅኔ፣ ሐዲስ ምስጋና ማለት ነው። ስለዚኽ ነገር መጽሐፍ ቅዱስ እንዲኽ ይላል፡-

❖ "ከስምም ኹሉ በላይ ያለውን ስም ሰጠው፤ ይኸም በሰማይና በምድር ከምድርም በታች ያሉት ኹሉ በኢየሱስ ክርስቶስ ስም ይንበረከኩ ዘንድ" (ፊልጵ 2፡9-10)

❖ "24ቱም ሊቃናትና 4ቱ እንስሶች በፊታቸው ተደፍተው በዙፋኑ ላይ ለተቀመጠው ለእግዚአብሔር ሃሌ ሉያ እያሉ ሰገዱለት" (ራእ 19፡4-6)

ከዚኽ ተነሥተን የሃሌ ምስጋና የሚቀርብለት "ክስብኤል"፣ "ክርስቶስ" ከሚቀርብለት ምስጋናው "ሃሌ" ጋር በግእዝ ቀመረ ፊደላችን ስንቀምር 888 ይመጣል፡-

ቃል	የግእዝ መነሾ	ቀመር
ክ	ከ	20
ስ	ሰ	60
ብ	በ	2
ኤ	አ	1
ል	ለ	30
ክ	ከ	20
ር	ረ	200
ስ	ሰ	60
ቶ	ተ	400
ስ	ሰ	60
ሃ	ሀ	5
ሌ	ለ	30

አጠቃላይ ድምር፡-

20+60+2+1+30+20+200+60+400+60+5+30 = 888

ክስብኤል (113) + ክርስቶስ (740) + ሃሌ (35) = 888

73 — 37 በሥርዐተ ፀሐይ ውስጥ ሲገባ

ከላይ "[ገ]ብረ እግዚአብሔር ክልኤተ ብርሃናተ ዐበይት..." (እግዚአብሔር ኹለት ታላላቅ ብርሃናትን ፈጠረ) ብለን እንዳየነው በዚኽ ላይ ይኽነን ቀመር በዝርዝር እንመለከተዋለን፡፡

በዚኽ ዑደት ውስጥ ቊጥር 73 — 37 ማግኘት የተለመደ ነው፤ ወደ ሰዓት ልኬት ወርደን ስንመለከተው፡-

- ሰዓት፡- 24
- ደቂቃ፡- 60
- ሰከንድ፡- 60
- ሴንቲሰከንድ፡- 100

0 አውጥቶ በሚቀምረው በቀደመው ሒሳባዊ ሕግ ዜሮን አውጥተን ኹሉንም እንደምራቸው፦

24 + 6 + 6 + 1 = **37** ይኾናል፡፡

ሌላው አስገራሚው የፀሓይ ዐውደ ዓመት የኾነውን 365.2422 ቀናትን እያንዳንዱን በመደመር የምናገኘው ውጤት ይኽነን ቍጥር ማሳየቱ ነው፡፡ ይኸውም፦

3 + 6 + 5 + 2 + 4 + 2 + 2 = 24 ነው፡፡

ይኽ (24) ሦስት ተከታታይ ስምንቶች ሲያመጡት እንደ፦

8 + 8 + 8 = 24

365.2422 የዓመት ቀናትን እያንዳንዱን ደምረን ያገኘነው **24** ነውና ለዚኹ የዓመት ቀናት አካፍለንም አባዝተንም የመጨረሻውን የጋራ ውጤት እያንዳንዱን በመደመር የምናገኘውን እናስተውል፡፡

365.2422 ÷ 24 = 15.218425

365.2422 × 24 = 8765.8128 ይኾናል፡፡

8765.8128 + 15.218425 = 8781.31225 ይመጣል፡፡

8781.31225 በትነን ስንደምር 8+7+8+1+3+1+2+2+5= **73** በመምጣት የፍጥረተ ዓለምን የገመል [ገ] ፊደል ቀመር መልሶ ይሰጠናል፡፡

ቀመሩም ተገልብጦ ይሠራልና 8765.8128 + 15.218425 ይኽንንም እያንዳንዱን እንደምር፡፡

8+7+6+5+8+1+2+8+1+5+2+1+8+4+2+5=**37** ይመጣል

"[ገ]ብረ እግዚአብሔር ክልኤተ ብርሃናተ ዐበይት…" (እግዚአብሔር ኹለት ታላላቅ ብርሃናትን ፈጠረ) ከሚለው ሳንወጣ የብርሃንን ፍጥነት በሜትር ፐር ሰከንድ (m/s) ለክተን አማናዊ ቀመሩን ከውስጡ አኹንም እናውጣ፡፡

የብርሃን ፍጥነት በሜትር ፐር ሰከንድ (m/s)፦ 299.792.458 ነው፡፡

ይኸንንም እያንዳንዱን ሦስት ሦስት አኃዝ እንደምር፡-

2+9+9.7+9+2.4+5+8

20 18 17 = 55 ይመጣል። ነገር ግን 0 (አልቦ) በሚያስወግደው ሕግ ዜሮን ስናወጣ

2 + 18 + 17 = **37** መጥቶ ቀመረ ብርሃንነቱን በዚኹ ቍጥር ዐትሞ ያልፋል።

73 — 37 በምድር ልኬት

የሰማዩን ፍጥረት በፊደል [ገ] ቀመራዊ ጉዞ ካየን በመቀጠል በ 73 — 37 ልኬት ወደ ምድር እንወርዳለን።

በፕላኔት ድርደራ ምድርን በመኻከል ውስጥ አስገብተን ስንመለከታት፡-

ከመዠመሪያው ወደ ቀጣዮቹ ስንቆጥር፡-

- 1 - ሜርኩሪ (ዐጣርድ)
- 2 - ቬነስ (ዝሁራ)
- **3** - መሬት

እዚኽ ላይ መሬትን 3ኛ ደረጃ ላይ አግኝተናታል።

ከመጨረሻዋ ፕሉቶ ወደ ኋላ ስንቆጥር፡-

- 1 - ፕሉቶ
- 2 - ኔፕቲዩን
- 3 - ዩራነስ
- 4 - ሳተርን (ዙሐል)
- 5 - ጁፒተር (መሸተሪ)
- 6 - ማርስ (መሪኅ)
- **7** - መሬት

በመኾኑም ምድራችንን ከፕላኔት አንጻር ከፊት ወደኋላ ከኋላ ወደፊት ስንመላለስ 37 — 73 ማግኘታችን ያስደንቃል።

በዚኽ ብቻ አናበቃም ወደ ምድር ልኬት ውስጥ በመግባት ይኽነን ስውር ምስጢር ከውስጡ ፈልቅቀን ማውጣትን እንቀጥል።

የምድር ኢክዋቶሪያል (ሠቃዊ) ዙሪያ 24901.45 ማይልስ ወይም 24902 ማይልስ ነው፡፡

ከዋልታ እስከ ዋልታ ባለው የሜሪዲዮናል ዋልታዊ ዙሮሽ (meridional circumference) 24860 ማይልስ ነው፡፡ እነዚኽን ኹለቱን የምድር ልኬቶች እያንዳንዳቸውን ስንደምር፡-

2+4+9+0+2+2+4+8+6+0 = **37**

73 — 37 በጨረቃ ልኬት

"[ገ]ብረ እግዚአብሔር ክልኤተ ብርሃናተ ዐበይት…" (እግዚአብሔር ኹለት ታላላቅ ብርሃናትን ፈጠረ) ካላት አንደኛዋ ጨረቃ ናትና ይኽን ታላቅ ቍጥር በውስጧ እንመርምር፡፡

የጨረቃ ኢኳቶሪያል (ሠቃዊ) ዙሪያ፡- 6785.6731065577 ነው፡፡ እያንዳንዱን ወደ መደመር እንኼዳለን፡-

6+7+8+5+6+7+3+1+0+6+5+5+7+7= **73** ይመጣል፡፡

ዳግመኛም ሌላ አስገራሚ ነገርን ከዚኽ ቀጥለን እንመለከታለን፡-

የጨረቃ ዋልታዊ ሬዲየስ 1736 ኪሎ ሜትሮች ነው፡፡

የጨረቃ ኢኳቶሪያል (ሠቃዊ) ሬዲየስ 1738.0 ኪሎ ሜትሮች ነው፡፡

እነዚኽን የጨረቃ ዋልታዊና ሠቃዊ ሬዲየስ ደምረን እናካፍላቸው፡-

1736 + 1738 = **3474** ይኾናል፡፡ ይኽነን ለሠቁ እና ለዋልታው ለኹለቶቹ እናካፍል፡-

3474 ÷ 2 = **1737** ይመጣል፡፡ በውስጡ ቍጥር **73** መኖሩን አስተውል፡፡

የጨረቃ የገጽታ ስፋት፡- **3.**793 $\times 10^{7}$ KM^{2}

የጨረቃ ክብደት፡- **7.**342 $\times 10^{22}$ ኪሎግራም

ኹለቱም በ37 እና በ73 ዠምረው ቀመራቸውን ያስፋሉ፡፡

73 — 37 በድምፅ ፍጥነት

ከላይ ፊደል “ገመል” [ገ] 3 + 40 + 30 = 73 እንደኾነ አይተናል። በተመሳሳይ መልኩ የድምፅ ፍጥነት በሜትር ፐር ሰከንድ ሲለካ 343 m/s ይኾናል።

0 $\pm$ 3 $\pm$ 4 $\pm$ 3 $\pm$ 0

3 7 7 3

በዚኽ በድምፅ ፍጥነት ውስጥም 37 እና 73 ተከታትለው መምጣታቸውን ልብ በሉ።

በተጨማሪም 343 m/s ስንመለከት የእግዚአብሔር የሥራውን ፍጹምነት ከሚያውጀው 777 ቍጥር ጋር የተሳሰረ መኾኑን በአብዝሮው ቍጥር እንየው፡-

7 × 7 × 7 = 343 ይመጣል። እነዚኽም ሦስት የተከታተሉ ቍጥሮች (777) ያመጡት ነውና 37 ስንገለብጠው 73 ቍጥርን ጠቋሚ ነው።

777ትን ስናነሣ የምድርን ከባቢ አየር በ78.1% የያዘው በንጥረ ነገር የአርኬያዊ ሠንጠረዥ በ7ኛነት የሚገኘው ንጥረ ነገር ናይትሮጅን (N_2) ሲኾን በናይትሮጅን አቶም ውስጥ የሚገኘው የፕሩቶንስ፣ ኒውትሮንስና ኤሌክትሮንስ ቍጥር 7 7 7 ነው።

ይኸውም 7 ፕሩቶንስ፤ 7 ኒውትሮንስ፤ 7 ኤሌክትሮንስ ናቸው።

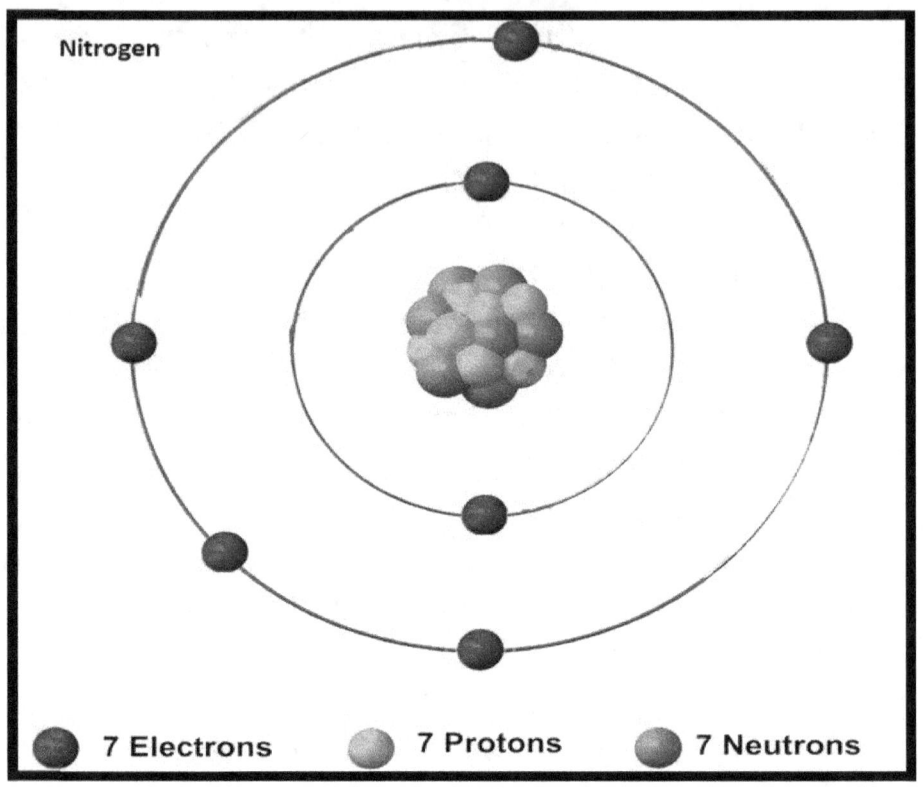

image credited:quora.com

የብርሃን ፍጥነት አየር በሌለበት "ቫኪዩም" (ወና) 299,792,458 ሜትር ፐር ሰከንድ ነው። በየሦስት አኃዝ በኮማ የተከፈሉትን ርስ በርስ እንደምራቸው።

- 2+9+9 = 20
- 7+9+2 = 18
- 4+5+8 = 17 ይመጣሉ። አልቦ ወይም 0 አስወግደን ስንደምራቸው 2 + 18 + 17 = 37 ይመጣል።

73 — 37 በሰው ተፈጥሮ

በዲ ኤን ኤ (DNA)

አስቀድመን በፊደል [ገ] ላይ "[ገ]ብሮ እግዚአብሔር ለዕጓለ እመሕያው እመሬተ ምድር ..." (እግዚአብሔር የሰው ልጅን ከምድር ዐፈር አበጀው ...) የሚለውን አይተናል፡፡

ከኒዩክሊክ አሲዶች ዲኤንኤ (DNA) እና አርኤንኤ (RNA) በውስጣቸው ዐምስቱን ንጥረ ነገራት ካርበን፣ ሀይድሮጅን፣ ኦክስጅን፣ ናይትሮጅን እና ፎስፈረስ (C.H.O.N.P) ይዘዋል፡፡ የእነዚኽ ንጥራተ ነገራት አቶማዊ ቍጥራቸውን ስናይ፡-

- ካርበን - 6
- ሀይድሮጅን - 1
- ኦክስጅን - 8
- ናይትሮጅን - 7
- ፎስፈረስ - 15 ነው፡፡

በአጠቃላይ ስንደምራቸው 6+1+8+7+15 = **37** ነው፡፡

በመኾኑም ዲኤንኤ እና አርኤንኤ የተዋቀረባቸው ንጥረ ነገራት ሲደመሩ የእግዚአብሔርን ሰውን መፍጠሩን የሚያመለክተውን ታላቁን ቀመር **37** ይሰጣል፡፡

በዚኽ ሳያበቃ እያባዛን ከዚኽ በታች እንመለከታለን፡፡

- ዲኤንኤ 6×1×8×7×15 = 5040
- አርኤንኤ 6×1×8×7×15 = 5040
- 5040 + 5040 = 10,080 ይሰጣል፡፡

ይኽም ለሰው ልጆች የተሰጡ በሳምንት ውስጥ ያሉ የደቂቃዎች ብዛት ነው፡፡

በውሃ መጠን

በእግዚአብሔር ከምድር ዐፈር የተበጀው የሕይወት እስትንፋስ የተሰጠው የሰው ተፈጥሮ ልክ እንደተገኘባት ምድር የውሃው ተፈጥሮ ይበዛበታል፡፡

በሰውነታችን አካል ውስጥ ያለው የውሃ መጠን በአማካይ 70% ነው፡፡

ቀሪዎቹ ከምድር ዐፈር በመገኘታችን የምድር ክፍል የኾኑት የተረፉት ታላላቅ ንጥረ ነገሮች 30% ይይዛሉ፡፡

በኹለቱም በ70 % እና በ30 % ውስጥ ቀመር (73 — 37) በመገኘት ይጠቁሙናል፡፡

በሰውነት ሙቀት

በተጨማሪም ከእሳታዊ ተፈጥሯችን ተነሥተን ተፈጥሯችንን ስንመረምረው መደበኛ የሰውነት ሙቀታችን ከ36.5 — 37.5 C^0 ነው፡፡

እነዚኽን የኹለቱን አማካይ ለኹለት አካፍለን ስናሰላቸው፡-

(36.5 + 37.5) ÷ 2 = **37** ይሰጠናል፡፡ ይኸውም አማካይ የሰውነት ሙቀት **37** C^0 መኾኑን ያስረዳናል፡፡

በደም ቧምቧዎች

በመጽሐፍ ቅዱስ ላይ ነፍስ በደም ታድራለችና ደም ከመብላት እንድንርቅ ያዛል፡፡ በሰውነታችን ውስጥ ሦስት ዓይነት የደም ማስተላለፊያ ቧምቧዎች አሉን፡፡

1ኛ) አርተሪስ፡- ደም ወሳጅ ቧንቧ ደም ከልብ ይዞ ይወስዳል፡፡ የዚኽ አርተሪ የፒኤች መጠኑ 7.4 — 7.45 ነው፡፡ ይኽም አማካዩ 7.425 ይኾናል፡፡

2ኛ) ቬንስ፡- ደም ወደ ልብ ይመልሳሉ፡፡ የዚኽ ቬንስ (ደም መላሽ) የፒኤች መጠኑ 7.3 — 7.35 ነው፡፡ ይኽም አማካዩ 7.325 ይኾናል፡፡

3ኛ) ካፒላሪስ፡- ደም ወሳጅ ቧንቧዎችን እና ደም መላሽ ቧንቧዎችን የሚያገናኙ ትንንሾች የደም ሥሮች ናቸው፡፡

በመኾኑም የእነዚኽን የኹለቱን አማካይ በአማካይ እንዲኽ እናሰላዋለን፡-

(7.425 + 7.325) ÷ 2 = **7.375** በመምጣት ያስደንቀናል፡፡ ጠቅለል አድርገን ስንከልሰው፡-

- አማካይ ውሃ በሰውነታችን 70 %
- ሚኒራሎች 30 %
- አማካይ የሰውነት ሙቀት = **37**
- አማካይ የደም ፒኤች ልኬት = **7.37**

በቀይ ደም ሴል ልኬት

በቀይ የደም ሴል ውስጥ ያሉትን ክፍሎች በ "ሚክሮሜትር" micrometre (µm) ልኬት ከዚኽ በታች ቀጥለን እንመለከታቸዋለን፡፡

በጠርዙ ላይ ያለው ውፍረት መጠን ከ 2- 2.5 µm ሲኾን በአማካይ 2.25 µm ነው፡፡

በመኻከል ላይ ያለው ውፍረት መጠን 0.8 - 1 µm ሲኾን በአማካይ 0.9 µm ነው፡፡

የኹለቱ አጠቃላይ ውፍረትን ስናሰላው 2.5 + 0.9 = <u>3.15</u> ይኾናል፡፡

ከ 6.2 — 8.2 µm ያለው ዲያሜትር መጠን <u>7.2</u> µm ነው፡፡

እነዚኽ የተሰመረባቸውን የመጨረሻዎቹን ስናያቸው በአማካይ 3.7 ወይም 7.3 ነው፡፡

በተጨማሪም በሦስተኛ ተራ ቊጥር ላይ ኾኖ ሦስትን የወከለው ፊደል [ገ] ጠቋሚነቱ ከላይ እንዳየነው የእግዚአብሔርን [ገ]ባሪነት የፍጡርን ተሠሪነት ነውና በግቡራን (በፍጡራን) ኹሉ ሦስት ቊጥር መታየት የተለመደ ነው፡፡

በጣም በጥቂቱ ከዚኽ በታች በሠንጠረዥ ስንመለከት፦

ሦስቱ	1	2	3
በጊዜ	መነሻ	መኻከል	ፍጻሜ
በሕይወት	እንስሳዊ	ሰብአዊ	መልአካዊ
በኀይል	ኀይለ ዘርዕ	ኀይለ እንስሳ	ኀይለ ንባብ
በአቶም	ፕሮቶን	ኤሌክትሮን	ኒዩትሮን
በነፍስ	ልብ	ቃል	እስትንፋስ
በነገድ	ሴም	ካም	ያፌት
በአበው	አብርሃም	ይስሐቅ	ያዕቆብ

ፊደል [ገ] እና ሰብአ ሠ[ገ]ል

ከዚኹ ጋር ተያይዞ ከፊደል [አ] ከፊደል [በ] በመቀጠል ከፊደል [ደ] በመቅደም እንደ [ገ]መል መገሥገሥን የምትጠቍመው አኃዛዊ ልኬቷ 3 የኾነው ፊደል [ገ] የምታሳየው ታላቅ ምስጢርን ከዚኽ በታች እንዲኽ እንመለከታለን፡፡

ፊደል [አ] - ስሙ በዚኽ ፊደል የሚዠምረው [አ]ልፋ [ኢ]የሱስን መምጣቱን ያመለክታል፡፡

ፊደል [በ] - በፊደል ቤት [በ] ስሟ በሚዠምረው በ[ቤ]ተልሔም በከብቶች "[በ]ኣት" ([በ]ረት) መወለዱን ያስረዳል፡፡

ፊደል [ገ] - በአኃዛዊ መስፈርቷ ልክ ሦስቱ "ሠ[ገ]ል" (የከዋክብት ተመራማሪዎች) በኮከብ ተመርተው በ[ገ]መል ተጭነው ሠ[ግ]ረው ገሥግሠው መምጣታቸውን ያሳያል፡፡

ስለዚኽ ነገር ኢሳይያስ በትንቢቱ ላይ አከናውኖ ገለጠልን፦

- "የ[ግ]መሎች ብዛት የምድያምና የ[ጌ]ፌር [ግ]መሎች ይሸፍኑሻል፡፡ ኹሉ ከሳባ ይመጣሉ፡፡ ወርቅንና ዕጣንን ያመጣሉ፡፡ የእግዚአብሔርንም ምስጋና ያወራሉ" (ኢሳ 60፥ 6)፡፡

ፊደል [ደ] - ከፊደል [ገ] በመቀጠል ፊደል [ደ] እንደኾነ ያመጡለት “ጋ[ዳ]” (እጅ መንሻ ስጦታ) ወርቅ፣ ዕጣን ከርቤ ነው (ማቴ 2፥1-11)። “ሰብአ ሠገል አምጽኡ ሎቱ ጋዳ” (የከዋክብት ተመራማሪዎች ጋዳ (እጅ መንሻ) አመጡለት) እንዲል።

ይኽ በፊደላት ውስጥ በምስጢር የተቀመጡ በሦስቱ ሰብአ ሠ[ገ]ል (የከዋክብት ተመራማሪ ነገሥታት)[3] የተበረከቱ፤ ሦስቱን ነገድ የወከሉ፤ ሦስቱ ታላላቅ ስጦታዎች (ወርቅ፣ ዕጣን፣ ከርቤ) በቀመር ቊልፍነት እንዲኽ ተከፍተው ይታያሉ።

ቃል	የግእዝ ፊደል	ቀመር
ሠ	ሠ	300
ገ	ገ	3
ል	ለ	30

ድምር፡- 300 + 3 + 30 = **333** ይመጣሉ።

ቀመር 333 ሦስቱ ነገሥታት፤ ሦስቱን ነገድ መወከላቸውን፣ ያመጡትን ሦስት ስጦታ ይገልጽልናል።

ቀመር 333 በመምጣት የምስጢሩን አማናዊነቱን ሲሰጠን ቀመር 333 ስንደምራቸው 3 + 3 + 3 = 9 ይሰጣል።

የበለጠ ሊያረጋግጥልን ከላይ ስንፈታው፣ ስንተረትረው ከመጣነው ከቀመር 37 — 73 ጋር ስናበዛው ይኽነን መልሶ ሲሰጠን እንመለከታለን፡-

37 X 9 = 333

ስለ ፊደል [ገ]በዚኽ መልኩ ከተመለከትን በመቀጠል ወደሚገኘው ፊደል [ደ] በመኼድ ትርጒሙን በዝርዝር እንረዳለን።

---

[3] በለመድነው አጻጻፍ በእሳቱ [ሰ] ሰገል ይጻፋል። በቀመሩና በምስጢሩ በቅርጹ [ሠ] ያስኼዳልና ቀመሩን ተከትያለኊ።

ምዕራፍ 5

ፊደል [ደ]

በአበገደ በግእዝ አልፍ ቤት በአራተኛ ተራ ቊጥር ላይ የሚገኘው ፊደል [ደ] ነው። ስሙ "[ድ]ል(ን)ት" ሲባል፤ ቊጥሩ አራት አኃዝ ሲኾን [ደ] አርባዕት፤ አርባዕቱ ይባላል። ትርጒሙም "[ዴዴ] - [ደ]ጃፍ፣ መዝጊያ፣ ሳንቃ" ማለት ነው።

ፊደል [ደ] እና አ[ዳ]ም

ከላይ ዝምረን ፊደላቱን እየቈጠርን ስንመጣ [አ] [በ] [ገ] [ደ] ናቸው። እነዚኽ ፊደላት ከላይ ዝምረው ተያይዘው የሚሰጡን ድንቅ ምስጢር አለ።

- በፊደል [አ] - አልፋን
- በፊደል [በ] - ቤትን
- በፊደል [ገ] - በገመል መገሥገሥን ተረድተናል።

እንደሚታወቀው አ[ዳ]ም፣ ኤል[ዳ]፣ ኤ[ዶ]ም በሚሉት ቃላት ኹሉ ላይ ፊደል [ደ] ይገባል። ይኸውም ፊደል [ደ] ወካይነቷ ከም[ድ]ር ኤል[ዳ] ወደ ኤ[ዶ]ም ገነት [ቤ]ቱ [ገ]ሥግሦ የገባባት የመግቢያውን [ዴዴ] [ደ]ጃፍ ጠቋሚ ፊደል ናት።

ይኸውም በ[አ]ልፋ ፈቃድ አዳም እና ሔዋን ከም[ድ]ር ኤል[ዳ] ወደ ኤ[ዶ]ም ገነት [ቤ]ታቸው በዚኸች [ደ]ጃፍ ወደ ውስጥ [ገ]ሥግሠው መግባታቸው ከላይ ዝምረው የተያያዙት የ[አ] [በ] [ገ] [ደ] ፊደላት እውነታውን ያሳያሉ።

በኋላም የተከለከሉትን ዛፍ ቢበሉ ከኤ[ዶ]ም ገነት [ቤ]ታቸው በዚኹ [ደ]ጃፍ በ[ድ]ንጋጤ በመውጣት ወደ ም[ድ]ረ ፋይ[ድ] ተሰ[ደዱ]።

ከዚያም ወደ ኤ[ዶ]ም ገነት [ቤ]ታቸው ተመልሰው እንዳይገቡ የኤ[ዶ]ምን [ደ]ጃፍ የምታብለጨልጭ የእሳት ሰይፍን በያዙት መላ[እ]ክት ያስጠበቃት [አ]ልፋ ነው (ዘፍጥ 3፥24)።

ፊደል [ደ] እና ኢየሱስ

ልክ እንደ ፊደላቱ አደራደር ለመዠመሪያው [አ]ባት [አ]ዳም [ቤ]ት ትኾነው ዘንድ [አ]ልፋ [እ]ግዚአብሔር የሰጠው የኤ[ዶ]ም ገነት [ደ]ጃፍ በመዘጋቷና ማንም ፍጡር መክፈት ስላልቻለ፤ ዳግመኛ ለመክፈት [ዳ]ግማይ አ[ዳ]ም ኾኖ [አ]ልፋ [ኢ]የሱስ በመምጣት [ቤ]ት በተባለ በማሕፀነ [ድ]ንግል ማርያም ዐደረ።

ለቀዳማዊዉ [አ] — ዳም ሲል [አ]ልፋ [ኢ]የሱስ የ[አ]ዳምን በድን (የራስ ቅሉን) እንደ [ቤ]ት ኾና በያዘችው የስሟ መነሻ በፊደል [ገ] ምድብ [ጐ]ል[ጐ]ታ የራስ ቅል በተባለችው ስፍራ በመስቀል ተሰቅሎ በፊደል [ደ] ምድብ [ደ]ሙን አፈሰሰ።

እጆቹን ሲዘረጋ ትእምርተ መስቀል የሚሠራው የመዠመሪያው አ[ዳ]ም ተኝቶ ሳለ ከጐኑ ሔዋን እንደወጣች ኹሉ በተመሳሳይ መልኩ [ዳ]ግማይ [አ]ዳም ተብሎ የተጠራ [አ]ልፋ [ኢ]የሱስ ፊደል [ተ] በሚመስል መስቀል ላይ ተሰቅሎ ተፈጸመ ብሎ ቅድስት ነፍሱን ከክቡር ሥጋው ከለየ በኋላ ከጐኑ ሕይወት [ደ]ምና [ማ]ይ ወጥቶ የተዘጋችው [ደ]ጃፍ [ዳ]ግም ተከፍታ አ[ዳ]ም ወደ ቀደመ [ቤ]ቱ ወደ ኤ[ዶ]ም ገነት ተመልሷል።

እንደምናያት የመስቀል ቅርጽን የያዘችው ፊደል [ተ] አራት ገጻት ማእዝን (ላይ፣ ታች፣ ቀኝ፣ ግራ) አላት። [አ]ልፋ [ኢ]የሱስ አራት ማእዝን ባለው ፊደል [ተ] በሚመስል መስቀል ተሰቅሎ በፊደል [ደ] የሚዠምር [ደ]ሙን በማፍሰስ አዳምን ተቤዥቷል።

በመኾኑም እጅግ አስደማሚ የድኅነት ምስጢር በመከናወኑ ኹለቱን ቃላት ስንገጥማቸው "[ተ] [ደሞ]" (አስደማሚ) ወይም "[ተ] - [ደም]" ማለትም ([ተ] በሚመስል መስቀል ተሰቅሎ [ደ]ሙን ማፍሰሱን በፊደላቱ ኅቡእ ምስጢር እናውቃለን።

ይኽነንም ረቂቅ አስደማሚ ምስጢር በቀመረ ፊደሉ ስናወጣው ቀመሩ የበለጠ ፍንትው ይልልናል፡-

ቃሉ	የግእዝ ፊደሉ	ቀመሩ
ተ	ተ	400
ደ	ደ	4
ም	መ	40

ድምር፡- 400 + 4 + 40 = **444**

ይኽም ቀመር 444 ክርስ[ቶ]ስ ፊደል [ተ] በሚመስል መስቀል [ተ]ሰቅሎ አራቱን ማለትም፡-

1. ሰውን እና እግዚአብሔርን
2. ሰውን እና መላእክትን
3. ነፍስን እና ሥጋን
4. ሕዝብን እና አሕዛብን ማስማማቱን ይገልጻል፡፡

እነዚኽ ታላቅን ምስጢርን የተሸከሙ [አ] [በ] [ገ] [ደ] ፊደላት ጉዟቸውን እስከ ዕለተ ምጽአት ይቀጥላሉና ዛሬም [አ]ልፋ [ኢ]የሱስ [ቤ]ት በተባለ ል[ቡ]ናችን ለማደር፤ ሀብቱን ጸጋውን ሊሰጠን፤ በፍቅር [ገ]ሥግሦ በመምጣት የልብ [ደ]ጃፋችንን ይ[ጐ][ደ][ጕ][ዻ]ል (ያንኳኳል)፡፡

እኛም የዐይናችንን፣ የዦሯችንን፣ የልባችንን [ደ]ጃፍ ከከፈትንለት "[ድ]ራር" ዐብሮን እንደሚበላ ቃል ሲገባልን፡-

❖ "እነሆ በ[ደ]ጅ ቆሜ አንኳኳለኊ ማንም ድምፄን ቢሰማ [ደ]ጁንም ቢከፍትልኝ ወደ ርሱ እገባለኊ፤ ከርሱም ጋር እራት እበላለኊ፤ ርሱም ከእኔ ጋር ይበላል" (ራእ 3፥20)፡፡

ፊደል [ደ] እና ነ[ዳ]ይ

ከላይ እንዳየነው ፊደል [ደ] ነ[ዳ]ይን ወይም [ድ]ኻ ሰውን ይወክላል፡፡ በዕብራይስጥም ነዳዩን ዳል ይለዋል፡፡ ይኸውም ከላይ ዠምረው እነዚኽ ፊደላት ሲደረደሩ፡-

ፊደል [አ] - [እ]ልፍ ሀብት የያዘ ሰውን ይወክላል፡፡

ፊደል [በ] - እልፍ ሀብት የያዘው ከ[ቤ]ት መውጣቱን፡፡

ፊደል [ገ] - እንደ [ገ]መል [ገ]ሥግሥ መኼዱና ልክ እንደ ቅርጸ ፊደሉ ደጅ መጕድጕዱ (ማንኳኳቱ)፡፡

ፊደል [ደ] - ነ[ዳ]ዩም ሰው በደጃፉ እንደ [ገ]መል [ገ]ሥግሥ ከመጣው ከባለጸጋው ገመል ምጽዋትን በትሕትና ኾኖ ይቀበላል፡፡

ፊደል [ደ] እና [ደ]ጃፍ

የአልፍ፣ ቤት እና ገመል ደጃፍ የኾነው አራተኛ ተራ ቍጥር ላይ የተቀመጠው ፊደል [ደ] ቅርጹ እንደሚያሳየው መግቢያ [ዴዴ] ደጃፍ ነው፡፡

በመኾኑም [አ]ልፉ የሰማይ ኾነ የምድር [ቤ]ት [ደ]ጃፍን ከከፈተልን፣ ምስጢር ከገለጠልን ወደ ላይ እስከ ጽርሐ አርያም ወደ ታች እስከ በርባሮስ ማየት እንችላለን፡፡ ምክንያቱም [ዴዴ] ደጃፍ ሲከፈት ያልታየው የውስጥ ምስጢር በግልጽ ይታያልና፡፡

ቅርጸ ፊደሉ እና ቀመረ ፊደሉ እንደሚያሳየን [ደ] አራት ገጾች ያለው ተዘዋዋሪ ደጃፍ ነው፡፡ ፊደሉን ልብ ብለን በትኵረት ስንመለከት የደጃፉ አራት ገጾች በመላ የሚሾሩበት ከላይ ከራሱ ክበባዊ ድምድማት አለው፡፡

የግእዝ ፊደላቱን ኹሉ እያስገባ ለአምላክ ምስጋናን የሚያቀርበው "ኖኀተ አእምሮ" የተባለው የግእዝ መጽሐፍ ፊደል [ደ] ላይ "ዳሌጥ ድድ መሠረት እግዚአብሔር" ይላል፡፡ ይኸውም [ድድ] ማለት መሠረት፣ ምዕማድ፣ ስክተት፣ ድምድማት፣ መደምደሚያ፣ የሕንጻ ራስ፣ የባጥ የመዋቅር መሠረት ወይም መጋጠሚያ ማለት ነው፡፡

ይኸም የኹሉ ራስ የኾነው [አ]ልፉ [እ]ግዚአብሔር በሰማይም በምድርም [ቤ]ት ውስጥ አራት አራት አድርጎ ያከናወናቸውን ግቡራን ፍጥረታቱን የሚመራ፣ የሚዘውር እንደኾነ ነው፡፡

ከእነዚኽ ውስጥ ለምሳሌ፡-

- አራቱ ዙፋኑን የሚሸከሙ መላእክት (የሰው ፊት፣ የአንበሳ ፊት፣ የላም ፊት፣ የንስር ፊት)
- አራቱ ሊቃነ ከዋክብት (ሕልመልመሌክ፣ ብርክኤል፣ ናርኤል፣ ምልኤል) ወይም (አልዴባራን፣ ሬጉለስ፣ አንታረስ፣ ፎማልሀውት)
- አራቱ ውስጣዊ (inner) "ቴሬስተሪያል" (terrestrial) ፕላኔቶች (ሜርኩሪ፣ ቬኑስ፣ መሬት እና ማርስ)
- አራቱ ውጫዊ (outer) "ጆቪያን" (Jovian) ፕላኔቶች (ጁፒተር፣ ሳተርን፣ ኡራኑስ እና ኔፕቲዩን)
- የዕለት የሰዓት ክፍልፋዮች (ጠዋት፣ ቀትር፣ ምሽት፣ መንፈቀ ሌሊት)
- አራት የጨረቃ ሰሌዳዎች (ልደተ ወርኅ፣ መንፈቀ ወርኅ፣ ምልአተ ወርኅ፣ ሕጸጸ ወርኅ)
- አራቱ አፍላጋት (ኤፌሶን፣ ግዮን፣ ጤግሮስ፣ ኤፍራጥስ)
- አራቱ ወቅቶች (መፀው፣ ሐጋይ፣ ጸደይ፣ ክረምት)
- አራቱ አግጣጫዎች (ምሥራቅ፣ ምዕራብ፣ ሰሜን፣ ደቡብ)
- አራቱ ባሕርያተ ሥጋ (እሳት፣ ውሃ፣ ነፋስ፣ መሬት)
- አራት መሠረታዊ የኬሚካል ንጥረ ነገሮች (ሃይድሮጂን፣ ካርበን፣ ናይትሮጅን እና ኦክስጅን)
- አራት መሠረታዊ ኃይሎችን (ስበት፣ ኤሌክትሮመግነጢሳዊ ኃይል፣ ኃይለኛ የኒውክሌር ኃይል፣ ደካማ የኒውክሌር ኃይል)

ስለ ፊደል [ደ] ዝርዝር በዚኽ መልኩ ከተመለከትን በመቀጠል ወደሚገኘው ፊደል [ሀ] በመኼድ ስለ ፊደሉ በሚገባ እንረዳለን፡፡

ምዕራፍ 6

ፊደል [ሀ]

በአበገደ በግእዝ አልፍ ቤት በዐምስተኛ ደረጃ ላይ የሚገኘው ፊደል [ሀ] ነው። ስሙ "ሆይ፣ ሀውይ" ሲባል፤ ቊጥሩ ዐምስት አኃዝ ሲኾን [ሀ] ኀምስት፤ ኀምስቱ ይባላል።

በግእዝ "ሆይ፤ ሀውይ" ማለት "ሀላዊ (የሚኖር፣ ነዋሪ)፣ "ህልው" (ያለ፣ የኖረ፣ የነበረ፣ የሚኖር፣ ነባር፣ ቀዋሚ፣ እውነት)፣ ዘሀሎ (የነበረ)፣ ከዋኒ፣ ክዉን፣ ዘኮነ" ማለት ነው።

ፊደል [ሀ] እና ስመ አምላክ

ፊደል [ሀ] "ያ[ህ]ዌ[ህ]፣ ኤሎ[ሂ]ም፣ ኤሎ[ሄ] የሚለው ስመ አምላክ የተመሠረተበት ሲኾን ያ[ህ]ዌ[ህ] ማለት "ሀላዊ፣ የነበረ፣ ነዋሪ፣ የሚኖር ማለት እንደኾነ ያመለክታል።

ፊደል [ሀ] ቅርጸ ፊደሉ ሦስት እንደኾነ ኹሉ በጊዜ የማይወሰን የጊዜ አስገኝ ኤሎ[ሂ]ም ከጊዜ ጋር ተያይዞ ሦስት ነገር በፊደል [ሀ] ይነገርለታል። እነዚኽም፡-

- [ሀ]ሎ - (ያለ፣ የነበረ)
- ና[ሁ] - (አኹንም ያለ)
- ይ[ሄ]ሉ - (የሚኖር)

እንደ ፍቺው [ህ]ላዌን የወከለ ፊደል [ሀ] በሦስት ቅርጽ እንደተዋቀረ ኹሉ በተመሳሳይ መልኩ ሦስቱ አካላት ያላቸውን ኅብረተ [ህ]ላዌን ይገልጻል። ይኽም ሊታወቅ "ሀውይ" የተባለው ይኽ ፊደል [ሀ] በቀመረ ፊደሉ ሲወጣ፡-

ቃል	የግእዝ ቃል	ቀመር
ሀ	ሀ	5
ው	ወ	6
ይ	የ	10

ድምር፡- 5 + 6 + 10 = 21 ይመጣል፡፡ 21 ማለትም ፍጹማን የኾኑ የሦስት ሰባቶች ድምር ነው፡፡ ይኸውም፡-

7 + 7 + 7 = 21

በተጨማሪም ልክ እንደ ሦስቱ የፊደሏ ቅርጽ በሦስቱ ሰማያት ያሉ መላእክት በዚኽች ፊደል [ሀ] መነሾዋ በኾነው ቃል "[ሃ]ሌ ሉያ" እያሉ ያለማቋረጥ ኤሎ[ሂ]ምን ያመሰግናሉ፡፡

በምድር ያሉ ካ[ህ]ናት ደግሞ በሦስት ክፍል ባለው [ሀ]ይከል ውስጥ ልክ እንደ ቅርጸ ፊደሏ በሰውና በእግዚአብሔር ፊት እጃቸውን ወደ ላይ በመዘርጋት በ[ሃ]ሌ ሉያ ያመሰግናሉ፡፡ [ሀ]ይከል ማለት መቅደስ፣ ምሥዋዕ፣ መንበረ ታቦት ማለት ነው፡፡

ፊደል [ሀ] በዐምስተኛ ተራ ቁጥር ላይ እንደምትገኝ ኹሉ ሦስት ጊዜ ቀመር 555 በማምጣት የቀመሯን አማናዊነት ሊያጕላው በ5ተኛው የሙሴ መጽሐፍ በዘዳግም በ5ተኛው ምዕራፍ በ5ተኛው ቁጥር ላይ ልክ እንደ ቅርጸ ፊደሉ በሰው እና በያህዌህ ፊት ነቢዩ ሙሴ እጁን ለምልጃ ዘርግቶ ቆሞ እንደነበር እንዲኽ ሲል ይገልጽልናል፡-

❖ "እኔ የእግዚአብሔርን ቃል እነግራችኍ ዘንድ በዚያን ጊዜ በእግዚአብሔርና በእናንተ መኻከል ቆሜ ነበር፡፡ እናንተ በእሳቱ ምክንያት ፈርታችኍልና፡፡ ወደ ተራራውም አልወጣችኹምና" (ዘዮ 5፥5)፡፡

በመኾኑም ቀመር 555 ሙሴ ያ[ህ]ዌ[ህ]ን ለመማለድ እጆቹን በዐምስተኛ ተራ ቁጥር ላይ እንደምትገኘው እንደ ፊደል [ሀ] ዘርግቶ የቆመ እንደነበረ ነው፡፡

ሙሴም በተራራው ላይ ሰማያዊት [ሀ]ይከል ተመልክቶ በዚያች አምሳል ምሥዋዕ ያለበትን [ሀ]ይከል ካጠናቀቀ በኋላ ነገደ እስራኤል ለደኅንነት መሥዋዕት ሊኾን በመዠመሪያው ቀን ከነገደ ይሁዳ የአሚናዳብ ልጅ ነአሶን 5 አውራ በጎች፣ 5 አውራ

ፍየሎች፣ 5 የአንድ ዓመት ተባት የበግ ጠቦቶችን አቅርቧል (ዘኍ 7፥17)።

ፊደል [ሀ] በሦስት ቅርጽ እንደተዋቀረችና ዐምስተኛ ተራ ቍጥር ላይ እንደምናገኛት [ሃ]ሌ የሚለው ቀመረ ፊደል ይኸነኑ ሲሰጥ፡-

ቃሉ	የግእዝ ፊደሉ	ቀመሩ
ሃ	ሀ	5
ሌ	ለ	30

በአጠቃላይ ሦስትንና ዐምስትን (3 እና 5) በአንድ ላይ አካትቶ 5 + 30 = 35 ይመጣል።

ኢትዮጵያ እና እደዊ[ሃ]

ቅርጸ ፊደሏ ወደ ላይ እንደ ተዘረጋ እጅ የኾነችው በእጅ ላይ እንዳሉ 5 ጣቶች አኃዛዊ ልኬቷ 5 የኾነችውን ፊደል [ሀ] መሠረት አድርጌ ይኸነን ታላቅ ጥበብ ያገኘንባት፣ በመጽሐፍ ቅዱስ ውስጥ ተደጋግማ የተጠቀሰች መጠሪያዋ 5 ፊደላት የኾነውን [ኢ][ት][ዮ][ጵ][ያ] የተሰጣት ቀመርን መዝሙረ ዳዊትንና ፊደል [ሀ] መሠረት አድርጎ መክፈት ተገቢ ነው።

በሥጋና በደማዊ ዕሳቤ ያይደለ በመንፈስ ቅዱስ ገላጪነት ክቡር ዳዊት በመዝሙሩ ላይ “ኢትዮጵያ ታበጽሕ እደዊ[ሃ] ኀበ እግዚአብሔር” (ኢትዮጵያ እጆቿን ወደ እግዚአብሔር ታደርሳለች (ትዘረጋለች)) በማለት በእጆቿ ላይ ፊደል [ሀ] ጨምሮላት “እደዊ[ሃ]” (እጆቿን) ሲል ዘምሮላታል (መዝ 67 (68)፡31)።

በአበገደ የግእዝ ቀመረ ፊደል እጆቿን እንደ ፊደል [ሀ] የዘረጋች ኢትዮጵያ በፊደሏ ልክ 5 መኾኗን ቀመሯን ስንመለከት የበለጠ እንደነቃለን። ይኸውም፡-

ቃል	የግእዝ ፊደል	ቀመር
ኢ	አ	1
ት	ተ	400
ዮ	የ	10
ጵ	ጰ	700
ያ	የ	10

ድምር፡- 1 + 400 + 10 + 700 + 10 = 1,121 ወደ አንድ አኃዝ ሲመጣ 1 + 1 + 2 + 1 = 5

ፊደል [ሀ] እና [ህ]ላዌ ሰብእ

ይኽ ፊደል [ሀ] እንደ ድምፁ ትንፋሽን መተንፈስን ያሳያል፤ ይኸውም የሰው ዘር ኹሉ "ሀሀሀሀሀ... ሁሁሁሁሁ..." እያለ በረዥሙ ይተነፍሰዋል። ያስገባዋል ያስወጣዋል።

ይኸውም በአፍንጫው የሕይወት እስትንፋስ በአምላኩ እፍ የተባለበት የሰው ልጅ ለመኖር ኤሌክትሮኑ 8፣ ፕሩቶኑ 8፣ ኒውትሮኑ 8 (888) የኾነውን ኦክስጅን በአፍንጫው ወደ ውስጡ ያስገባል። ኤሌክትሮኑ 6፣ ፕሩቶኑ 6፣ ኒውትሮኑ 6 (666) የኾነውን የተቃጠለውን ካርቦንዳይኦክሳይድ ከውስጡ ያወጣል።

ይኽቺ ፊደል [ሀ] ቊጥር ዐምስትን እንደመወከሏ ያ[ህ]ዌ[ህ]፣ ኤሎ[ሂ]ም ከአራቱ ባሕርያት ሰውን እንደፈጠረው "ወገብሮ እግዚአብሔር ለሰብእ እመሬተ ምድር" (እግዚአብሔር ሰውን ከምድር አፈር አበጀው) ካለ በኋላ ስለ 5ኛ ባሕርየ ነፍሱ "ወነፍኅ በገጹ መንፈሰ ሕይወት" (በገጹም የሕይወትን እስትንፋስ እፍ አለበት፤ ሰውም ሕያው ነፍስ ያለው ኾነ) በማለት ያስረዳናል (ዘፍጥ 2፡7)።

በዐምስተኛ ተራ ቊጥር ላይ በመቀመጥ 5ኛ ባሕርየ ነፍስን የወከለች የፊደል [ሀ] ቅርጽ ከታች፣ ከጐን እና ከጐን ሦስት

መስመሮችን መሥራቷ ነፍስ ሦስቱን ግብራት ማለትም ልብ፣ ቃል፣ እስትንፋስ ማስተባበሯን ያሳያል፡፡

ይኸውም ከነፍስ ከልብነቷ ከዊን ቃል ሲወለድ፤ እስትንፋስ ደግሞ ሀሀሀሀሀሀ እያለ ይወጣል፡፡ በመኾኑም እንደ ፊደል [ሀ] ቅርጽ በእነዚኽ በሦስቱ የተዋቀረው ሰው በሦስት ወገን ማለትም በማሰብ፣ በመናገርና በመሥራት ግብሩን ይከውናል፡፡

ፊደል [ሀ] አኃዛዊ ልኬቷ 5 እንደኾነ ኹሉ በተመሳሳይ በሦስቱ (በማሰብ፣ በመናገር፣ በመሥራት) ውስጥ 5 ግብራት አሉ፡፡ እነዚኽም፡-

በሐልዮ የሐሳብ ደረጃዎች ኹለት ናቸው እነዚኽም (ምናባዊ) እና ተመስጧዊ ይባላሉ፡፡ ወይም ነቅዐ ሐልዮ እና ቍርጥ ሐልዮ ናቸው፡፡

ኹለት የንግግር ደረጃዎች ሲኖሩን እነዚኽም (የልብ ቃላት እና የከንፈሮች ቃላት) ናቸው፡፡

ሰው ዐስቦ ተናግሮ የሚሠራው አንድ የድርጊት ደረጃ አለው፡፡

ዳግመኛም ሰው በ[ሀ]ላዌው በዐምስት ጾታ፣ በዐምስት ሕዋሳተ አፍ በቃላት የሚናገር ሲኾን፤ እነዚኽም፡-

- በጕረሮ የሚነገሩ፡- አ፣ ሀ፣ ሐ፣ ኀ፣ ዐ
- በትናጋ የሚነገሩ፡- ገ፣ የ፣ ከ፣ ቀ
- በምላስ የሚነገሩ፡- ደ፣ ጠ፣ ለ፣ ነ፣ ተ
- በከንፈር የሚነገሩ፡- በ፣ ወ፣ መ፣ ፈ፣ ጰ፣ ፐ
- በጥርስ የሚነገሩ፡- ዘ፣ ሰ፣ ጸ፣ ፀ፣ ረ፣ ሠ

ፊደል [ሀ] "ያ[ሀ]ዌ[ሀ]" በሚለው ስም ላይ ኹለት ጊዜ ይታያል፡፡

ይኽ መጠሪያ ያለው ያ[ሀ]ዌ[ሀ] በመጽሐፍ ቅዱስ ላይ ለመዠመሪያ ጊዜ ስሙን የቀየረው የአብራምን ነበር፡፡ ስሙንም አብር[ሃ]ም በማለት፤ ፊደል [ሀ] በስሙ መኻከል እንድትጨመር

አደረገለት፡፡ በዘፍ 17፥5 ላይ “ከዛሬም ዠምሮ እንግዲኽ ስምኽ አብራም ተብሎ አይጠራ ነገር ግን አብር[ሃ]ም ይኾናል፡፡ ለብዙ አሕዛብ አባት አድርጌኻለኹና” ይለዋል፡፡

በመኾኑም ፊደል [ሀ] ከ-[ሀ]ብት ጋር ተያይዞ ለሰው በጸጋ የሚሰጥ [ሀ]ብተ መንፈስ ቅዱስን ይጠቁማል፡፡

በዚኽ ምክንያት አብራም የተባለው የመዠመሪያ መጠሪያው ጐደሎ ሲኾን ፊደል [ሀ] የተጨመረለት አብር[ሃ]ም ግን ሙሉ ቊጥር እንደኾነ በቀመር እናወጣዋለን፡፡

ቃሉ	የግእዝ ፊደል	ቀመሩ
አ	አ	1
ብ	በ	2
ራ	ረ	200
ም	መ	40

ድምር፡- 1+2+200+40=243

ቃሉ	የግእዝ ወካይ ፊደል	ቀመሩ
አ	አ	1
ብ	በ	2
ር	ረ	200
ሃ	ሀ	5
ም	መ	40

ድምር፡- 1+2+200+5+40= 248

በመኾኑም ዐምስተኛዋ ፊደል [ሀ] በአብራም ስም ውስጥ በመግባቷ ምክንያት ከ243 ጐደሎ ቊጥር ወደ 248 ሙሉ ቊጥር እንደተሸጋገረ በዚኽ አውቀናል፡፡ ከዚኽ ጋር ተያይዞ ይኽቺ በአብር[ሃ]ም ስም ውስጥ የገባች ዐምስተኛዋ ፊደል መልሳ መላልሳ እንዴት እንደምትመጣለት በተወሰነ መልኩ ስናይ፡-

1ኛ) የአብርሃም ቀመር የኾነው 248ን ወደ አንድ አኃዝ ስንለውጠው 2 + 4 + 8 = 14 = 1 + 4 = 5

2ኛ) አብርሃም በዚኽ ዓለም የኖረው ዕድሜ 175 ዓመት ነው፡፡

3ኛ) አብርሃም የኖረበት ዓመት የተጻፈው በዘፍጥረት ምዕራፍ 25 ቍጥር 7 ላይ ሲኾን "አብርሃምም የኖረበት የዕድሜው ዓመታት እነዚኽ ናቸው፤ 175 ዓመት ኖረ" ይላል፡፡ ይኽ የተጠቀሰበት የዘፍጥረት ምዕራፍ 25 እና ቍጥር 7 ርስ በርስ ላይ ስናባዛቸው 25 X 7 = 175 ይሰጠናል፡፡ በዚኽ ቀመር የአብርሃም ዕድሜውን ተረድተናል፡፡

የፊደል [ሀ] ቀመር ዐምስትነት ሊታወቅ በፍጥረታት ኹማሮ እግዚአብሔር በመዠመሪያ የተናገረው "ለይኩን ብር[ሃ]ን" (ብር[ሃ]ን ይኹን) የሚለው ፊደል [ሃ] የተጨመረበት ቃል ሲኾን "ብር[ሃ]ን" የሚለው ቃል ለዐምስት ጊዜ ያኽል ተደጋግሞ ተጠቅሷል፡፡

ይኸውም ለዐምስት ጊዜ የተጠቀሰውን ፊደል [ሀ] በውስጡ የተጠቀሰበትን ብር[ሃ]ን የሚለውን ቃል ከዚኽ በታች እንዲኽ ይቍጠሩ፡-

- "እግዚአብሔርም ብርሃን ይኹን አለ፡፡ ብርሃንም ኾነ፡፡ እግዚአብሔርም ብርሃኑ መልካም እንደኾነ አየ፡፡ እግዚአብሔርም ብርሃንና ጨለማን ለየ፡፡ እግዚአብሔርም ብርሃኑን ቀን ብሎ ጠራው" (ዘፍ 1፥3-5)፡፡

ስለ ፊደል [ሀ] ዝርዝር በዚኽ መልኩ ከተመለከትን በመቀጠል ወደሚገኘው ፊደል [ወ] በመኼድ የፊደሉን ትርጕም በዝርዝር እንረዳለን፡፡

ምዕራፍ 7

ፊደል [ወ]

በአበገደ በግእዝ አልፍ ቤት በስድስተኛ ደረጃ ላይ የሚገኘው ፊደል [ወ] ነው። ስሙ "ዋዌ" ሲባል፤ ቊጥሩ ስድስት አኃዝ ሲኾን [ወ] ስድስት፣ ስድስቱ ይባላል።

የፊደል [ወ] ቀጥታ ፍቺ "እና" ማለት ሲኾን ቅርጸ ፊደሉ በግልጽ እንደሚያሳየው "ወገል፣ ዘለበት፣ ሽንገል፣ ሜንጦ፣ ቈላፋ ብረት፣ ቊልፍ" ማለት ነው።

ይኽም አያያዥ እንደኾነ በግልጽ የሚያሳይ ከመኾኑ ጋር ቊልፍ ማእከል ኾኖ ግራና ቀኙን እንዲያይዝ የፊደል [ወ] ኹለቱ ዳርና ዳር ያሉ ክበቦች አጫፋሪ አያያዥነቱን ይገልጻል።

ፊደል [ወ] እና ሥነ ፍጥረት

ይኽ ፊደል [ወ] አያያዥነቱ ሊታወቅ በመጽሐፍ ቅዱስ ለመዠመሪያ ጊዜ የተጠቀሰበትን ስናነብ የምናገኘው "በቀዳሚ ገብረ እግዚአብሔር ሰማየ [ወ]ምድረ" (በመዠመሪያ እግዚአብሔር ሰማይን [እና] ምድርን ፈጠረ) በሚለው ላይ ሲኾን በዚኽ ላይ ፊደል [ወ] አስገብቶ ሰማይን እና ምድርን ኹለቱንም [እና] ብሎ አያያዘበት (ዘፍጥ 1፥1)።

ሰማያውያኑም ምድራውያኑም ተፈጥረው ያበቁበት በ6 ቀናት ውስጥ መኾኑን የሚጠቊመው ለመዠመሪያ ጊዜ ፊደል [ወ] የተጠቀሰበትን በሚገባ ስንመረምረው ነው። ይኸውም [ሰ][ማ][የ] [ወ] [ም][ድ][ረ] በማለት ሦስት፣ ሦስት በድምሩ ስድስት ፊደል በኾኑት ውስጥ እንደ አያያዥ መኻከል ላይ ገብቶ የግዙፉና የረቂቁ ዓለም የፍጥረታት ጊዜን በመጠቆሙ ጭምር ነው።

በመኾኑም በፍጥረተ ዓለም ኲነት አንድ ራሱን የቻለ ፍጡር ስድስት ልኬቶች ሲኖሩት እነዚኽም ቀኝ፣ ግራ፣ ፊት፣ ዥርባ፣ ላይ፣ ታች ናቸው።

ይኽ ፊደል ቊጥሩ 6 አኃዝ ሲኾን [ወ] ስድስት፣ ስድስቱ ይባላል። ይኸውም እግዚአብሔር ሰማያውያን እና ምድራውያን ፍጥረታትን ከእሑድ እስከ ዐርብ ሲፈጥር ሰነበተ።

በስድስተኛው ዕለት ግን "ሰማያዊ [ወ]ምድራዊ" (ሰማያዊ እና ምድራዊ)፤ "መልአካዊ [ወ]እንስሳዊ" (መልአካዊ እና እንስሳዊ) ኹለቱን አስተባብሮ የያዘውን ሰ[ው] ፈጥሮ ሥራውን አጠናቀቀ።

ሰባት ፍጹም ሲኾን 6 ግን ሙሉ ሊኾን አንድ የጐደለው ነውና ቀመር 6 ፍጹም ያልኾነ ነገርንም የሚወክልበት ጊዜ አለ። ዳግመኛ ሰውም በ6ተኛው ዕለት ከመፈጠሩ ጋር ተያይዞ የሰው ቊጥር በመባልም ይታወቃል። ይኽም በዮሐንስ ራእይ ላይ "ቊጥሩ <u>የሰው ቊጥር</u> ነውና ቊጥሩም 666 ነው" ይላል (ራእ 13፡18)። 666 ቊጥርና ስድስተኛዋ ፊደል [ወ] ያላቸውን ትስስር በፊደል [ፀ] ላይ ይመልከቱ።

ፊደል [ወ] እና 6

ከላይ እንዳየነው ይኽ ፊደል [ወ] የሚወከልበት 6 ቊጥር ሰማያዊዉን ከምድራዊዉ አያያዥ ነውና። ቅዱስ ገብርኤልም አልፋ "አምላክ [ወ]ሰብእ" (አምላክም ሰውም) ኾኖ በማሕፀኗ እንደሚያድር ቅድስት ድንግልን ለማብሠር የመጣበት በ6ኛው ወር፣ በ6ኛው ሺሕ መኾኑን "[ወ]በሳድስ ወርኃ ተፈነወ ገብርኤል መልአክ" ከሚለው ገጸ ንባብ እንረዳን (ሉቃ 1፥26)።

ከዚኹ ጋር ተያይዞ ፊደል [ወ] በስድስተኛ ተራ ቊጥር መገኘቷን እንዳየን ኤልሳቤጥ [ወ]ንድ ልጇን ባገኘች በ6ኛው ወር እመቤታችን [ወ]ልድን በማሕፀኗ እንደምትፀንስ ቅዱስ ገብርኤል እንዲኽ ብሎ አበሠራት፡-

❖ "ወናሁ ኤልሳቤጥኒ እንተ እምአዝማድኪ ይእቲኒ ፀንሰት ወረከበት [ወ]ልደ ወናሁ ሳድስ ዝንቱ [ወ]ርኃ ለእንተ ይብልዋ መካን"

(እነሆ ዘመድሽ ኤልሳቤጥ ርሷ ደግሞ በእርጅናዋ [ወ]ንድ ልጅ ፀንሳለች። ለርሷ መካን ትባል ለነበረችው ይኽ ስድስተኛ [ወ]ር ነው) (ሉቃ 1፥36)

ፊደል [ወ] እና ሰዋስ[ው]

በቅዱስ መጽሐፍ ላይ ሰማይና ምድር የተገናኙበት የያዕቆብ መሰላል ሲኾን ያያዘውም መሰላል በፊደል [ወ] የተጠራው "ሰዋስ[ወ] ዘ[ወ]ርቅ" ነው። ቃሉም እንዲኽ ይላል

❖ "[ወ]ሐለመ [ወ]ይሬኢ ሰዋስ[ወ] ዘ[ወ]ርቅ [ው]ስተ ምድር [ወ]ርእሱ ይጐድእ ሰማየ [ወ]መላእክተ እግዚአብሔር የዐርጉ ወይ[ወ]ርዱ ቦቱ [ወ]እግዚአብሔር ይቀውም ቦቱ" (በዚያም ሌሊት በራእይ የወርቅ መሰላል ተተክሎ ከምድር እስከ ሰማይ ደርሶ አየ። መላእክትም ይወጡበት ይወርዱበት ነበር። በላዩም ላይ እግዚአብሔር ተቀምጦ አየ" (ዘፍ 28፡12)።

ፊደል [ወ] ቅርጹ እንደ "ሰዋስ[ወ] ዘ[ወ]ርቅ" መረገጫ መወጣጫ እርከን ያለው እንደኾነ ፊደሉን ወደ ላይ ገልብጠው ሲያቆሙትና ርስ በርስ ሲያይዙት ያስረዳል።

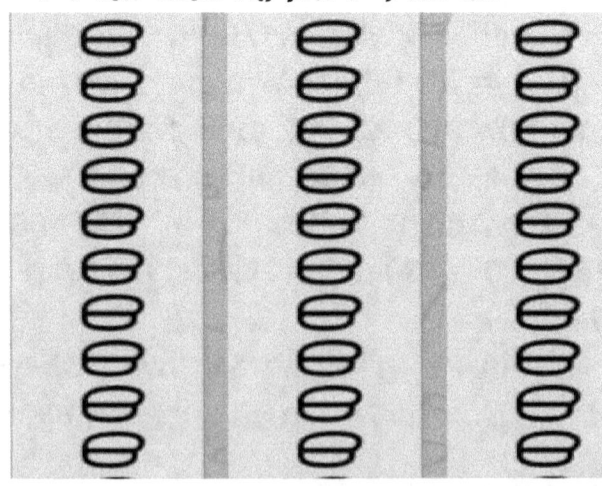

ፊደል ወ ወደ ላይ ተገልብጦ ቆሞ እንደ ሰዋስው ሲታይ

አያያዥ፣ አገናኝ የኾነው ዋዌ [ወ] በቀመረ ፊደል ሲቀመር ድንቅ ነገርን ያሳየናል። ይኸውም፡-

ቃሉ	የግእዝ ወካይ ፊደል	ቀመሩ
ዋ	ወ	6
ዌ	ወ	6

ድምር፡- 6 + 6 = 12 ነው።

በመጽሐፍ ቅዱስ ላይ 12 የረቂቁም የግዙፉም ሥነ ፍጥረት የተያያዘበት የተገናኘበት ቀመር ነው። ለምሳሌ ብናይ፡-

- 12ቱ መናዝል (የዞዲያክ መገብተ አውራኅ)
- 12ቱ ሰዓታተ መዓልት 12ቱ ሰዓታተ ሌሊት
- 12ቱ ወራቶች
- 12ቱ መሳክወ ፀሐይ
- 12ቱ ነገደ እስራኤል
- 12ቱ ሐዋርያት

በራእይ 21፥12-21 ላይ መንፈሳዊቷ ዓለም ኢየሩሳሌም ሰማያዊትም በ12 ቍጥር ምስጢራት የተዋቀረች የተገናኘች የተያያዘች ናት ይኸውም ያላትን በዝርዝር ስናይ፡-

- 12 ደጃፎቿ አሏት።
- 12 ጠባቂ መላእክት በደጆቿ ቆመዋል።
- 12ቱ የእስራኤል ነገዶች ስሞች ተጽፈውባታል።
- 12 መሠረቶች አሏት።
- በመሠረቶቿ የ12 ሐዋርያት ስሞች ተጽፎባታል።
- ስፋትዋ 12 ሺሕ ምዕራፍ ነው።
- ቅጥርዋ 144 ክንድ (12 x 12=144) ነው።
- ደጃፎችና የተሠሩባቸው በ12ቱ የከበሩ ዕንቊዎች ነው።

ከታላቁ መከራ የተረፉት ከ12ቱ ነገደ እስራኤል የታተሙት 144,000 ሰዎች ሲኾኑ ይህም በቍጥር ሲሰላ (12 x 12=144) ወይም 12 x 12,000 = 144,000 ነው (ራእ 7፥5-8)።

በሕይወት ውሃ ወንዝ አጠገብ ያለው የሕይወት ዛፍ የሚሰጠው ፍሬ ቍጥሩ 12ት ነው (ራእ 22፥2)፡፡

የሕይወትን ፍሬ የወለደችው የሕይወት ዛፍ ቅድስት ድንግል ማርያም በቤተ መቅደስ የተቀመጠችበት ዓመት 12 ሲኾን፤ ጌታችን በቤተ መቅደስ ተገኝቶ ምሁራኑን ጥያቄ የጠየቀበት ዕድሜው 12 ላይ ነው (ሉቃ 2፥42)፡፡

ሰውን ሰው የሚያሰኙት ሌሎችም ፍጥረታት የተዋቀሩባቸው የተያያዙባቸው 4ቱ ባሕርያት እያንዳንዳቸው ያላቸው ሦስት ሦስት ግብራት ሲደመር በአጠቃላይ 12 ነው (3×4=12)፡፡

የግእዝ ፊደላቱን ኹሉ እያስገባ ለአምላክ ምስጋናን የሚያቀርበው "ኆኅተ አእምሮ" የተባለው የግእዝ የጸሎት መጽሐፍ ፊደል [ወ] ላይ ሲደርስ፡- "[ው]ኩይ፣ ዘያ[ዋ]ኪ ብርሃን እግዚአብሔር" (የሚያበራ ብሩህ፣ ጽዱል፣ ብርሃን እግዚአብሔር) ይለዋል፡፡ [ዋካ] ማለት ፍቺው በግእዝ "ብርሃን፣ ውጋጋን፣ ወገግታ፣ በግታ፣ ጸዳል፣ ምዕዛር" ነው፡፡

ይኽንን ለመፍታት በፊደል [ወ] የሚዠምረውን "ዋካ" በቀመሩ ስናወጣው፡-

ቃሉ	የግእዝ መነሾ	ቀመር
ዋ	ወ	6
ካ	ከ	20

ድምር፡- 6 + 20 = 26 ነው፡፡ ቍጥር 26 ደግሞ "ብርሃን ዘበአማን" (እውነተኛ ብርሃን) የኾነው በስሙ ውስጥ ፊደል [ወ] ያለችው "ያህ[ዌ]ህ" እንደኾነ አስቀድመን አይተናል፡፡

ስለ ፊደል [ወ] በዚኽ መልኩ ከተመለከትን በመቀጠል ወደሚገኘው ፊደል [ዘ] በመኼድ በዝርዝር የፊደሉን ምስጢር በሚገባ እንረዳለን፡፡

ምዕራፍ 8

ፊደል [ዘ]

በአበገደ በግእዝ አልፍ ቤት በሰባተኛ ተራ ቍጥር ላይ የሚገኘው ፊደል [ዘ] ነው። ስሙ "[ዛ]ይ (ዛይን) [ዘ] ሲባል፤ ቍጥሩ ሰባት አኃዝ ሲኾን [ዘ] ሰብዐት፤ ሰብዐቱ ይባላል።

ቃሉም "ዘይኖ ዘይኖት" ካለው ንዑስ አንቀጽ ሲወጣ ፍቺው "ማልበስ፣ ማስታጠቅ፣ መሸለም፣ ማስጌጥ፣ ማሰለፍ፣ ማስጠረር፣ ጽሕምን ራስን መከርከም፣ ማበጠር፣ ፍጹም ጌጥ ፍጹም ሽልማት" ሲኾን "ንዋየ ሐቅል፣ የምድረ በዳ የጦር መሣሪያ" ማለትም ነው።

ፊደል [ዘ] እና ሰይፍ

ቅርጸ ፊደሉም ሲታይ ኹለቱ የግራና የቀኝ ምሰሶዎች የሰይፍ ዳር እና ዳር ሲመስሉ፤ እንደ መስመር ከመኻል ያለው የሰይፍ ሰገባ እጀታ ነው።

የፊደል ሊቃውንት እንደሚገልጹት በሰባተኛ ተራ ላይ የምትገኘው ፊደል [ዘ] ወካይነቷ [ዘ]መን ሲኾን ይኸውም የምንኖርበትን 7ተኛውን ጊ[ዜ]፣ [ዘ]መን ነው ይላሉ። ይኽም ሊታወቅ የስድስት ቀን የፍጥረት ታሪክ ላይ "ማታም ሆነ ጥዋትም ኾነ" የሚለውን ሐረግ ለስድስት ጊዜ ይደግማል። በሰባተኛው ቀን ግን ይኽነን ዐረፍተ ነገር ተትቷል።

ይኽም ሰባተኛው በ7ቱ አዕዋዳት፣ በ7ቱ ዕለታት የሚዘወር ያለንበት [ዘ]መን ሲኾን ርሱም ገና በኺደት ላይ ያለ ነው። ምክንያቱም ቀጣይ 8ኛ ፊደል ሕይወትን የምትወክል ፊደል [ሐ] ናትና ከዚኽ ከዘላለማዊ [ሕ]ይወት በተለየ መልኩ ያለንበት ዘመን በጠብ፣ በክርክር፣ በሰይፍ፣ በጦር መሣሪያ፣ በግድያ እና በግጭት የተመላ ስለኾነ ነው።

ስለዚኽ 7ኛ ዘመን ሔኖክ “ከዚኽም በኋላ በሰባተኛዪቱ ሱባዔ ወንጀለኛዋና ሥራዋ ብዙ የኾነ ትውልድ ትነሣለች፡፡ ሥራዋም ኹሉ ወንጀል ነው” ይላል (ሔኖ 35፥30)፡፡

ስለዚኽ የጠብ የክርክር ስላለንበት [ዘ]መን [አ]ልፋ ኢየሱስ እንዲኽ ይላል፡-

❖ “በምድር ላይ ሰላምን ለማምጣት የመጣኍ አይምሰላችኍ ሰይፍን እንጂ ሰላምን ለማምጣት አልመጣኹም፣ ሰውን ከአባቱ፤ ሴት ልጅንም ከእናትዋ፣ ምራትንም ከአማትዋ እለያይ ዘንድ መጥቻለኹና ለሰውም ቤተሰዎቹ ጠላቶች ይኾኑበታል” (ማቴ 10፥34-36)፡፡

ከ7ኛዋ ፊደል [ዘ] በመቀጠል ግን ሕይወትን የምትጠቁም ፊደል [ሐ] እንደምትተካ ጠብ ክርክር ከሚደረግባት በ7ቱ ዕለታት ከምትመራው ጊ[ዜ]ያዊት ከኾነች ከዚኽ ዓለም ኀልፈት በኋላ [ዘ]ላለማዊ [ሕ]ይወት የሚወረስባት [ዘ]ላለማዊ ጊዜ ያላት መንግሥተ ሰማያት ትተካለች፡፡

የጠብ የክርክር ነገር ከተነሣ ፈቃደ ሥጋም እንደ ሰይፍ የሚቈራርጥ ነውና በፊደል [ዘ] የሚዠምረው የወንድ [ዘ]ርዕ ወይም ዘርዕ መዝሪያ ሕዋሱን በመወከል በፊደል ሊቃውንት የ[ዘ] ትርጕም ይገለጻል፡፡ ይኽም ራስን ባለመግዛት ይኽ ሕዋስ የ[ዝ]ሙት የጠብ፣ የክርክር፣ የውጊያ መነሾ በመኾኑ ነው፡፡

ያዕቆብ በመልእክቱ ይኽነን ሲያጠነክር እንዲኽ ይላል፡-

❖ “እምአይቴ ለክሙ ጸብዕ ወቀትል አኮኑ እምዝየ እምአፍቅሮተ [ዝ]ሙት ዘይትገበር ውስተ አንጕዕክሙ” (ጸብና መጋደል ከየት የመጣላችኍ ነው? ከዚኽ በሰውነታችኍ ውስጥ የሚሠራ [ዝ]ሙትን ከመውደድ የተነሣ አይደለምን?” (ያዕ 4፥1)፡፡

ከላይ ፍቺውን እንዳየነው ጫፉ ክፍት የኾነው በመኻከል ግን ሰረዝ ያለበት የቆመ [ዘ] መልክአ ፊደሉ እንደሚገልጸው

ግ[ዝ]ረት የተፈጸመለት የወንድ [ዘ]ር መ[ዝ]ሪያ አካል ሲኾን፤ የመራቢያ ሕዋሱ ጫፉን የሸፈነውን ሸለፈት ተገ[ዝ]ሮ (ተቈርጦ) ወድቆለት የቃል ኪዳን ምልክት ግ[ዝ]ረት እንደተፈጸመለት ነው፡፡

ፊደል [ዘ] እና ሰንበት

ከሰባተኛዋ ፊደል [ዘ] በመቀጠል ፊደል [ሐ] ሕይወት [ሔ]ዋንን በመወከል ጉዞዋን ስትቀጥል፤ ፊደል [ዘ] በሌላ ትርጉሙ [ዘ]ውድ፣ ጌጥ፣ ሽልማት ማለት ነውና ሚ[ዝ]ት ለባሏ ዘውድ አክሊል ጌጥ ሽልማት መኾኗን ለአስተዋይ ሰው በፊደል መስታየትነት ታሳያለች፡፡

በተለይ [ሔ]ዋን በስድስተኛው ዕለት ለተፈጠረው ለአዳም [ዘ]ውድ፣ ጌጥ ኾናዋለች፡፡ በመዠመሪያው ሰው በአዳም የተነገረው የመዠመሪያው ቃል በፊደል [ዘ] የዠመረ ሲኾን እንዲኽ ይላል፡-

- “[ዛ]ቲ ዐፅም እምዐፅምየ ወሥጋ እምሥጋየ ለትኩነኒ ብእሲትየ እስመ እምታ ወጽአት ይእቲ”
  (ይኽቺ ከዐጥንቴ ዐጥንት ከሥጋዬ ሥጋ ናት፤ ርሷ ከወንድ ተገኝታለችና ሴት ትባል) (ዘፍ 2፥23)፡፡

በተመሳሳይ መልኩ [ሕ]ያወ ባሕርይ አምላክ ያረፈባት ሰባተኛዪቱ ዕለት ለስድስቱ የፍጥረታት ዕለታት ጌጥ ዘውድ ሽልማት ኾናቻዋለች፡፡ ይኽነንም ከዚኽ ቀጥለን እንመለከታለን፡፡

ከላይ እንዳየነው ሰባተኛው ፊደል [ዘ] የነፍስ ዕረፍተ [ዘ]መን የሚደረግበትን ዕረፍት የተደረገባትን የሰንበትን ጊ[ዜ] ይወክላል፡፡ ይኸውም ሊታወቅ በሰባተኛው ዕለት ፊደል [ዘ] አግብቶበት እንዲኽ ይገልጸዋል፡-

- “ወባረከ እግዚአብሔር ለዕለት ሳብዕት ወቀደሳ እስመ ባቲ አዕረፈ እምኵሉ ግብሩ ዘአኀ[ዘ] ይግበር”
  (እግዚአብሔር ሰባተኛዪቱን ቀን ባረካት ቀደሳት ሊሠራው ከዠመረው ሥራ ኹሉ አርፎባታልና) ይላል (ዘፍጥ 2፥3)፡፡

በመኾኑም በሰባተኛዋ በፊደል [ዘ] ላይ እንዳየነው 7ተኛዋ ዕለት ሰንበት [ዝ]ክር ያስፈልጋታልና በዘፀአት 20፡8 ላይ፦

❖ "ተ[ዘ]ከር ዕለተ ሰንበት ከመ ትቀድሳ"
(የሰንበትን ቀን እንድታከብራት አስብ)

በማለት ዝክሯን ገልጦታል። በፊደል [ዘ] የሚዠምረው [ዘ]መን በፊደል ቀመሩ አውጥተን ወደ አንድ አኃዝ ስናወርደው ይኽነኑ 7 ይሰጠናል። ይኸውም፦

ቃሉ	ወካይ ግእዝ	ቀመሩ
ዘ	ዘ	7
መ	መ	40
ን	ነ	50

ድምር፦ 7 + 40 + 50 = 97 = 9 + 7 = 16 = 1 + 6 = 7 ይኾናል።

ስለሰባተኛ ዕለት ምስጢር በሰባት በሰባት በሰባት ፊደላት ታስሮ ዐይን እያላቸው ለሚያዩበት ሊቃውንት የተገለጸውን ምስጢር በመዠመሪያው የዘፍጥረት 1፡1 "በቀዳሚ ገብረ እግዚአብሔር ሰማየ ወምድረ" ላይ ከዚኽ ቀጥለን እንመለከታለን።

- "በቀዳሚ ገብረ" — 7
- "እግዚአብሔር" — 7
- "ሰማየ ወምድረ" — 7

7 ፍጹም ነው። **777** ደግሞ የፍጹም ፍጹም ፍጹም ነውና በሦስቱ አካላት በአብ በወልድ በመንፈስ ቅዱስ መልካም እንደኾነ የታየው የፍጥረተ ዓለምን ክብር የሚያሳየውን **777** ይሰጣሉ። ይኸውም ድምሩ 21 ሲኾን ኻያ አንድም (3 × 7) ማለት ነው።

ይኽ ቍጥር ፍጹምነትን ማመልከቱ ሊታወቅ ፍጹም ይቅርታ ማድረግ እንደሚገባ በዚኹ ቃል [አ]ልፋ እንዲኽ አለ፦

❖ "ኢየሱስ እንዲኽ አለው፦ እስከ ሰባ ጊዜ 7 እንጂ እስከ 7 አልልኽም" (ማቴ 18፥22)

ሌላው አስገራሚ ምስጢር በቀጣይዋ 8ተኛ ፊደል [ሐ] ላይ 8 ሰዎች የተጠለሉባት [ሐ]መረ ኖኅ (የኖኅ መርከብ) እንደምትገኝ የኖኅ አባት ላሜህ በምድር ላይ የኖረው ዕድሜ 777 ነበረ (ዘፍ 5፥ 31)። (747 የሚልም አለ)።

የፊደል [ዘ] አኃዛዊ ዋጋ ቊጥር 7 ሲኾን በሥነ ፍጥረት በኹለንታ ውስጥ እጅግ ብዙ ቀመርን ጠቅልሎ ይዟል። ከእነዚኽ ውስጥ፡-

- ሰባቱ ሰማያት
- ሰባቱ ሊቃነ መላእክት
- ሰባቱ ባሕርያተ ሰብእ
- ሰባቱ የመቅረዝ አዕጹቅ
- ሰባቱ አጽራሓ መስቀል
- ሰባቱ የጸሎት ጊዜያት
- ሰባቱ ዕለታት
- ሰባቱ አህጉር
- ሰባቱ ውቅያኖስ
- ሰባቱ የቀስተ ደመናት ቀለሞች
- ሰባቱ አብያተ ክርስቲያናት
- ሰባቱ መናፍስት
- ሰባቱ ከዋክብት
- ሰባቱ መለከት
- ሰባት ጽዋዎች
- ሰባቱ አዕዋዳት ወዘተርፈ

የፊደል [ዘ] ዝርዝር በዚኽ መልኩ ከተመለከትን በመቀጠል ወደሚገኘው ፊደል [ሐ] በመኼድ የዚኽን ፊደል ምስጢር በዝርዝር እንረዳለን።

ምዕራፍ 9

ፊደል [ሐ]

በአበገደ በግእዝ አልፍ ቤት በስምንተኛ ተራ ቍጥር ላይ የሚገኘው ፊደል [ሐ] ነው። ስሙ "[ሐ]ውይ፣ ሐውት" ሲባል፤ ቍጥሩ ስምንት አኀዝ ሲኾን [ሐ] ስምንት፣ ስምንቱ ይባላል። "ሐውት፣ ሐይት" ማለት ፍቺው "ሕያው፣ ሕይወት" ማለት ነው።

ድምፁም እንደ ሆይ [ሀ] አይደለም፤ ጠንከር ያለና በጕረሮ ልክ እንደ ዐይን [ዐ] የሚነገር ነው። አንዳንዶች ግን በተለምዶ፣ ከምርምር ጒድለት ባለማስተዋል ከፊደል [ሀ] ጋር ድምፀታቸው ተመሳሳይ ይመስላቸዋል። ነገር ግን በቅርጽም፣ በድምፀትም፣ በቀመርም፣ በተራ ቍጥርም፣ በምስጢርም ይለያሉ።

ፊደል [ሐ] እና ፊደል ዘ

ከላይ ስናይ እንደመጣነው ስድስተኛው ፊደል [ወ] የስድስተኛውን ዕለት ፍጥረት "[ወ]ሬዛ" (ጕልማሳ) ወንድን ሲገልጽ፤ ቀጣይዋ ሰባተኛ ፊደል [ዘ] ለባሏ [ዘ]ውድ፣ ጌጥ የኾነችውን ሚ[ዝ]ት ትወክላለች።

ከፊደል [ዘ] በመቀጠል ፊደል [ሐ] በመምጣት [ሕ]ይወትን በመስጠት ኹለቱን ያዋ[ሓ]ዳቸው እግዚአብ[ሔ]ር እንደኾነ ትገልጣለች። ይኸውም በቅዱስ ወንጌል ላይ [ዘ]ላለማዊ [ሕ]ይወት የሚሰጥ [አ]ልፋ [ኢ]የሱስ እንዲኽ ሲል አስተማረ፡-

- "እንከሰኬ ኢኮኑ ክልኤተ አላ አ[ሐ]ዱ *ሥጋ* እሙንቱ [ዘ]እግዚአብሔር አስተጻመረ ሰብእ ኢይፍልጥ"
  (ስለዚኽ አንድ *ሥጋ* ናቸው እንጂ ወደ ፊት ኹለት አይደሉም። እግዚአብሔር ያጣመረውን እንግዲኽ ሰው አይለየው" (ማቴ 19፥6)።

ሌላው [ሐ] ቅርጸ ፊደሉ የሚያሳየው "[ሐ]ጹረ ኀይመት" የድንኳን ዐጥር (tent wall) ነው። ይኸም "[ሐ]ጹር" የሚለው የግእዝ ቃል "ዐጥር፣ ቅጥር፣ ከለላ፣ ወልወል፣ ከቤት ውጪ ከቅጥር ግቢ በቤት ግራና ቀኝ ፊት ለፊት ያለ" ተብሎ ይፈታል።

በመኾኑም በፊደል [ሐ] ዳርና ዳር ያሉ ቋሚዎች እንደ ዐጥር እንደ አውታር በመኾን ኀይመቱን (ድንኳኑን) እንደ [ሐ]ጹር (ግድግዳ) ለወንድ፣ ለሴት ለልጆች ይከፍሉታል።

ፊደል [ሐ] እና ዐዲስ ሕይወት

በፊደል [ሐ] የተወከለው ቍጥር 8 እንደኾነ ይታወቃል። በ7ቱ ዑደታት በ7ቱ ዕለታት ከሚመራ የጊዜ መሥፈርት የወጣና ከተፈጥሮ በላይ የኾነ የዐዲስ ነገር ዥማሮ የኾነ ቀመር ነው።

ምስጢሩም በ7ቱ አዕዋዳት፣ በ7ቱ ዕለታት የሚዘወረው የምድር ዘመን ካበቃ በኋላ በ8ኛው ሺሕ የሚኾን [ሐ]ዲስ [ሕ]ይወትን ትንሣኤ ሙታንን የሚመጣውን ዐዲስ ሕይወት ካስነሺው ጋር በአንድነት ያሳያል።

ይኸም ሊታወቅ ከእሑድ ዠምረን 1 ብለን ቈጥረን ቅዳሜን 7 ካልን በኋላ 8 ማለት ሲገባን እንደገና መልሰን እሑድ 1 እንላለን።

ይኸም ቍጥር 8 በዚኽ ዓለም ካለው የ7 ቍጥር ፍጹምነት በመውጣት ዘላለማዊ [ሕ]ይወታዊ ቀመርን ታመለክታለች።

ይኸውም ሊታወቅ ከአዳም ዠምሮ ስንቈጥር ልክ 8ተኛ ትውልድ ላይ ስንደርስ ለየት ያለ ነገር እናገኛለን። ይኸውም ረዥም ሕይወትን በምድር ላይ በብቸኝነት ያሳለፈው ማቱሳላ ብቻ ሲኾን 969 ዓመት ኖሯል (ዘፍ 5፡27)።

8ተኛ ትውልድ የኾነው ማቱሳላ የኖረበት ዕድሜን ስንቀምረው 9 + 6 + 9 = 24 ይመጣል።

24 ደግሞ የሕይወት ቀመር የኾነው **8 + 8 + 8** ሲደመር የሚመጣ ነው።

እያንዳንዱን ቍጥር ከ8 ጋር አባዝተን ካባዛነው አኃዝ ጋር ስንደምር ባባዛነው አኃዝ ልክ ቍጥሮችን በመደርደር ከሌሎቹ ቍጥር በተለየ መልኩ ዐዲስነቷን ታውጃለች፡፡ ይኸውም፡-

- 1 X 8 + 1 = 9
- 12 X 8 + 2 = 98
- 123 X 8 + 3 = 987
- 1234 X 8 + 4 = 9876
- 12345 X 8 + 5 = 98765
- 123456 X 8 + 6 = 987654
- 1234567 X 8 + 7 = 9876543
- 12345678 X 8 + 8 = 98765432
- 123456789 X 8 + 9 = 987654321

ፊደል [ሐ] እና ግዝረት

ከፊደል [ሐ] አስቀድሞ በነበረው በፊደል [ዘ] ላይ የዘርዐ መዝሪያ የኾነው የመራቢያ አካል ሽለፈት መቈረጥን እንዳየን በተራ ቍጥር 8 ላይ በመጣው በፊደል [ሐ] ደግሞ ይኽ ግዝረቱ ተፈጽሞ [ሐ]ዲስ ስምን የሚያገኘው በ8ተኛው ቀን እንደኾነ እናውቃለን (ዘፍ 16፥9-12)፡፡

ፊደል [ሐ] እና ሐመር

የዐዲስ ሕይወት ዠማሮ መኾኗ ሊታወቅ በተራ ቍጥር 8 ላይ የምትገኘው 8ትን የምትወክለው ፊደል [ሐ] በጥፋት ውሃ ጊዜ ልክ እንደ ቅርጿ ሦስት ክፍል ያላት [ሐ]መር (መርከብ) ኾና 8 ሰዎችን ማለትም (ኖኅና ሚስቱ፣ ሦስቱ ወንዶች ልጆቹ እና ሚስቶቻቸው) ከጥፋት ውሃ ድነዋል፡፡

እነዚኽ በሐመር ውስጥ የተረፉት 8 ሰዎች ዓለም በውሃ ከጠፋች በኋላ በዝተው ለሰው ልጅ ዐዲስ ዠምርን ያመለክታሉ፡፡

ይኽም ሊታወቅ ኖኅ ከ[ሐ]መር ከወጣ በኋላ የፍጥረታት [ሕ]ይወት እንደ ዐዲስ ይቀጥል ዘንድ ማ[ሕ]የዊ እግዚአብ[ሔ]ር፡-

“ወኢይደግም እንከ አማስኖቶ ለኵሉ ዘሥጋ ዘ[ሕ]ያው በከመ ገበርኩ” (ከዚኽ በፊት እንዳደረግኹት ሥጋ የለበሰውን በ[ሕ]ይወት ያለውን ኹሉ ዳግመኛ አላጠፋም) በማለት ቃል ኪዳንን ገብቶለታል (ዘፍጥ 8፥21)።

[ደ]ጃፍን በሚወክለው በአራተኛው ፊደል [ደ] ላይ አስቀድመን እንዳየነው አራት ወንዶችና አራት ሴቶች በ[ሐ]መሩ [ደ]ጃፍ በዳሌት ገብተው ለዐዲስ ሕይወት ኹማሮ ሊኾኑ 8ቱም ዳግመኛ በመውጣት ዐዲስ [ሕ]ይወትን ዠምረዋል። “ብዙ ተባዙ” ተብለው ከዚያም እንደገና ተባዝተው በ4ቱ ዐበይት በ4ቱ ንኡሳን በአጠቃላይ በ8ቱ የምድር አግጣጫዎች ሰፍተዋል።

ፊደል [ሐ] እና መሲ[ሕ]

በማቴዎስ ወንጌል መዠመሪያ “ወልደ ዳዊት፣ ወልደ አብርሃም” (የዳዊት ልጅ የአብርሃም ልጅ) የተባለው መሲ[ሕ] [ሕ]ይወት ነውና በስሙ ውስጥ ፊደል [ሐ] ገብታለች (ማቴ 1፥1)።

ስምንተኛዋ ፊደል ፊደል [ሐ] [ሕ]ይወትን ከመወከሏ ጋር ተያይዞ ከዕሴይ ባሕርይ ተወልዶ “የዳዊት ልጅ” ተብሎ የተጠራው [ሕ]ይወትን የሰጠን መሲ[ሕ] ከዕሴይ ልጆች የመረጠው 8ተኛውን ልጁን ዳዊትን ነው (1ኛ ሳሙ 16፥10)።

ወልደ ዳዊት የተባለ መሲ[ሕ] “እኔ የዳዊት ሥርና ዘር ነኝ፤ የሚያበራም የንጋት ኮከብ ነኝ” ብሎ ራሱን ገልጾልናል (ራእ 22፥16፤ 3፥7፤ 5፥5፤ ሉቃ 18፥38)።

መሲ[ሕ] ከርሱ ባሕርይ የተወለደለት አብርሃምም በተመሳሳይ መልኩ 8 ልጆችን የወለደ ሲኾን፤ ስሙን ከአብራም ወደ አብርሃም በመለወጥ ቤተሰቡ ኹሉ በ8ተኛው ቀን ግዝረትን እንዲፈጽሙ ጌታ ከርሱ ጋር ዐዲስ ቃል ኪዳንን አድርጓል (ዘፍ 17፥1-14)።

የአብርሃም ልጅ ተብሎ የተጠራ መሲ[ሕ] በተወለደ በ8ተኛው ቀን ላይ በቤተ ግዝረት "ኢየሱስ" ተብሎ ተጠርቶ ሕይወት የኾነ ስሙን ሰጥቶናል (ሉቃ 2፥21)።

ቀመር 888

"ኢየሱስ" የሚለው ስሙ በ8ኛው ቀን የወጣ ነውና 888 ስናነሣ [ሕ]ይወት የሰጠን የመሲ[ሐ]ችን የስሙ ቍጥር ነው። ይኽነንም ፊደል [ሐ] ከምትወክለው ከቍጥር 8 ቀመር ጋር አያይዘን ስንገልጸው "ኢየሱስ" የሚለው ስም ሐዲስ ኪዳን በተጻፈበት በጽርዕ ቀመረ ፊደል 888 ይሰጣል።

Ι	η	σ	ο	υ	ς
I	e	s	o	u	s
10	8	200	70	400	200

888

888 በግሪክ ቀመረ ፊደል "ኢየሱስ" ነው። ስሙ በጽርዕ ሲጻፍ Ιησους" (Iesous) ሲኾን

Ι አዮታ - 10፤

η ኢታ - 8፤

σ ሲግማ - 200፤

ο ኦሚክሮን - 70፤

υ ዩፕሲሎን - 400፤

ς ሲግማ - 200 ነው።

አጠቃላይ ድምሩ 10 + 8 + 200 + 70 + 400 + 200 = 888

ቀመር 888 ሕይወት ጌታን በሚጠቁሙ ቃላት ኹሉ እየገባ የኢየሱስን ሕይወትነት የሚያመለክት ሲኾን በዕብራይስጥ

ቀመረ ፊደል ውስጥ እንዴት እንደተቀመሩ ሠንጠረዡን ይመልከቱ፡፡ ለምሳሌ ነቢዩ ኢሳይያስ በምዕ 9፥6 ላይ፡-

- “ሕፃን ተወልዶልናል ወንድ ልጅም ተሰጥቶናልና፤ አለቅነትም በጫንቃው ላይ ይኾናል፡፡ ስሙም ድንቅ መካር፣ ኀያል አምላክ፣ የዘላለም አባት፣ የሰላም አለቃ ተብሎ ይጠራል”

በማለት ስለ መሲሕ ኢየሱስ የተናገረው በዕብራይስጥ ቀመረ ፊደሉ ሲቀመር 888 ይመጣል፡-

כי ילד ילד לנו בך נתך לנו ותהי הם שרה על שכמו ויקוא שמו פלא ירעץ אל גבור אביעד שר שלום

300 1 90 6 6 5 400 50 30

30 + 50 + 400 + 5 + 6 + 6 + 90 + 1 + 300 = 888

- “ከዕሴይ ሥር በትር ትወጣለች፤ ከርሷም አበባ ይወጣል” (ኢሳ 11፥1) በተጻፈበት በዕብራይስጥ ቋንቋ የኢሳይያስ ትንቢት ሲቀመር በተመሳሳይ 888 ይሰጣል፡፡

ויעאחטר מגזע ישי ונלר משרשיו יפרה ונחה עליו רוח יהוה רוח חכמה ובינה רוח עצה וגבורה רוח דאת ויראת יהוה והריחו ביראת יהוה

200 5 1 8 3 200 40 6 10 5 200 10 200

200 + 10 + 200 + 5 + 10 + 6 + 40 + 200 + 3 + 8 + 1 + 5 + 200 = 888

Ιησους	Χριστος	2368
I-10 + E-8 + S-200 + O-70 + U-400 + S-200 = 888	Ch-600 + R-100 + I-10 + S-200 + T-300 + O-70 + S-200 = 1480	
JESUS	CHRIST	

Ιησους	888	37 x 24 = 37 x 8 x 3 = 3 x 296 = 8 x 111
Χριστος	1480	37 x 40 = 37 x 8 x 5 = 5 x 296 = 8 x 185
Ιησους Χριστος	2368	37 x 64 = 37 x 8 x 8 = 8 x 296

ከዚኽ በታች በሠንጠረዥ ያሉት የቅዱሳት መጻሕፍት ክፍሎችም ቀመር 888 ሲሰጡ እንይ፡-

888

הארץ	השמים	אלהים	777
H*5+ (a)*1 + R*200 + Ts*90=296 the earth	H*5 + Sh*300 + M*40 + I*10 + M*40 = 395 the heavens	(a)*1+L*30+H*5+I*10+M*40 = 86 God	

המשיח	ישוע	749
H*5 + M*40 + Sh*300 + I*10 + Ch*8 = 363 Ha-Mashiach - the Messiah	Y*10 + Sh*300 + W*6 + (o)*70 = 386 Yeshua	

אל שדי	אהיה אשר אהיה	888
(a)*1 + L*30 + Sh*300 + D*4 + I*10 = 345 El Shadday - Almighty God	2x [(a)*1+H*5+I*10+H*5] + (a)*1 + Sh*300 + R*200 = 543 "I am who I am"	

משה	אהיה אשר אהיה	888
M*40 + Sh*300 + H*5 = 345 Moses	2x [(a)*1+H*5+I*10+H*5] + (a)*1 + Sh*300 + R*200 = 543 "I am who I am"	

אלהי יעקב	אלהי יצחק	אלהי אברהם	יהוה אלהים	888
Elohé Jacob = 228 God of Jacob	Elohé Isaak = 254 God of Isaac	Elohé Abraham = 294 God of Abraham	Yahweh Elohim = 112 YHWH God	

אל	כבוד	מספרים	השמים	888
EL: (a)*1 + L*30 = 31 *of* God	K*20+B*2+W*6+D*4 = 32 *the* glory	məsaphrim = 430 declare	Ha-shamayim = 395 The heavens	

שניתי	לא	יהוה	אני	888
300+50+10+400+10 = 770 *I do* change	L*30 + (a)*1 = 31 not	J*10+H*5+W*6+H*5 = 26 YHWH	(a)*1 + N*50 + I*10 = 61 I	

יהוה	בן	וילדת	הרה	העלמה	888
YHWH = 26 Yahweh (God)	ben = 52 Son	we-yoledet = 450 and bear	ha-rah = 210 *shall* conceive	ha-almah = 150 The virgin	

Ιησους	888
I*10 + E*8 + S*200 + O*70 + U*400 + S*200 = 888 JESUS	

ንጥረ ነገራትን ኹሉ ሰድሮ በያዘው የፔሪዮዲክ አርኬያዊ ሠንጠረዥ በ8ኛነት የሚገኘው ንጥረ ነገር በሕይወት እንድንኖር የሚረዳን የምንተነፍሰው ኦክስጅን ነው። እንደሚታወቀው በኦክስጅን አቶም ውስጥ የሚገኘው የፕሩቶንስ፣ ኒውትሮንስና ኤሌክትሮንስ ቍጥር በተመሳሳይ 8 8 8 ነው።

ይኸውም 8 ፕሩቶንስ፤ 8 ኒውትሮንስ፤ 8 ኤሌክትሮንስ ናቸው።

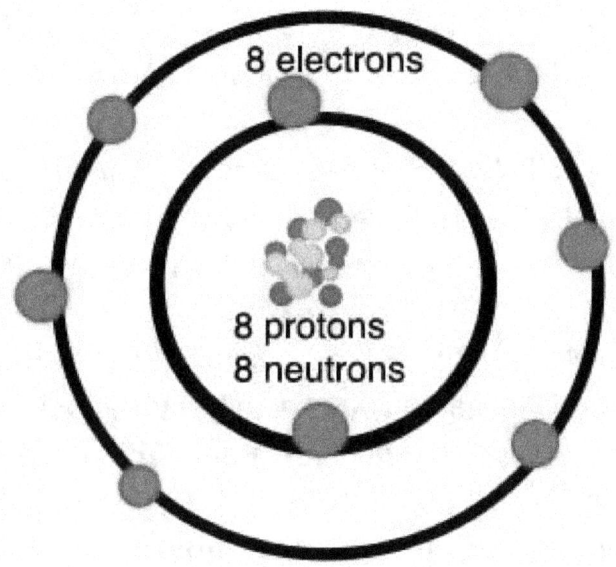

Image credited:pinterest.com

የፊደል [ሐ] ዝርዝር በዚኽ መልኩ ከተመለከትን በመቀጠል ወደሚገኘው ፊደል [ጠ] በመኼድ የፊደሉን ምስጢር በዝርዝር እንረዳለን።

ምዕራፍ 10

ፊደል [ጠ]

በአበገደ በግእዝ አልፍ ቤት በዘጠነኛ ተራ ቍጥር ላይ የሚገኘው ፊደል [ጠ] ነው። ስሙ "[ጠ]ይት" ሲባል፤ ቍጥሩ ዘጠኝ አኃዝ ሲኾን [ጠ] ተስዐት፣ ተስዐቱ ይባላል። ትርጕሙም "ሠናይት፣ ላሕይት፣ ጠባብ፣ ኄርት" ማለት ነው።

በፊንቂያውያን "[ጤ]ት" ማለት "በፍጥነት እየተሽከረከረ የሚኼድ ጕማ" እንደማለት ነው። ይኽም በእኛ በግእዙ "[ጠ]ብጠበ" (በአካኼድ ፈጠነ፣ ቸኰለ፣ ቀለጠፈ) እንዳለው ያለ ነው።

ሌላው ፍቺ "ጠየተ" ብሎ ይጤይት፣ ይጠይት ብሎ የሚረባ ሲኾን ፍቺውም "መረጠ፣ መራረጠ፣ አበጀ፣ አዘጋጀ" ማለት ነው ይኸውም ከምድር ዐፈር ውስጥ በሚገኝ ነገር ዐረር፣ ርሳስ፣ ጥይት ማበጃጀትን ኹሉ ያጠቃልላል።

ይኸውም በዘፍጥ 2፥7 ላይ "እግዚአብሔር አምላክም ሰውን ከምድር ዐፈር አበጀው። በአፍንጫውም የሕይወት እስትንፋስን እፍ አለበት። ሰውም ሕያው ነፍስ ያለው ኾነ" በማለት የአዳምን በ[ጥ]በብ መበጀት ይገልጻልና ፊደል [ጠ] ይኽነን ይጠቍማል።

ይኸው ከምድር በሚገኝ ዐፈር በጥበብ የተበጀው ያማረው የሰው ልጅ ነውና በግእዝ [ጦ]በ፤ [ጠ]ወበ፤ በዕብራይስጥ "ጦብ" ማስጌጥ፣ ማሳመር፣ መልካም ማለት ነው። ለመዠመሪያ ጊዜ በዘፍጥረት 1፥4 ላይ "ወርእዮ እግዚአብሔር ለብርሃን ከመ ሠናይ "ጦብ" ውእቱ" (እግዚአብሔርም ብርሃኑ መልካም "ጦብ" እንደኾነ አየ) በማለት የተጠቀሰ ነው። ጦቢት፣ ጦብያ ማለት ኹሉ መልካም የሚል ፍቺን ይዘው ይኼዳሉ።

[ጠ]ቢብ የኾነው አምላክ በ[ጥ]በብ የፈጠራቸውን ከዘፍጥረት 1፥4-25 ድረስ 6 ጊዜ "መልካም እንደኾነ አየ" የሚለውን ከላይ

ዝምሮ እየደጋገመ ከመጣ በኋላ በአርአያው በአምሳሉ በልዩ [ጥ]በብ አዳምን እጅግ አሳምሮ ከፈጠረ በኋላ ፊደል [ጠ] ተጨምራ ሰባተኛ ጊዜ “ጥቀ ሠናይ” (እጅግ መልካም) ይላል፡-

❖ “ወርእየ እግዚአብሔር ኵሎ ዘገብረ ከመ [ጥ]ቀ [ጦ]ብ (ሠናይ)” (እግዚአብሔር የፈጠረውን ፍጥረት ኹሉ እጅግ መልካም እንደኾነ አየ) (ዘፍ 1፥31)፡፡

ይኸውም እጅግ መልካም የኾነው ሰው ፍቺው 7 ማለት እንደኾነ ያጠይቃል (4ቱ ባሕርያተ ሥጋ + ሦስቱ ባሕርያተ ነፍስ = ሰባት (ሰብእ) ማለት ነውና፡፡

ቀመር 9

9 ቍጥርን የሚወክለው ፊደል [ጠ] የወተት ዘለላን የያዘ “[ጥ]ብ” (ጡት) የሚገልጽ ሲኾን የእናት የመጨረሻው የፅንስ ወር 9 ወር ነውና ያ ሲፈጸም በማሕፀን ያለው ልጅ ተወልዶ ወተትን ከ[ጥ]ብ (ከጡት) መጥባት የሚዠምርበት ነው፡፡

ፊደል [ጠ] 9 ቍጥርን ወክላ [ጠ]ቢብ ወልድ በ[ጥ]በብ [ጦ]ብ አድርጎ አስጊጦ ከእሑድ እስከ ዐርብ ድረስ በፈጠረውና መልካም እንደኾነ ባየው ዓለም ላይ ይኽ ቍጥር በ[ጥ]በብ እየገባ የሥራውን ድንቅነት ያውጃል፡፡

ከላይ እንዳየነው [ጠ]ቢብ እግዚአብሔር በድንቅ ጥበቡ ስለፈጠረው ፍጥረት የሚገልጸው “በቀዳሚ እና “እግዚአብሔር” የሚሉት ቃላት በተጻፉበት በዕብራይስጥ ቀመራቸው ርስ በርስ ሲደመሩ፡-

86 + 913 = **999**

“በቀዳሚ” (በረሺት)፤ “እግዚአብሔር” (ኤሎሂም) የሚሉት ቃላት በተጻፉበት በዕብራይስጥ ቀመራቸው ርስ በርስ ሲደመሩ፡-

“ገብረ” (ባራ) ፤ “ኤት” “ሀሻማይም” (ሰማየ) የሚሉት ቃላት በተጻፉበት በዕብራይስጥ ቀመራቸው ርስ በርስ ሲደመሩ፡-

395 + 401 + 203 = **999**

በመኾኑም በቍጥር ላይ ከፍተኛ ጥናትን ያደረጉ ጠበብት 9 ቍጥርን ከጥበብ ጋር አገናኝተው በነዚኽ ስም ይጠሩታል፡-

- ውሳጣዊ ጥበብ (inner-wisdom)
- "ዓለም ዐቀፍ መንፈሳዊ ሕጋጋት" (Universal Spiritual Laws)
- መንፈሳዊ አብርሆት (spiritual enlightenment)
- መንፈሳዊነት (sprituality) ይሉታል፡፡

የጥበብ ቀመር 9 ራሱንና ሌሎቹን ቍጥሮች ጨምሮ ከርሱ ጋር ተባዝቶ ከ0-7 ካሉት ቍጥሮች ጋር ሲደመር ከርሱ በፊት የነበረውን የፊደል [ሐ] ቀመር 8 ደርድሮ ሲያመጣ እንመልከት፡-

- 9 X 9 + 7 = 88
- 98 X 9 + 6 = 888
- 987 X 9 + 5 = 8888
- 9876 X 9 + 4 = 88888
- 98765 X 9 + 3 = 888888
- 987654 X 9 + 2 = 8888888
- 9876543 X 9 + 1 = 88888888
- 98765432 X 9 + 0 = 888888888

በፊደል [ጠ] ምድብ ያለውን ቍጥር 9 በፊደል [ጠ] የሚነገር [ጥ]በብን ይወክላል፡፡ የ9 የጥበብ ቀመርነቷ ሲታወቅ ጠቢቡ ሰሎሞን ልክ በምሳ 9፡1 ላይ "[ጥ]በብ ቤቷን ሠራች፤ ሰባቱንም ምሰሶቿዋን አቆመች" በማለት ይናገራል፡፡

በመኾኑም በፈ[ጣ]ሪ [ጥ]በብ የተበጁ ፍ[ጡ]ራንን በሙሉ ያቅፋልና ዘጠኝ ከ0 እስከ 9 ካሉት ቍጥሮች ጋር ቢደመር፤ የሚመጣው ውጤትም ቢደመር መልሶ 9 በመሆኑ የፊደል [ጠ] 9 ቍጥርን [ጥ]በባዊ ቀመር ድንቅ ያደርገዋል፡፡

በምሳሌ ለማሳየት ከ0 — 9 ያሉትን ቍጥሮች ደምረን የመጨረሻ ውጤቱ መልሶ 9 እንደኾነ ከዚኽ በታች እንመልከት፡-

- 0+1+2+3+4+5+6+7+8+9 = 45
- ይኽነን 45 ውጤት ወደ አንድ አኃዝ ስንደምረው 4+5 = 9 ነው።

ወይም 9 ቍጥርን አውጥተን ከ1-8 ያሉትን ደምረን እንይ፡-

- 1+2+3+4+5+6+7+8 = 36

ይኽነን ያገኘነውን 36 ውጤት መልሰን ብንደምር ውጤቱ ስንደምረው 3+6 = 9 ነው። የፈለግነውን ቍጥሮች ኹሉ በ9 አባዝተን ውጤቱን እስከ መጨረሻው ብንደምር ተመልሶ 9 ይሰጣል።

ቁጥሮች በ9 ሲባዙ	የሚሰጡት ውጤት
2 X 9	18 → 1+8=9
3 X 9	27 → 2+7=9
4 X 9	36 → 3+6=9
5 X 9	45 → 4+5=9
6 X 9	54 → 5+4=9
7 X 9	63 → 6+3=9
8 X 9	72 → 7+2=9
9 X 9	81→ 8+1=9
10 X 9	90→ 9+0=9
11 X 9	99→ 9+9=18→ 1+8= 9
12 X 9	108→ 1+0+8= 9
13 X 9	117→ 1+1+7= 9

[ጥ]በብ ወልድ ዓለምን ፈ[ጥ]ራ እንደ 7 ምሰሶዎች 7ት ዕለታትን ለሰጠችው ለዚኽ ዓለም መገልገያ ዕለትን፣ ሳምንትን፣ ዓመትን በጥበብ እንድንቀምር የተሰጡን ሴኮንዶችና ደቂቃዎች፤ ኹሉ ውጤታቸው በፊደል [ጠ] ልክ 9 ነው።

- በአንድ ዕለት ያሉት ደቂቃዎች ብዛት 1440 ደቂቃ ይኾናል። 1+4+4+0= 9

- በአንድ ሰዓት ውስጥ ያሉ የሴኮንዶች ብዛት 3600 ነው፡፡ 3+6+0+0=9
- በአንድ ዕለት ውስጥ ሴኮንዶች ብዛት 86400 ይኾናል፡፡ 8+6+4+0+0= 18 → 1+8=9
- በአንድ ሳምንት ውስጥ ያሉ ደቂቃዎች 10,080 ነው፡፡ 1+0+0+8+0= 9
- በአንድ ሳምንት ውስጥ ያሉ ሴኮንዶች 604,800 ይኾናሉ፡፡ 6+0+4+8+0+0= 18 → 1+8=9

በአንድ ዓመት ውስጥ ያሉት ደቂቃዎች 525,600 ናቸው፡፡ 5+2+5+6+0+0+0= 18 → 1+8=9

በአንድ ዓመት ውስጥ ያሉት ሴኮንዶች 31,536,000 ናቸው፡፡ 3+1+5+3+6+0+0+0= 18 → 1+8=9

ሌላው የ9 ቍጥር ጥበባዊነት በዚኽ አያበቃም ከ0-9 ያሉት ቍጥሮች ከ9 ጋር ተባዝተው ሲደመሩ ቍጥር አንድን (1) ብቻ እየደጋገሙ መስጠታቸው አስገራሚ ነው፡፡

የሚደጋገመው ቍጥር አንድ ብዛት ደግሞ የተደመረውን ቍጥር ያኽል መኾኑ ደግሞ ቍጥር 9ን የበለጠ ድንቅ ያደርገዋል ይኽነንም በሒሳባዊ ሥሌት ከዚኽ በታች እናስቀምጣለን፡፡

ከ9 ጋር ብዜትና ድምር	ውጤቱ
0 X 9 + 1	1
1 X 9 + 2	11
12 X 9 + 3	111
123 X 9 + 4	1111
1234 X 9 + 5	11111
12345 X 9 + 6	111111
123456 X 9 + 7	1111111
1234567 X 9 + 8	11111111
123456789 X 9 + 10	1111111111

ሌላው አስገራሚ የ9 ቁጥር ጉዳይ በማካፈል ውስጥ ያለው ድርሻ ሲኾን ያለ ቀሪ ከሚካፈሉት ውጪ ያሉት ቁጥሮች ከነጥብ በኋላ ያሉት ኹሉ ተመሳሳይ ቁጥርን እስከ ረጅም አኃዝ ድረስ እንዲይዙ ያደርጋል፤ ይኽነን በምሳሌ እንይ፡-

ቁጥሮች ለ9 ሲካፈሉ	የሚሰጡት ውጤት
2÷9	0.2222222222
4÷9	0.4444444444
5÷9	0.555555555…
6÷9	0.666666666…
7÷9	0.777777777…
33÷9	3.666666666…
100÷9	11.1111111111

እንዲኽ እያላችኍ ከ9 ጋር በማካፈል የፈለጋችኹትን ቍጥር እየቀመራችኍ መቀጠል ትችላላችኍ፡፡ ከዚኽ ጋር ተያይዞ የሚያስደምመው ነገር ማንኛውንም ነገር የፈለግነውን ቍጥር ከ9 ጋር ስንደምር መልሶ ያው የደመርነውን ቍጥሩን ስናባዛ ደግሞ መልሶ 9 መስጠቱ ነው፡፡ በምሳሌ የተወሰነ እንመልከት፡-

የ9 ድምር	የ9 ብዜት
2+9=11→1+1=2	2X9=18→1+8=9
3+9=12→1+2=3	3X9=27→2+7=9
4+9=13→1+3=4	4X9=36→3+6=9
5+9=14→1+4=5	5X9=45→4+5=9
6+9=15→1+5=6	6X9=54→5+4=9
7+9=16→1+6=7	7X9=63→6+3=9
8+9=17→1+7=8	8X9=72→7+2=9
9+9=18→1+8=9	9X9=81→8+1=9

ሰሎሞን በመጽፈ ምሳሌ ምዕ 3፡19 ላይ በአድናቆት፡-

❖ "እግዚአብሔር በ[ጥ]በብ ምድርን መሠረተ፤ በማስተዋልም ሰማያትን አጸና" ይላል፡፡

ፍጥረታትን የሚመራ እግዚአብሔር ፈ[ጣ]ሬ ፍ[ጥ]ረታት [ጠ]ቢብ [ጠ]ቢባን መኾኑን 9 ቍጥርን የወከለች ፊደል [ጠ] እየመሰከረች ትገዛለች፡፡ ይልቁኑ ከ2 አኃዝ እስከ 10 አኃዝ ያሉትን ቍጥሮችን ኹሉ ገለባብጠንም አቀያይረንም ብንቀንሳቸው የመጨረሻ ውጤታቸው ተመልሶ በፊደል [ጠ] አኃዛዊ ልኬት 9 በመምጣት ጥበባዊ ጉዞዋን ታሳያለች፤ ለምሳሌ፡-

- ባለ 2 አኃዝ ቍጥሮች፡- 21 - 12 = 9
- ባለ 3 አኃዝ ቍጥሮች፡- 210 - 012 = 198 (1+9+8 = 18 → 1+8=9)
- ባለ 4 አኃዝ ቍጥሮች፡- 6543 - 3456 = 3087 (3+0+8+7 =18 → 1+8=9)
- ባለ 5 አኃዝ ቍጥሮች፡- 65432 - 23456 = 41976 (4+1+9+7+6 =27 → 2+7=9)
- ባለ 6 አኃዝ ቍጥሮች፡- 543210 - 012345 = 530865 (5+3+0+8+6+5 = 27 → 2+7=9)
- ባለ 7 አኃዝ ቍጥሮች፡- 7654321 - 1234567 = 6419754 (6+4+1+9+7+5+4 = 36 → 3+6=9)
- ባለ 8 አኃዝ ቍጥሮች፡- 76543210 - 01234567 = 75308643 (7+5+3+0+8+6+4+3 = 36 → 3+6=9)
- ባለ 9 አኃዝ ቍጥሮች፡- 876543210 - 012345678 = 864197532 (8+6+4+1+9+7+5+3+2 = 45 → 4+5=9)
- ባለ 10 አኃዝ ቍጥሮች፡- 9876543210 - 0123456789 = 9753086421 (9+7+5+3+0+8+6+4+2+1) = 45 → 4+5=9)

በፊደል [ጠ] ላይ በዝርዝር ስለ "ጥበብ" አይተናል፡፡ የጥበብ ፍቺ ግን ኹለት ነው፡፡ ይኸውም በመልካም ነገር ሲፈታ "ዕውቀት፣ ብልኀት፣ ፈሊጥ፣ መራቀቅ፣ መጠበብ፣ መፈልሰፍ" ማለት ነው፡፡ በአሉታዊ ሲፈታ ደግሞ "ተንኰል" የሚል ፍቺም አለው፡፡ ይኸውም ተንኰለኛውን እባብ ይወክላል፡፡

ይኸውም በዘፍ 3፥1 ላይ እንዲኽ ይገልጠዋል፡-

- "ወአርዌ ምድርሰ ይ[ጠ]በብ እምኵሉ አራዊት ዘገብረ እግዚአብሔር"

(የምድር እባብ ግን እግዚአብሔር ከፈጠራቸው ከምድር አውሬ ኹሉ ተንኰለኛ ነበር)፡፡

በመኾኑም ፊደል [ጠ] አማናዊ ጥበብን ከሐሰተኛ ጥበብ እንድንለይ ቀመሯን ዘጠኝ ላይ አድርጋ ትጠቁማለች፡፡

ይኸውም አእምሮ ለብዎ የነበራቸው አዳምና ሔዋንን በተንኰላዊ መ[ጠ]በብ የመጣውን እባብ ሳይመረምሩ "ይኽነን ብትበሉ ዐይናችኹ ይከፈታል" ሲላቸው፤ "አኹንስ ዕዉራን ነን?" ብለው ሳይመልሱለት፤ "እንደ እግዚአብሔር ትኾናላችኊ" ሲላቸው፤ "የዛፍ ፍሬ በመብላት አምላክነት ከተገኘ ለምን አንተ በልተኽ አምላክ አትኾንም?" ሳይሉት በመጕምዠት ከዕፀ ሕይወት ይልቅ ዕፀ ጥበብን መርጠው ወድቀዋል፡፡

በመኾኑም ከዚኽ የእባብ ተንኰል ለመዳን በፊደል [ጠ] የሚዠምረውን "[ጠ]ይቆት" መያዝ ያስፈልጋል፡፡ [ጠ]ይቆት" ማለት በግእዝ "መጠየቅ፣ መመርመር፣ ጠይቆ መርምሮ ማወቅ፣ መረዳት፣ ልኩን፣ ድርሱን፣ ርግጡን ማግኘት ማለት ነው፡፡

የፊደል [ጠ] ዝርዝር በዚኽ መልኩ ከተመለከትን በመቀጠል ወደሚገኘው ፊደል [የ] በመኼድ ስለቀጣዩ ፊደል በዝርዝር እንረዳለን፡፡

ምዕራፍ 11

ፊደል [የ]

በአበገደ በግእዝ አልፍ ቤት በዐሥረኛ ተራ ቍጥር ላይ የሚገኘው ፊደል [የ] ነው። ስሙ "[የ]ማን፣ [ዮ]ድ" ሲባል፤ ቍጥሩ ዐሥር አኃዝ ሲኾን፤ [የ] ዐሠርት፣ ዐሠርቱ ይባላል።

[የ]ማን ማለት በግእዝ ቀኝ፤ [ዮ]ድ ማለት በዕብራይስጥ "[ያ]ድ" ሲባል ፍቺው "እድ" (እጅ) ማለት ነው። የፊደሉም ቅርጽ "[የ]ማናዊ እዱ" (ቀኝ እጁ) ወደ ላይ የተዘረጋ ነው።

ፊደል [የ] እና ስመ አምላክ

[ያ]ህዌህ የሚለው ስመ አምላክ መነሻ ፊደሉ [የ] ነው። በእኛ ቋንቋ በግእዝ ኢ[የ]ሱስ ስንልም ከፊደል [አ] በመቀጠል ፊደል [የ] ትገባለች። በዕብራይስጥ ግን በፊደል [አ] ሳይኾን የሚዠምሩት ዕዝል ቅጽል በሌላት እንደ ነጥብ፣ እንደ ጭረት በኾነችው በ[ዮድ] በመዠመር "[የ]ሹአ" (ישוע) በማለት ይጠሩታል።

ሐዲስ ኪዳን በተጻፈበት በጽርዕ ቋንቋ የስሙን የመዠመሪያ ፊደል [የ]ውጣ (IOTA) Iēsous (Ἰησοῦς) ይጽፋሉ።

ሊቁ ቅዱስ ኤፍሬም ይኽነን ይዞ በእሑድ ውዳሴ ማርያም ላይ፡- "ቀዲሙ ዜነወነ በ[የ]ውጣ እንተ ይእቲ ቀዳሜ ስሙ ለመድኀኒነ ኢየሱስ ክርስቶስ" (መድኀኒታችን ኢ[የ]ሱስ ክርስቶስ የመዠመሪያ ስሙን በ[የ]ውጣ ነገረን) በማለት የኢ[የ]ሱስ የስሙ መነሻ ፊደልን በምስጢር ጠቁሟል። ከዚኽ በተጨማሪ፡-

- አዶና[ይ]
- ኤልሻዳ[ይ]

የፊደል [የ] ምድብን በውስጣቸው አካተዋል።

ኢ[የ]ሱስ ከእነርሱ ወገን ሊወለድባቸው ከመረጣቸው ውስጥ የጌታ የመሥዋዕትነቱ ምሳሌ የኾነው የአብርሃም ልጅ [ይ]ስሐቅ፣

የዐሥራ ኹለቱ ነገደ እስራኤል አባት [ያ]ዕቆብ መነሻ ፊደላቸው የፊደል [የ] ምድብ ነው፡፡

ከያዕቆብ ወገን እንደሚወለድ ለማጠየቅ በሰው አምሳል እስከ ንጋት ድረስ ከታገለው በኋላ "ስምኽ እስራኤል ይባል" ብሎ ለመዠመሪያ ጊዜ ስም አወጣለት (ዘፍጥ 32፥28)፡፡ የዕብራይስጥ ቋንቋ ተናጋሪዎች ግን እንደኛ በፊደል [እ] ሳይኾን የሚዠምሩት በፊደል ዮድ [ዪ] יִשְׂרָאֵל, በማለት ነው፡፡

ከተማዋንም "ኢየሩሳሌም" ሳይኾን በፊደል [የ] በመዠመር "የሩሻላይም" (יְרוּשָׁלַיִם) በማለት ይጠራሉ፡፡

[ያ]ዕቆብ ከወለዳቸው ከ12ቱ ነገደ እስራኤል ውስጥ ኢ[የ]ሱስ የተወለደው የስሙ መነሻ ፊደል በ[የ] ምድብ ከኾነው ከነገደ [ይ]ሁዳ በመቀጠልም ከዕሤ[ይ] ባሕርይ ነበር፡፡

ኢ[የ]ሱስ መርጦ እናቱ ያደረጋት ቅድስት ድንግል ማር[ያ]ም በስሟ ውስጥ ፊደል [የ] ይገኛል፡፡

ሦስት መዓልት ሦስት ሌሊት በከርሠ መቃብር የማደሩን ነገር ምሳሌ አድርጎ ያስተማረበት ነቢይ በዓሣ ዐንበሪ ኾድ ውስጥ ሦስት መዓልትና ሦስት ሌሊት የተቀመጠውን በፊደል [የ] ምድብ ያለውን ነቢዩ [ዮ]ናስን ነበረ (ማቴ 12፥40)፡፡

ፊደል [የ] እና የ[ያ]ህዌህ [የ]ማናዊት እጅ

የፊደል [የ] ፍቺዋ "[የ]ማናዊት እድ" (ሥልጣን ያላት ቀኝ እጅ) ሲኾን የምትወክለው አኃዝ ደግሞ 10 እንደኾነ ከላይ አይተናል፡፡ ይኽም ድንቅ እጅ ሥልጣንን የሚያደርግ የተዘረጋው ጽኑ የኾነ እጅ ከላይ በስሙ ውስጥ ፊደል [የ] ያለው [ያ]ህዌህ፣ ኢ[የ]ሱስ ነው፡፡

ነቢዩ ዳዊት በ[ዮ]ድ ዝማሬው መዠመሪያ ላይ፦

- "እደዊከ ገብራኒ ወለሐኳኒ"
(እጆችኽ ሠሩኝ አበጃጁኝም) (መዝ 118 (119)፥73) በማለት ምስጢሩን በመግለጽ አመስግኖበታል፡፡

በመኾኑም የእግዚአብሔር የእጆቹ ሥራዎችን ብቻ በሚናገረው በኦሪት ዘፍጥረት ምዕራፍ 1 ላይ "ብዙ ተባዙ" ከሚለው ለባሕር ፍጥረታት እና ለየብስ ፍጥረታት ከተነገረው ቃለ በረከት ጋር "እግዚአብሔርም አለ" የሚለው ቃል ለዐሥር ጊዜያት ያኽል ተደጋግሞ ተነግሯል፡፡ ይኽም በተራ ቊጥር 10 ላይ ኾና የያህዌህ የእጅ ሥራን የምትመሰክረውን የፊደል [የ] አማናዊ ምሳሌነትን አረጋገጠ፡፡

በፊደል [የ] ምድብ የተዠመሩትን ዐሥሩን ስናያቸው፡-

1ኛ. "[ይ]ቤ እግዚአብሔር ለይኩን ብርሃን" (እግዚአብሔርም ብርሃን ይኹን አለ) (ዘፍ 1:3)

2ኛ. "[ይ]ቤ እግዚአብሔር ለይኩን ጠፈር ማእከለ ማይ" (እግዚአብሔርም በውሃ መኻከል ጠፈር ይኹን አለ) (ዘፍ 1:7)

3ኛ. "[ይ]ቤ እግዚአብሔር ለይትጋባእ ማይ ዘመትሕተ ሰማይ ውስተ አሐዱ መካን ወያስተርኢ የብስ" (እግዚአብሔር ከሰማይ በታች ያለ ውሃ በአንድ ቦታ ላይ ይወሰን፤ የብስ ይገለጥ አለ) (ዘፍ 1:9)

4ኛ. "[ይ]ቤ እግዚአብሔር ለታብቊል ምድር ሐመልማለ ሣዕር ዘይዘራዕ በበዘርዑ ወበበዘመዱ ወበበአርአያሁ ወዕፀ ዘይፈሪ ወይገብር ፍሬሁ ዘእምውስቴቱ ዘርዑ ዘይወፅእ ወዘይከውን በበዘመዱ ዲበ ምድር" (እግዚአብሔርም ምድር በየዘሩ በየወገኑ በየመልኩ የሚዘራውን የሣር ቡቃያ የሚያፈራውን ፍሬ የሚሰጠውን ዘሩ ከውስጡ የሚገኘውን በምድር ላይ በየወገኑ የሚተከለውን የሚበቅለውን ተክል ታውጣ አለ) (ዘፍ 1:11)

5ኛ. "[ይ]ቤ እግዚአብሔር ለይኩኑ ብርሃናት ውስተ ጠፈረ ሰማይ" (እግዚአብሔርም አለ በሰማይ ጠፈር ውስጥ ብርሃናት ይኹኑ) (ዘፍ 1:14)

6ኛ. "[ይ]ቤ እግዚአብሔር ለታውፅእ ማይ ዘይትሐወስ ዘቦ መንፈሰ ሕይወት ወአዕዋፈ ዘይሠርሩ መልዕልተ ምድር

ወመትሕተ ሰማይ" (እግዚአብሔርም ውሃዪቱ የሚንቀሳቀሰውን የሕይወት እስትንፋስ ያለውን ከምድር በላይ ከሰማይ በታች የሚበርሩ ወፎችን ታውጣ አለ) (ዘፍ 1፥20)

7ኛ. "[ይ]ቤ ብዝኁ ወተባዝኁ ወምልእዋ ለቀላይ" (እግዚአብሔርም አለ ብዙ ተባዙ ባሕርንም ምሏት) (ዘፍ 1፥22)

8ኛ. "[ይ]ቤ እግዚአብሔር ለታውጽእ ምድር ዘመደ እንስሳ ወዘይትሐወስ ወአራዊተ ምድር በበዘመዶሙ" (እግዚአብሔር ምድር የእንስሳትን ወገን የሚንቀሳቀሰውንም የምድር አራዊትንም በየወገናቸው ታውጣ አለ) (ዘፍ 1፥24)

9ኛ. "[ይ]ቤ እግዚአብሔር ንግበር ሰብአ በአርአያነ ወበአምሳሊነ" (እግዚአብሔርም አለ በመልካችን በምሳሌያችን ሰውን እንፍጠር) (ዘፍ 1፥26)

10ኛ. "[ይ]ቤ እግዚአብሔር ናሁ ወሀብኩክሙ ኵሉ ሐመልማለ ሣዕር ዘይዘራዕ ወይበቍል በበዘርዑ ወትዘርዕም ዲበ ኵሉ ምድር ወኵሎ ዕፀ ዘሀሎ ውስቴቱ ዘርዐ ዘይዘራዕ በበፍሬሁ ለክሙ" (እግዚአብሔርም አለ የሚዘራውን በየዘሩ የሚበቅለውን በምድር ኹሉ ላይ የምትዘሩትን የእኽል ፍሬ ዘሩ በውስጡ የሚገኘውን በየፍሬው የሚዘራውን ተክልም አነሆ ሰጠኋችኍ) ይላል (ዘፍ 1፥29)፡፡

ፊደል [የ] እና ቀመር ዐሥር

ዳግመኛም የፊደል [የ] ዐሥረኛ አኃዝና እጅን ስንመለከተው ከአዳም ዠምሮ እስከ ኖኅ ድረስ ዐሥር ትውልዶች ነበሩ፡፡

1ኛ. አዳም

2ኛ. ሴት

3ኛ. ሔኖስ

4ኛ. ቃይናን

5ኛ. መላልኤል

6ኛ. ያሬድ

7ኛ. ሔኖክ

8ኛ. ማቱሳላ

9ኛ. ላሜሕ

10ኛ. ኖኅ

የተዘረጋች እጅ የኾነችው ፊደል [የ] 10ኛ እንደኾነች ፍጥረት ኹሉ በኃጢአቱ ሲቀጣ ዐሥረኛውን ትውልድ ኖኅን ከጥፋት ውሃ ለማዳን ኤልሻዳ[ይ] [ያ]ህዌህ እደ ምሕረቱን (የምሕረት እጁን) አነሣና ኖኅን ከነቤተሰቡ በሐመር ውስጥ አተረፈው።

ኖኅ ከልጆቹ ከሴም፣ ከካም፣ ከያፌት ጋር ከጥፋት ውሃ ከተረፈ በኋላ ሴም ከወለደው ከአርፋክስድ ዠምሮ እስከ አብርሃም ድረስ ዐሥር ትውልዶች ነበሩ። እነዚኽም፡-

1ኛ. አርፋክስድ

2ኛ. ቃይንም

3ኛ. ሳላ

4ኛ. ኤቦር

5ኛ. ፋሌቅ

6ኛ. ራግው

7ኛ. ሴሮሕ

8ኛ. ናኮር

9ኛ. ታራ

10ኛ. አብርሃም

ያን ጊዜ አዶና[ይ] ከወገኖቹ ተለይቶ አብርሃምን ወደ ከነዓን እንዲመጣ [የ]ማናዊ እደ ምሕረቱን አንሥቷል።

በአንጻሩ ደግሞ [ያ]ህዌን አላውቅም እስራኤልንም አለቅም ብሎ በተገዳደረው ፈርዖን ላይ እደ መቅሠፍቱን (የመቅሠፍቱን እጅ) አንሥቶ 10 ተከታታይ መቅሠፍት በፈርዖንና በግብጻውያን ላይ አምጥቶ እስራኤልን ከግብጽ ባርነት እንዲወጡ አድርጓል።

በኋላም ፈርዖንንም በባሕር ካሰጠመው በኋላ በሥልጣን በሚተረጐመው በእግዚአብሔር [የ]ማናዊ እጅ ስለተደረገላቸው ድንቅ ሥራ እስራኤላውያን ምስጋና እንዲኽ አቅርበዋል፡-

❖ "[የ]ማንከ እግዚኦ ተሰብሐ በኀይል፤ [የ]ማኑ እዴከ እግዚኦ ሠረወቶሙ ለፀር … ሰፋሕከ [የ]ማነከ ወውኅጠቶሙ ምድር" (አቤቱ ቀኝኽ በኃይል ከበረ፤ አቤቱ የእጅኽ ቀኝም ጠላቶችን አጠፋቻቸው … ቀኝኽን ዘረጋኽ ምድርም ዋጠቻቸው) (ዘፀ 15፥6-12)፡፡

በእግዚአብሔር እጅ ስለተደረገው ድንቅ ተአምር ነቢዩ ዳዊትም በአድናቆት በመኾን በመዝ 135 (136)፥11-12) ላይ፡-

❖ "ወአውፅኦሙ ለእስራኤል እማእከሎሙ እስመ ለዓለም ምሕረቱ፤ በእድ ጽንዕት ወበመዝራዕት ልዕልት" (እስራኤልን ከመኻከላቸው ያወጣ፤ ምሕረቱ ለዘለዓለም ነውና፣ በጸናች እጅ በተዘረጋችም ክንድ ምሕረቱ ለዘለዓለም ነውና) ይላል፡፡

አኹንም [የ]ማናዊ እድ ([የ]ቀኝ እጅ) ፍቺዋ የሚኾን የእግዚአብሔርን እጅ የምታመለክተው ዐሥረኛዋ ፊደል [የ] ስንመረምር [ያ]ህዌህ ዐሥሩ ቃላትን በጽላት ላይ በእጁ ጣቶች (በግብር አምላካዊ) ጽፎ ሰጥቶታል (ዘፀ 32፥18)፡፡

ዐሥሩን ትእዛዛት ስናነሣ ዮድ "ኢትፍቱ" (አትመኝ) ከሚለው ከዐሥረኛው ትእዛዝ ጋር ይዛመዳል፡፡ የኢትዮጵያ መተርጕማን ሊቃውንት ከዚኽ በመነሣት ዮድ ለአሌፍ ዐሥረኛ እንደኾነች "ኢትፍቱ" (አትመኝ) "ኢታምልክ" (አታምልክ) ለሚለው ትእዛዝ ዐሥረኛ ነውና ይላሉ፡፡

ይኸውም ዮድ ወይም ፊደል [የ] ፍቺው እጅ ማለት ነውና እኛም በእጃችን ሠርተን ባገኘነው ሀብት መኖር እንጂ ሌላ ሰው የለፋበትን ሀብት ንብረት መመኘት ተገቢ እንዳልኾነ ፊደሏ ከ10ኛው የአትመኝ ሕግ ጋር ትነጻጸራለች፡፡

ይኸውም ሊታወቅ የምንሠራባቸው ኹለቱ እጆቻችን በፊደል [የ] አኃዛዊ ቍጥር ልክ 10 ጣቶች አላቸው፡፡ አንዱ እጅ ዐምስት ጣቶች እንዳሉት ቀመረ ፊደሉ ያስረዳል፡፡ ይኸውም "እድ" የሚለውን በቀመር እናውጣው፡-

ቃሉ	ወካይ ግእዝ	ቀመር
እ	አ	1
ድ	ደ	4

ድምር፡- 1 + 4 = 5

በእግዚአብሔር ጣቶች ተጽፈው ለሙሴ በኹለት ጽላት የተሰጡት ዐሥሩ ትእዛዛት ምሳሌነት ያላቸው ሲኾን ዐምስት፤ ዐምስት ትእዛዛት የተጻፉባቸው ኹለቱ ጽላት፤ ዐምስት፤ ዐምስት ጣቶችን በያዙ በኹለቱ እጆቻችን፤ ዐሥሩ ቃላት በዐሥሩ ጣቶቻችን ይመሰላሉ፡፡

10 ቀመር ባላት ዮዳዊት በኾነችው በእጃችን ባሉ 10 ጣቶቻችን ሠርተን ካገኘነው የልፋት ውጤት ዐሥራት (ከዐሥር) አንድ ማውጣት ተገቢ እንደኾነ ቀመሩ በትክክል ያሳያል፡፡

በእኛ [እድ] የምንለው በዕብራይስጥ ደግሞ በፊደል [የ] በመዠመር [ያድ] ይላል፡፡ ይኸውም በቀመረ ፊደሉ ሲወጣ፡-

ቃሉ	ወካይ ግእዝ	ቀመር
ያ	የ	10
ድ	ደ	4

ድምር፡- 10 + 4 = 14 ነው፡፡

ምክንያቱም በአንድ እጅ ጣቶች ላይ ያሉት የአንጓዎች ክርክራት ሲቈጠር 14 ይመጣል፡፡

ከፊደል [የ] በኋላ የግእዝ ፊደል ቀመር በዐሥር በዐሥር እየጨመረ ይኼዳልና ቀመሯ ኻያ ወደኾነው ወደ ቀጣይዋ ፊደል [ከ] እንሸጋገር፡፡

ምዕራፍ 12

ፊደል [ከ]

በአበገደ በግእዝ አልፍ ቤት በዐሥራ አንደኛ ተራ ቍጥር ላይ የሚገኘው ፊደል [ከ] ነው፡፡ ስሙ "[ካ]ፍ" ሲባል፤ ቍጥሩ ኻያ አኃዝ ሲኾን፤ [ከ] ዕሥራ ይባላል፡፡ [ካ]ያ፤ ኻያ ወይም [ካ]ዕበተ [የ] እንደማለት ነው፡፡ ፊደል [የ] እና ፊደል [ከ] እንደተያያዙ የምናውቀው ዮድን ስናነብ "የውድ" እንላለን፡፡

ይኸውም በቀመር ሲወጣ 20 ነው፡-

ቃል	ወካይ ግእዝ	ቀመር
የ	የ	10
ው	ወ	6
ድ	ደ	4

ድምር፡- 10 + 6 + 4= 20 ይሰጠናል፡፡

ፊደል [ከ] እና መዳፍ

ይኽ ፊደል [ከ] ቀመሩ ኻያ፣ ትርጒሙ "መዳፍ" እንደኾነ በኹለቱ የእጆቻችን፤ በኹለቱ የእግሮቻችን መዳፎች ላይ ያሉ የጣቶቻችን አጠቃላይ ብዛት 20 ነው፡፡

በተጨማሪም የካፍ ቀመረ ፊደሉን ስንመለከት ይኽነኑ ቀመር መልሶ በትክክል ይሰጠናል፡፡ ይኸውም፡-

[ካ] ከ፡- 20 ሲኾን [ፍ] ፈ፡- 80 ነው፡፡

20 + 80 =100

10 × 10 = 100

ክፍለ እድ ስለኾነው መዳፍ ስናነሣ በአራት ጣቶቻችን ላይ 12ት፤ 12ት ክርክር (24 ዐጥንቶች) ይገኛሉ፡፡ በግራና በቀኝ ያሉ ቈጣሪዎች አውራ ጣቶች ላይ ደግሞ ኹለት ኹለት በድምሩ በፊደል ቍጥር ልክ 26 እናገኛለን፡፡

ይኸውም አንደኛው የእጃችን መዳፍ የቀን ሰዓታትን ወካይ ሲኾን በጣት ላይ ያሉ 12ቱ ክርክሮች የቀኑን 12ት ሰዓት ይሰጣሉ። በቈጣሪው አውራ ጣት ያሉት ኹለቱ ዐጥንቶች ደግሞ የቀኑ 12 ሰዓት ለኹለት ማለትም ለስድስት ለስድስት ሰዓት እንደሚከፈል ያሳያሉ (ከጠዋት እስከ ቀትር 6 ሰዓት፤ ከቀትር እስከ ምሽት 12 ሰዓት ማለት ነው)።

ሌላኛው መዳፍ የጨለማ ሰዓታትን ወካይ ሲኾን 12ቱ ክርክሮች የምሽቱን 12ት ሰዓት ይሰጣሉ። በቈጣሪው አውራ ጣት ያሉት ኹለቱ ደግሞ የቀኑ 12 ሰዓት ለኹለት ማለትም ለስድስት ለስድስት ሰዓት እንደሚከፈል ያሳያሉ (ከምሽት 12 ሰዓት እስከ መንፈቀ ሌሊት፤ ከመንፈቀ ሌሊት እስከ ጠዋት 12 ሰዓት ማለት ነው)።

ይኽ ፊደል [ከ] ቅርጸ አካሉና ፍቺው እንደሚያሳየን አውራ ጣቱን ወደ ላይ የሰቀለና ወደ ታች የተዘረጋ "የእጅ መዳፍ" ማለት ነው።

አስቀድመን ፊደል [የ] ሥልጣናዊ እጅ መኾኑን እንደተመለከትን በፊደል [ከ] ደግሞ [ክ]ሂል (ችሎታ) ያለው [ክ]ፍለ እድ (የእጅ [ክ]ፍል) የኾነውን "ክፍት መዳፍ" እናያለን።

በመኾኑም ፊደል [ከ] ምድብ ውስጥ ያሉ [ካ]ህናት በእጃቸው መዳፍ ቡራ[ኬ]ን የማስተላለፍ [ክ]ሂል ከሊቀ ካህናት [የ]ማኑ ለአብ ከተባለ ከኢ[የ]ሱስ ተሰጥቷቸዋል።

የተከፈተ የፊደል [ከ] መዳፍ መባረ[ክ]ያ መዳፍን ማለትም ሥልጣንን የሚያሳይ ሲኾን ሥልጣን የባሕርይ ገንዘቡ የኾነ [ከ]ሃሊው መለ[ኮ]ትን ያሳያል።

ይኽ ቃል መነሻው "መለ[ከ]" ሲኾን ፍቺውም "ገዛ፣ ያዘ፣ ነገሠ፣ ሠለጠነ፣ መራ" ማለት ነው። ከዚኽ ቃል የተያያዘው ፊደል [ከ] በውስጡ ያለው አምላ[ክ] ፍቺውም ፈጣሪ፣ ገዢ፣ ፈራጅ፣ ዳኛ፣ ሠሪ እንደማለት ነው።

ፊደሉ ወካይነቱ ለመለ[ኮ]ት እንደኾነ ለማወቅ ፊደል [ከ] ላይ ኾነው ከርሱ ቀጥለው ያሉትን ኹለቱን ተከታታይ ፊደላት ስናያቸው ነው፡፡ ይኽም ከፊደል [ከ] ቀጥሎ ፊደል [ለ] ቀጥሎ ፊደል [መ] በተከታታይ ተደርድረዋል፡፡ እነዚኽንም ፊደላት ወደ ጐን ደርድረን ስናነብ "መለ[ከ]" የሚለውን ስሙን ይሰጡናል፡፡

ባረ[ከ] ስንልም ፊደል [ከ] አስገብተን መባረኪያ ውስጣዊ እጅን (መዳፍን) እንጠቁማለን፡፡ በመኾኑም የመዠመሪያ ስሙን በፊደል [የ] ወይም በዮድ የነገረን [የ]ማኑ ለአብ የተባለው ኢ[የ]ሱስ እጆቹን ካነሣ በኋላ፤ በፊደል [ከ] ወይም ካፍ በሚመሰል የውስጥ እጆቹን (መዳፉን) በላያቸው ላይ ጭኖ ብዙኃንን የባረ[ካ]ቸው ቡሩ[ክ] አምላ[ክ] ኢየሱስ ነው፡፡ ይኸውም በወንጌል እንዲኽ ተጻፈልን፡-

- "በዚያን ጊዜ <u>እጁን</u> እንዲጭንባቸውና እንዲጸልይ ሕፃናትን ወደ ርሱ አመጡ፡፡ ደቀ መዛሙርቱ ግን ገሠጿቸው፡፡ ነገር ግን ኢየሱስ ሕፃናትን ተዉአቸው፤ ወደ እኔም ይመጡ ዘንድ አትከልክሏቸው መንግሥተ ሰማያት እንደነዚኽ ላሉ ናትና፤ <u>እጁንም</u> ጫነባቸውና ከዚያ ኼደ" (ማቴ 19፥13-15)
- "እስከ ቢታንያም አወጣቸው እጆቹንም አንሥቶ ባረካቸው፡፡ ሲባርካቸውም ከእነርሱ ተለየ ወደ ሰማይም ዐረገ" (ሉቃ 24፥50-51)

ይኽነን ቅዱስ ቃል ስናነብ ተከታታይ የኾኑት ፊደላት [የ] [ከ] [ለ] ውስጥ ያሉትን ምስጢራት እንረዳለን፡፡ ይኸውም እጆቹን አነሣ ሲል ፍቺዋ የእግዚአብሔር የማናዊት እጅ ስለ ተባለችው ፊደል [የ]፡፡

ባረካቸው ሲል ፍቺዋ የመባረኪያ መዳፍ ስለኾነች ፊደል [ከ]፡፡

ወደ ሰማይ ዐረገ ሲል ልዕልናን ስለምትገልጸው ፊደል [ለ] ምስጢር በጐላ በተረዳ አውቀናል፡፡

በመኾኑም ሥልጣንን ለማመልከት እጅን ማንሣት በፊደል [የ] እንዳወቅን ቡራ[ኬ] መስጠትን ደግሞ የተነሣውን የእጅ ውስጣዊ መዳፍን በመጫን እንደኾነ በፊደል [ከ] ዐወቅን። ይኽም ሊታወቅ እስከ ኅልፈተ ዓለም የሚነሡ [ካ]ህናት በዚኹ ሥርዓት ሥልጣነ [ክ]ህነትን ያገኛሉ። እንዲኽ ተብሎ እንደተጻፈ፡-

- “እምነትና መንፈስ ቅዱስም የመላበትን ሰው እስጢፋኖስን፣ ፊሊጶስንም፣ ጵሮኮሮስንም፣ ኒቃሮናንም፣ ጢሞናንም፣ ጳርሜናንም ወደ ይሁዲነት ገብቶ የነበረውን የአንጾኪያውን ኒቆላዎስንም መረጡ። በሐዋርያት ፊት አቆሟቸው፤ ከጸለዩም በኋላ <u>እጃቸውን</u> ጫኑባቸው” (የሐዋ 6፥5-6፤ 1ኛ ጢሞ 4፥14፤ 2ኛ ጢሞ 1፥6፤ ዕብ 6፥1-2)

ሌላኛው የ[ካ]ፍ ትርጉም “መን[ካ] ማለት ነው። ይኽ በእኛ በግእዝ “መንካ” ሲባል በዐማርኛ “ማንካ” ይባላል። ይኽም ሌላው ስሙ ዕርፈ መስቀል ሲኾን የኢ[የ]ሱስን ደም ማቀበያ ነው። ይኽም [ካ]ህኑ በግራ እጁ ሳይኾን በ[የ]ማናይ ዮዳዊ እጁ የጽዋውን ከንፈር የሚይዝ ሲኾን ልክ እንደ ፊደል [ከ] ጽዋዉን በውሳጣዊ መዳፉ ይዞ በመን[ካ] የኢ[የ]ሱስን ደም ያቀብላል። በሥርዐተ ቅዳሴ ላይ “ወረስያ ኅሪተ ወንጽሕተ ለዛቲ መን[ካ]” እንዲል።

ሦስተኛው ይኽ ፊደል ቅርጹ የተደፋ አ[ክ]ሊል ነውና በውስጡ የፊደል [ከ] ወገን ያለበት አ[ክ]ሊልን ያሳያል። ይኽ አ[ክ]ሊል ከራስ በላይ የሚውል እንደኾነ ከፍተኛ የኾነ የንቃተ ኅሊናን [ክ]ሂል (ችሎታ) ወካይ ያደርጉታል።

የፊደል [ከ] ዝርዝር በዚኽ መልኩ ከተመለከትን በመቀጠል ወደሚገኘው ፊደል [ለ] በመኼድ የፊደሉን ምስጢር በዝርዝር እንረዳለን።

ምዕራፍ 13

ፊደል [ለ]

በአበገደ በግእዝ አልፍ ቤት በዐሥራ ኹለተኛ ተራ ቊጥር ላይ የሚገኘው ፊደል [ለ] ነው። ስሙ “ላዊ፤ ላውይ” [ለ] ሲባል በዕብራይስጥ ደግሞ “ላሜድ” ይባላል። ወካይ ቊጥሩ 30 ስለኾነ [ለ]- ሠላሳ ይባላል።

በግእዝ “[ለ]ወየ” “ጠመጠመ፣ ጠቀለለ፣ ፈተለ፣ አከረረ፣ ቀለሰ፣ አጐበጠ፣ ቈለመመ” ማለት ነው። ይኽም ቈልመም ያለ እረኛው በሬውን የሚጠብቅበት፣ የሚመራበት፣ የሚያስተምርበት ዘንግ በትር ማለት ነው።

ከላይ ስናየው እንደመጣነው ፊደል [የ] የተባለው [የ]ማናዊ እጅ ሲዘረጋ፤ ፊደል [ለ] የተባለ በትርን መያዝ የሚችለው ፊደል [ከ] የተባለው መዳፍ ነው።

እረኛ መንጋዎቹን የሚያስተምርበት፣ የሚመራበት በትር ነውና ፊደል [ለ] ላሜድ ትርጕሙ “ትምህርት” ማለት ነው። በግእዝ ቋንቋ “ለመደ” ማለት “ዐወቀ፣ ተማረ፣ ፊደል ቈጠረ፣ ዕውቀት ጨመረ” ማለት ነው።

በቅዳሴ ማርያም ላይ “አብ ወወልድ ወመንፈስ ቅዱስ ያለምዱ” ማለቱ (አብ ወልድ መንፈስ ቅዱስ ያስተምራሉ) ሲል ነው። ይኽም “ኤ[ል]” የሚለውን ኹለቱን ፊደላት በአንድ በፊደል [አ] ላይ በምንመለከትበት ጊዜ [አ]ልፋ [አ]ምላክ የኹሉ መምህር እንደኾነ ይጠቁማል።

ከዚኽ ጋር ተያይዞ በ22ቱ አሌፋት መኻከል በ12ተኛ ደረጃ ፊደሉ መኾኑ [ለ] ማስተዋልን የያዘውን ዕውቀትን የሚረዳውን በሰውነታችን መኻከል ያለውን በፊደል [ለ] የሚዠምረው [ል]ብ ይወክላል።

ከዚኹ ጋር ተያይዞ ፊደል [ለ] ወካይ ቍጥርነቷ 30 እንደኾነ የኹሉ አባት አዳም የ30 ዓመት ኾኖ ሲፈጠር [ለ]ባዊ (አስተዋይ) እንደነበረ የሚያስረዳ ሲኾን ዛሬም ዐቅመ አዳም የሚባለው በፊደል [ለ] አኃዝ ልክ በ30 ዓመት ነው፡፡

በዚኽ ምክንያት የመገናኛውን ድንኳን ለአገልግሎት ይሠሩ ዘንድ የሚገቡት ኹሉ ከሠላሳ ዓመት ዠምሮ ነበር (ዘኍ 4፥23)፡፡

ጌታችንም የተጠመቀበትና በግልጽ ለኹሉ ወንጌልን ማስተማር የዠመረው በፊደል [ለ] ቀመር ልክ በሠላሳ ዓመቱ ነበር (ሉቃ 3፥23)፡፡

ልብ እና ቀመሩ

በፊደል [ለ] የዠመረው የጥበብ ቤት የኾነው "[ል]ብ" ቀመሩን ስንቀምረው በትክክል የፊደሉ ምስጢር ይገባናልና ስንቀምረው፡-

ቃል	ወካይ ግእዝ	ቀመር
ል	ለ	30
ብ	በ	2

ድምር፡- 30 + 2 = 32 ይመጣል፡፡

በቀመር ትምህርት ቍጥር 32 ከልብ ጋር የተያያዘ ድንቅ ምስጢር አለው፡፡ ይኸውም፡- (22 + 10 = 32) ነው፡፡

ይኽም አመልካችነቱ 22ቱን የእግዚአብሔር ስሞች በ[ል]ቡ እንዲይዝና በሕገ [ል]ቡናው እንዲያመሰግንበት በፊደል [ለ] ቀመር ልክ የ30 ዓመት ጕልማሳ ኾኖ የተፈጠረው "[ለ]ባዊዉ" (አስተዋዩ) አዳም እኒኽን የሚያስተውልባቸው 10 ሕዋሳት፤ የሚሠራባቸው 10 ጣቶች እንደተሰጡት ያመለክታል፡፡

ዳግመኛም ከአዳም ዠምሮ እስከ ያዕቆብ ድረስ ያሉት 22ቱ አርእስተ አበው በሕገ [ል]ቡና ተመርተው 10ሩን ቃላት እንደጠበቁ ያጠይቃል (22 + 10 = 32)፡፡

[ል]ዑል በወንጌ[ል] ላይ ስለ [ል]ብ እንዲኽ አለን፡-

- “ብፁዓን ንጹሓነ [ል]ብ እስመ እሙንቱ ይሬእይዎ ለእግዚአብሔር”
  (ልባቸው ንጹሓን የኾነላቸው ብፁዓን ናቸው እነርሱ እግዚአብሔርን ያዩታልና) (ማቴ 5፥8)

በመኾኑም በልብ 32 ቀመር ልክ 10ሩን ቃላት የጠበቁት የ22 አርእስተ አበው መጨረሻ ያዕቆብ ጌታን አይቶ ታግሎ እስራኤል የተባለው 32 ቁጥሮች ብቻ ባሉት በ32ኛው የኦሪት ዘፍጥረት ምዕራፍ ነው፡፡ እግዚአብሔርን ፊት ለፊት ያየበትን ያንን ስፍራ ጵንኤል ብሎታል፡፡

ይኽ [ል]ብ [ለ]ባዊ ለኾነው የሰው ዘር ኹሉ የተሰጠ ሲኾን ምንም ሕግ፣ መምህር፣ መጽሐፍ ባይኖርም ሰው በዚኽ [ለ]ባዊ ኩነቱ ተጠቅሞ ማወቅ፣ መረዳት ገንዘቡ እንደኾነ ሐዋርያው ቅዱስ ጳውሎስ በዚኽ መልኩ ያስቀምጠዋል፡-

- “ሕግ የሌላቸው አሕዛብ ከባሕርያቸው የሕግን ትእዛዝ ሲያደርጉ እነዚያ ሕግ ባይኖራቸው እንኳ ለራሳቸው ሕግ ናቸውና፤ እነርሱም ኅሊናቸው ሲመሰክርላቸው ዐሳባቸውም ርስ በርሳቸው ሲካሰስ ወይም ሲያመካኝ በልባቸው የተጻፈውን የሕግ ሥራ ያሳያሉ” (ሮሜ 2፥14-15)
- “ሰዎች ኹሉ የሚያውቁትና የሚያነቡት በልባችን የተጻፈ መልእክታችን እናንተ ናችኊ፤ እናንተም በሕያው እግዚአብሔር መንፈስ እንጂ በቀለም አይደለም፡፡ ሥጋ በኾነ በልብ ጽላት እንጂ በድንጋይ ጽላት ያልተጻፈ በእኛም የተገለገለ የክርስቶስ መልእክት እንደ ኾናችኊ የተገለጠ ነው” (2ኛ ቆሮ 3፥2-3)

“ልብ” የሚለውን ቃል ተጣምረው የሚሰጡት ፊደል [ለ] እና [በ] ናቸው፡፡ የፊደል [ለ] ቅርጸ አካሉን ስንመለከተው ከወደላይ ከፍ ብሎ የወጣ ጫፍ አለው፡፡ ይኽም ከፍታ፣ ልዕልናን ያመለክታል፡፡ በዚኽ ምክንያት በዳዊት ዝማሬ “ላሜድ ብሂል

ልዑል እግዚአብሔር” ([ለ] ወይም [ላ]ሜድ ማለት “እግዚአብሔር ልዑል ነው) ተብሎ ተጠቅሷል፡፡

ይኽም ሊታወቅ ላሜድ፡- “እግዚኦ ለዓለም ይነብር ቃልከ ውስተ ሰማይ” (አቤቱ ቃልኽ በሰማይ ውስጥ ለዘለዓለም ይኖራል) ማለት [ል]ዑል በሰማያት በ[ል]ዕልና ከፍ ያለ መኾኑን አስረድቶናል (መዝ 118 (119)፥89)፡፡

ስለዚኽ [ል]ብ ስንል የመዠመሪያዋ ፊደል [ል] ወካይነቷ የአምላክን [ል]ዕልና ነው፡፡ ቀጣዩ ፊደል የፊደል [በ] ምድብ የኾነው ፊደል [ብ] ነው፡፡ ቅርጸ ፊደሉንም ከላይ እንዳየነው ቤት፣ ማደሪያ ነው፡፡ ስለዚኽ ኹለቱ ፊደላት “ልብ” በአንድ ላይ ተጣምረው ይኽ ልብ “የልዑል ማደሪያ (ቤት)” እንደኾነ ይጠቁማል፡፡ ስለዚኽ ሰው ልቡን አነጻ ማለት ልዑልን አየ ማለት ነው፡፡

በ12ኛ ደረጃ ላይ የሚገኘው ፊደል [ለ] የሚወክለውን ቀመር 30 እንደኾነ በየወሩ የምናገኛቸው 30 ቀናትና 12ቱን ወራቶች አሉን፡፡ በነዚኽ 30 30 ቀናትም ከፀሓይ ጋር በመዋል “ለሚድ” ትምህርትን፣ ዕውቀትን፣ ሰማያዊ ምስጢርን የሚገልጹ [ል]ዑላን 12ቱን የዞዲያክ መናዝል ሕብራተ ከዋክብት (12ቱ መገብተ አውራኅ) ይገኛሉ፡፡

የሚገልጹትን የሚያስረዱትን ሰፊና ጥልቅ ዕውቀትን በዝርዝር ለማወቅ ማዛሮት መጽሐፌን ያንብቡ፡፡

የፊደል [ለ] ዝርዝር በዚኽ መልኩ ከተመለከትን በመቀጠል ወደሚገኘው ፊደል [መ] በመኼድ የፊደሉን ምስጢር በዝርዝር እንረዳለን፡፡

ምዕራፍ 14

ፊደል [መ]

በአበገደ በግእዝ አልፍ ቤት በዐሥራ ሦስተኛ ተራ ቊጥር ላይ የሚገኘው ፊደል [መ] ነው። ስሙ "[ማ]ይ ወይም [ሜ]ም" ሲባል፤ ቊጥሩ አርባ አኃዝ ሲኾን፤ [መ] አርብዓ ይባላል። ፊደል [መ] ከጥንት ዠምሮ የነበረ ቅርጹ በትክክል የሚያሳየው [ማ]ይ ወይም የሚሽከረከር የውሃ [ማ]ዕበልን ነው።

ኹለቱ "ሜም" ወይም በቅርጸ ፊደሉ ያሉ ኹለት ክበቦች ኹለቱን ውሃዎች ይወክላሉ። እነዚኽም "[መ]ልዕልተ ሰማይ" (ከሰማይ በላይ) እና "[መ]ትሕተ ሰማይ" (ከሰማይ በታች) ያሉ [ማ]ያት (ውሃዎች) ናቸው። የአዳም ሰባተኛ ትውልድ ሔኖክ "[መ]ልዕልተ ሰማይ" (ከሰማይ በላይ) ያለውን ውሃ "ተባዕታይ" (Masculine) ("[መ]ትሕተ ምድር" (ከምድር በታች) ያለችውን ውሃ "አንስታይ" (Feminine) ያደርጋቸዋል (ሔኖ 14፥33)።

"ማይ" ብለን በፊደል [መ] እና የእግዚአብሔር [የ]ማናዊ እጁን በሚወክል በፊደል [የ] መጻፋችን እነዚኽን ውሃዎችን በሥልጣኑ የከፈለው [ያ]ህዌህ መኾኑን እናውቃለን (ዘፍ 1፡6)።

በፊደል [መ] ያሉት ኹለቱ ክበቦች ኹለቱን ውሃዎች ማለትም በልዕልና ያለውን "[ማ]የ ሕይወት" (የሕይወት ውሃ) እና በምድር ያለው ማንኛውንም ውሃን ያመለክታል።

በመጽሐፍ ቅዱስ ላይ ለመዠመሪያ ጊዜ ፊደል [መ] የተገለጸው "በቀዳሚ ገብረ እግዚአብሔር ሰ[ማ]የ ወ[ም]ድረ" (በመዠመሪያ እግዚአብሔር ሰ[ማ]ይን እና [ም]ድርን ፈጠረ" (ዘፍ 1፥1) ብሎ በገለጸው "ሰ[ማ]ይ" በሚለው ቃል ላይ ነው።

"ሰማይ" ስንል በፊደል [ሰ] እና [ማይ] የተዋቀረ ቃል ነው። ይኸውም በዕለተ እሑድ ከእ[ሳ]ት ዋዕዩን (ሙቀቱን) ትቶ በብርሃኑ ሰባቱን [ሰማ]ያት ፈጥሯል። በመኾኑም ተፈጥሮው

ከእ[ሳ]ት ስለኾነ ፊደል [ሰ] አስቀድሞ ገባ። ቀጣዩ "ማይ" የሚለው ቃል (ውሃ) ማለት ነውና በቀጣዩ ዕለት በዕለተ ሰኑይ ውሃን ከፍሎ አጽንቶ የብርሃን መመላለሻ አድርጎ ጠፈርንና ሀኖስን ከውሃ አዘጋጅቷልና እነርሱን ያካትታል።

ስለ [ማ]ይ የተገለጸው በኦሪት ዘፍጥረት ምዕ 1፥2 ላይ "[መ]ንፈሰ እግዚአብሔር ይጼልል መልዕልተ [ማ]ይ" (የእግዚአብሔር [መ]ንፈስ በውሃ ላይ ሰፍፎ ነበር) በማለት በፊደል [መ] የዠመረው [ማ]ይ (ውሃ) በፊደል [መ] የሚዠምረው የ[መ]ንፈስ ማደሪያ እንደነበር አመልክቶናል።

ፊደል [መ] ቀመር 40 እና ኖኅ

[ማ]ይን (ውሃን) የወከለች ፊደል [መ] አኃዛዊ መስፈርቷ 40 እንደኾነ ኹሉ ምድር ከተፈጠረ ዠምሮ ከፍተኛ የኾነው [ማ]የ አይኅ (የጥፋት ውሃ) ዝናብ በኖኅ ዘመን ለመዠመሪያ ጊዜ የዘነበው ለ40 ቀናትና ለ40 ሌሊት ነበረ (ዘፍ 7፥17)።

ከፊደል [መ] ቀጥሎ ያለው ፊደል [ነ] ሲኾን ይኸም የስሙ መነሻ ፊደል [ነ] የኾነውን [ኖ]ኅን ይጠቁማል። በኖኅ ስም ያለው የመጨረሻው ፊደል [ኀ] ደግሞ "ማየ አይ[ኅ]" (የጥፋት ውሃን) ይጠቁማል። ይኸውም በኖኅ ዘመን ከፍተኛ የኾነ ማየ አይኅ የጥፋት ውሃ [ማ]ዕበል ነበረ።

በፊደል [መ] ቀመር ልክ ለ40 ቀንና ለ40 ሌሊት የመጣው ታይቶ የማይታወቅ [ማ]ዕበለ [ማ]ይ በፊደል አቀማመጡ የሚገልጽልን ታላቅ ምስጢር አለ። ይኸውም፡-

- ማ፡- ፊደል "መ" እንደሚታወቀው [ማ]ይ (ውሃን) ይገልጣል።
- ዕ፡- ፊደል "ዐ" እንደሚታወቀው "ዐይን" (ምንጭን) ይገልጣል።
- በ፡- ፊደል "በ" ቤትን (ማደሪያን፣ መጠለያን፣ መርከብን) ይገልጣል።

- ልː- ፊደል “ለ” ላሜድ (መምህርን፣ መሪ፣ ሥልጣን ያለው በመርከብ ውስጥ ያለው ኖኅን) ይገልጣል፡፡

ይኸውም መምህር ኖኅ በነበረበት ጊዜ የታላቁ ቀላይ ምንጮች ተነድለው ከፍተኛ የጥፋት ውሃ ማዕበል በፊደል [መ] ቀመር ልክ 40 መዓልትና 40 ሌሊት ሲወርድ ኖኅ በመጠለያው በማደሪያው መርከብ ውስጥ በመቀመጥ ከዚኽ የውሃ [ማ]ዕበል መትረፉን ያመለክታል፡፡ በዘፍ 7፥11 ላይ እንዲኽ ይላልː-

- “በዚያው ቀን የታላቁ ቀላይ ምንጮች ኹሉ ተነደሉ፡፡ የሰማይም መስኮቶች ተከፈቱ፡፡ ዝናቡም አርባ ቀንና አርባ ሌሊት በምድር ላይ ኾነ፡፡ በዚያውም ቀን ኖኅ ወደ መርከብ ገባ” (ዘፍ 7፥11)

ይኽ በፊደል [መ] የሚዠምረው “ማየ አይኅ” (የጥፋት ውሃ) በኖኅ ዘመን በድንገት መጥቶ ሰውን እንዳጠፋ አኹንም በፊደል [መ] የሚዠምረው “[ም]ጽአት” በድንገት እንደሚመጣ [መ]ሲሕ አ[ም]ላክ ሲያስተምርː-

- “ወበከመ ኮነ በ[መ]ዋዕሊሁ ለኖኅ ከማሁ ይከውን [ም]ጽአቱ ለወልደ ዕጓለ እመሕያው እስመ በከመ ኮነ በ[መ]ዋዕለ ኖኅ እምቅድመ [ማ]የ አይኅ ይበልዑ ወይሰትዩ እስከ ቦአ ኖኅ ውስተ ንፍቀ ታቦት ወኢያእመሩ እስከ አመ [መ]ጽአ [ማ]የ አይኅ ወአጥፍአ ኰሎ ከማሁኬ ይከውን [ም]ጽአቱ ለወልደ ዕጓለ እመሕያው”

  (የኖኅ ዘመን እንደነበር የሰው ልጅ [መ]ምጣት እንዲኹ ይኾናልና፡፡ በዚያች ወራት ከጥፋት ውሃ በፊት ኖኅ ወደ መርከብ እስከገባበት ቀን ድረስ ሲበሉና ሲጠጡ ሲያገቡና ሲጋቡ እንደ ነበሩ የጥፋት ውሃም መጥቶ ኹሉን እስከወሰደ ድረስ እንዳላወቁ፤ የሰው ልጅ [መ]ምጣት ደግሞ እንዲኹ ይኾናል) በማለት ገልጦታል (ማቴ 24፥37-39)፡፡

ፊደል [መ] ቀመር 40 እና ይስሐቅ

በመጽሐፍ ቅዱስ ላይ "ማይ" ለመቅዳት እንስራዋን ተሸክማ ወደ ውሃ ምንጭ በመውረድ ውሃ ታጠጣው ዘንድ ለለመናት ለአብርሃም ሎሌ ውሃ በማጠጣት በመቀጠልም ውሃውን ከእንስራዋ በማጠጫው ውስጥ ገልብጣ ለግመሎቹ ኹሉ ውሃ ቀድታ ያጠጣችው ርብቃ ናት (ዘፍ 24፥12)።

በዚኽም "እነሆ በዚኽ የውሃ ምንጭ አጠገብ ቆሜያለኊ የዚኽችም ከተማ ሴቶች ልጆች ውሃውን ሊቀዱ ይመጣሉ። ውሃ እጠጣ ዘንድ እንስራሽን አዘንብዪ የምላት ርሷም አንተ ጠጣ፤ ግመሎችኽንም ደግሞ አጠጣለኊ የምትለኝ ቆንጆ፤ ርሷ ለባሪያኽ ለይስሐቅ ያዘጋጀኻት ትኹን" ብሎ ይመኝ ለነበረው ከአብርሃም ለተላከው ሎሌ መልስ ነበርና ስጦታን ለርሷ በመስጠት ከቤተሰቧ አስፈቅዶ ለይስሐቅ ሚዝት ትኾን ዘንድ ወሰዳት።

ርብቃም በግመል ተቀምጣ ዐብራው ስትኼድ ይስሐቅም ብኤርለሃይሮኢ በሚሏት የውሃ ምንጭ መንገድ በመምጣት በአዜብ ምድር ተቀምጦ ጠበቃት (ዘፍ 24፥62)። በውሃ ምንጭ ዳር የተገኘችውን በኹለት የወንዞች ውሃ መኻከል ያለው የባቱኤል ልጅ ርብቃን ያገባበት ዕድሜ 40 እንደኾነ መጽሐፍ ቅዱስ እንዲኽ ይገልጻል።

- "ይስሐቅም 40 ዓመት ሲኾነው ርብቃን አገባ። ርሷም በኹለት ወንዞች መኻከል ያለ የሶርያዊዉ የባቱኤል ልጅና የሶርያዊዉ የላባ እኅት ናት" (ዘፍ 25፥20)

ፊደል [መ] ቀመር 40 እና ሙሴ

ከማይ (ከውሃ) ጋር የተያያዘው ታላቁ ታሪክ ስሙ በፊደል [መ] ምድብ የሚዠምረው የነቢዩ [ሙ]ሴ ነው። ይኸውም በዘፀ 2፡10 ላይ ከ[ማ]ይ (ከወንዝ ውሃ) በመገኘቱ የፈርዖን ልጅ "ወሰመየቶ ስሞ [ሙ]ሴ እስመ እ[ማ]ይ አውጻእክዎ" (ከውሃ አወጣኹት ስትል ስሙንም [ሙ]ሴ አለችው) ይላል።

ከውሃ ዳር የተገኘው ይኸም [ሙ]ሴ በፊደል [መ] ቀመር ልክ ለ40 ዓመት [ም]ድያም ከቈየ በኋላ እስራኤልን እየመራ እየመከረ በያዘው በትር "[ማ]የ ባሕር" (የባሕር ውሃን) ከፍሎ እስራኤልን አሻግሯል (ዘፀ 14፥21-22፤ የሐዋ 7፥36)።

በዚኹ ሙሴ በሠራው ተአምር ላይ "ማይን" (ውሃን) ከምትገልጽ ከፊደል [መ] አስቀድሞ ትርጓሜው በትር የኾነ ፊደል [ለ] እንደነበር ማስተዋል ያስፈልጋል። በዚኽም ይኽ [ማ]ይ በ[ሙሴ] በትር እንደተከፈለ የፊደላቱ አደራደር ያሳያል።

የሚገርመው ከፊደል [መ] ቀጥሎ ያለው ፊደል [ነ] ነው። ኹለቱን አንድ አድርገን ስናነባቸው "መና" የሚለውን በመስጠት በዐ[ም]ደ ደ[መ]ና በ[ሙ]ሴ መሪነት [ማ]የ ባሕር (የባሕር ውሃን) ከተከፈለላቸው በኋላ ለ40 ዓመታት በምድረ በዳ የተመገቡትን [መና] የተባለ የምግብ ዓይነትን ያሳያል (ዘፀ 16፥31)።

ከዚኹ ጋር ተያይዞ በፊደል [መ] ምድብ የኾነው "[መ]ድበራ" የሚለው የግእዝ ቃል ፍቺው በጭራሽ ምናምን የሌለው ደረቅ በረሓ ምድረ በዳ ማለት ሲኾን እስራኤል [መ]ድበራ ወይም በበረሓ በፊደል [መ] አኃዛዊ ልኬት 40 ዘ[መ]ን ያኽል ኖረዋል (ዘዳ 8፥2-4)።

የፊደል [መ] አኃዛዊ ልኬት 40 እንደኾነ ፊደል [መ] መነሻው የኾነው ከ[ማ]ይ የተገኘው [ሙ]ሴ ሕይወቱ ኹሉ በ40 በ40 በ40 የተቃኘ ነው። ይኸውም፡-

1ኛ) 40 ዓመት በግብጽ ኖረ (የሐዋ 7፥23)።

2ኛ) 40 ዓመት በ[ም]ድያም ተቀመጠ (የሐዋ 7፥30)።

3ኛ) 40 ዓመት በ[ም]ድረ በዳ ኖሯል (የሐዋ 7፥36)።

በተጨማሪም እስራኤል በፊደል [መ] ስሌት ልክ 40 ዓመት በምድረ በዳ ከተጓዙ በኋላ ካህናት የቃል ኪዳን ታቦትን ተሸክመው እጅግ ሞልቶ ወደነበረው "[ማ]የ ዮርዳኖስ" (የዮርዳኖስ ውሃ) ውስጥ እግሮቻቸውን ሲከትቱ "[ማ]የ ዮርዳኖስ" (የዮርዳኖስ ውሃ)

ተከፍሎላቸው ነገደ እስራኤል ተሻግረው ወደ ምድረ ርስት ገብተዋል (ኢያሱ 3፥13-17)፡፡

ፊደል [መ] ቀመር 40 እና ኤልያስ

ለነቢዩ ለኤልያስ የእግዚአብሔር መልአክ ተገልጦለት የተ.ጋገረ እንጎቻና በማሰሮ [ማ]ይ (ውሃ) አሳይቶት ያንን ከበላና ውሃውን ጠጣ፡፡

ከዚያም በፊደል [መ] ቀመር ልክ እስከ እግዚአብሔር ተራራ እስከ ኮሬብ ድረስ 40 ቀንና 40 ሌሊት ኼዶ በመጨረሻም [ማ]የ ዮርዳኖስ" (የዮርዳኖስን ውሃ) በመጐናጸፊያው ለኹለት ከፍሎ ውሃውን በመሻገር በዐውሎ ነፋስ ወደ ሰማይ ወጥቷል (1ኛ ነገሥት 19፥1-8፤ 2ኛ ነገ 2፥8-14)፡፡

ፊደል [መ] ቀመር 40 እና መቅደስ

በፊደል [መ] የሚዠምረው "[መ]-ቅደስ" ፍቺው የማመስገኛ ስፍራ ሲኾን እስራኤል በፊደል [መ] አኃዛዊ ልኬት ልክ በ40 ቀናቸው ወደ [መ]ቅደስ መጥተው መንፈሰ ረድኤትን ተቀብለው ሕዝበ እስራኤል ይባሉ ነበር፡፡

እስራኤል ከ40 ቀናት ዠምረው የሚገኙበትን [መ]ቅደስ ለመዠመሪያ ጊዜ ያሠራው ሰሎ[ሞ]ን ሲኾን [መ]ቅደሱ የታነጸው በፊደል [መ] ምድብ ውስጥ በሚገኘው "[ሞ]ሪያ" በተባለው ቦታ ነበር፡፡

ይኸውም ሊታወቅ በመጽሐፍ ቅዱስ ላይ እንዲኽ ይላል፡-

❖ "ሰሎሞንም እግዚአብሔር ለአባቱ ለዳዊት በተገለጠበት በ[ሞ]ሪያ ተራራ ዳዊት ባዘጋጀው ስፍራ በኢያቡሳዊዉ በኦርና ዐውድማ በኢየሩሳሌም የእግዚአብሔርን ቤት መሥራት ዠመረ" (2ኛ ዜና 3፥1)፡፡

ፊደል [መ] ቀመር 40 እና [መ]ሲሕ

በፊደል [መ] በኵል [መ]ሲሕን ያወቅነው ሲኾን፤ ይኸውም "[ማ]የ ሕይወት" (የሕይወት ውሃን) [መ]ሲሕ እንደ ሰጠን ያስረዳናል፡፡ ይኸውም [መ]ሲሕ በዮሐንስ ወንጌል ምዕ 4፥13-14 ላይ እንዲኽ ሲል አስተማረ፡-

❖ "ኵሉ ዘይሰቲ እምዝ [ማ]ይ ይጸምዕ ዳግመ ወዘሰ ይሰቲ እ[ማ]ይ ዘእሁቦ አነ ኢይጸምዕ ለዓለም አላ ውእቱ [ማ]ይ ዘእሁቦ አነ ይከውን ውስቴቱ ነቅዐ [ማ]ይ ዘይፈለፍል ለሕይወት ዘለዓለም"

(ከዚኽ ውሃ የሚጠጣ ኹሉ ዳግመኛ ይጠማል፡፡ እኔ ከምሰጠው ውሃ የሚጠጣ ግን ያ እኔ የምሰጠው ውሃ በውስጡ ለዘለዓለም የሚፈልቅ የውሃ ምንጭ ይኾንለታል እንጂ አይጠማም)፡፡

ከፊደል [መ] አስቀድሞ 30 ቀመር ልኬቷ የኾነ መምህርነትን የምታስረዳ ፊደል [ለ] ነበረች፡፡ ቀጣይዋ ፊደል [መ] ደግሞ ቀመሯ 40 እንደኾነ አይተናል፡፡ [ል]ዑል ጌታም ልክ 30 ዓመት ሲመላው ወደ ዮርዳኖስ ውሃ ኼደ፡፡ [መ]ሲሕ ጌታ በ[ማ]የ ዮርዳኖስ (በዮርዳኖስ ውሃ) ከተጠመቀ በኋላ ወዲያውኑ 40 ቀንና 40 ሌሊት ጾሟል (ሉቃ 4፥1-2)፡፡

ከፊደል [መ] በፊት 30 አኃዝ ያላት ፊደል [ለ] ነበረች፡፡ የስሙ የመጨረሻ ፊደል [መ] የኾነለት [ል]ዕልና የነበረው አዳ[ም] የ30 ዓመት ጐልማሳ ኾኖ ተፈጥሮ ልክ በ40 ቀኑ በፊደል [መ] የሚዠምረውን [መ]ንፈሰ ልደትን አግኝቶ ከኤ[ል]ዳ ወደ ኤዶ[ም] ገነት ተሸጋገረ፡፡

ዛሬም ወንዶች ይኽነን ቀመር ባለመልቀቅ በተወለዱ በ40ኛው ቀን ወደ ቤተ ክርስቲያን በመምጣት በፊደል [መ] የሚዠምሩ ጸጋዎችን ያገኛሉ፡፡ ይኸውም

1ኛ. [ማ]የ ገቦ" (ከጌታ ጐን በፈሰሰው ውሃ) ይጠ[መ]ቃሉ፡፡

2ኛ. ከ[ማ]ሕፀነ ዮርዳኖስ ከአብራከ [መ]ንፈስ ቅዱስ የልጅነት ጥ[ም]ቀትን ያገኛሉ፡፡

3ኛ. [ሜ]ሮን ተቀብተው በ[መ]ንፈስ ቅዱስ ሀብት ይከብራሉ፡፡

4ኛ. የ[መ]ሲሕ ጌታን ክቡር ደ[ም] ይጠጣሉ፡፡

ይኽም ሊታወቅ በእልመስጦአግያ 3፥6-7 እንዲኽ ተብሎ ተጸፈልን፡-

❖ "በሕ[ማ][ማ]ተ *ሥጋሁ* ቤዘወነ፡፡ ዘከፈለነ *ሥጋሁ* [መ]ድኀኒ ወደ[ሞ] [ማ]ሕየዌ [መ]ንፈሰ ቅድሳት ወሕይወት ዘአንጽሐነ በ[ማ]የ ጥ[ም]ቀት"

(በ*ሥጋ*ው በተቀበለው መከራ አዳነን፡፡ ሀብተ ንጽሕ ሀብተ ሕይወት የሚኾን የሚያድን *ሥጋ*ውን ደሙን ያደለን ርሱ በማየ ጥምቀት ያነጻን ርሱ ነው)፡፡

ነቢዩ ዮናስ በከርሠ ዐንበሪ (በዓሣ ዐንበሪ ኾድ) ውስጥ በ[ማ]የ ባሕር (በባሕር ውሃ) ሦስት ቀንና ሦስት ሌሊት ዐድሮ እንደወጣ [ማ]የ ሕይወት ጌታም በዓሣ ዐንበሪና በባሕር ውሃ በተመሰለ መቃብር ሦስት ቀንና ሦስት ሌሊት ዐድሮ ሙስና መቃብርን አጥፍቶ ተነሣ (ማቴ 12፥40)፡፡

ከዚያም በኋላ "ማይ" (ውሃን) በምትወክል በፊደል [መ] አኃዛዊ ልኬት ልክ በተነሣ በ40ኛው ቀን፡-

❖ "ዮሐንስ አጥመቀ በ[ማ]ይ ወአንትሙሰ ታጠምቁ በመንፈስ ቅዱስ እስከ ኀዳጥ መዋዕል ዘኢኮነ ርሑቀ"

(ዮሐንስ በውሃ አጠመቀ፤ እናንተ ግን ሩቅ እስካልኾነ እስከ ጥቂት ቀን ድረስ በመንፈስ ቅዱስ ታጠምቃላችኁ) በማለት ተስፋውን ነግሯቸው ወደ ሰማይ ዐርጓል (የሐዋ 1፥5-9)፡፡

ፊደል [መ] ቀመር 40 እና ማሕፀን

ሌላው አስደናቂው ነገር በፊደል [መ] የሚዠምረው [ማ]ሕፀን ነው። ፊደል [መ] ተገልብጦ ሲታይ ቅርጹ “መካነ [ሙ]ላድ” (የመውለጃ ቦታ) ፅንስ የያዘ [ማ]ሕፀን ይመስላል።

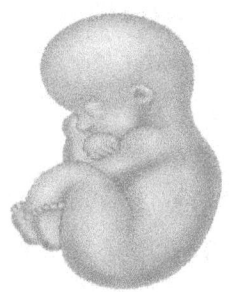

የተገለበጠ ፊደል [መ] እና የፅንስ አቀማመጥ

ይኸውም በፊደል [መ] የሚዠምረው “[ማ]ሕፀን” ፅንስ የሚፈጠርበትና መካነ [ሙ]ላድ ወሊድ የሚከናወንበት ልዩ ቦታ ነው። የፊደል [መ] አኃዛዊ ልኬት 40 እንደኾነ ኹሉ ሰው ከተፀነሰበት ቅጽበት ዠምሮ እስከ 40 ቀን ድረስ ፅንሱ በ[ማ]ሕፀን ውስጥ “[ማ]ይ” (ውሃ) ኾኖ ይሰነብታል ብዙም አይታወቅም።

በ40 ቀኑ ግን ጭራ ኹኖ ይታያል ጥረን ብንሠራ የምንከብርበት ብንሰንፍ የምንቸገርበት፤ በጎ ብንሠራ የምንጸድቅበት ክፉ ብንሠራ የምንኰነንበት የሕዋሶቻችን ተሥዕሎተ መልክእ በማሕፀን ውስጥ በአርባ ቀን ይፈጸማል።

ይኽም ማለት በማሕፀን ውስጥ እኩሌታው ለድኽነት እኩሌታው ለብልጽግና፤ እኩሌታው ለጽድቅ እኩሌታው ለኵነኔ ተፈጥሯል ማለት አይደለም። ሥራ የምንሠራበት የሰውነት ቅርጻችን የሚፈጸምበትን 40ኛ ቀንን ሲያዩ ብቻ አትናቴዎስ

በቅዳሴው ላይ "ወትሠይሞ በአርብዓ ዕለት" (በአርባኛው ቀን ትሾመዋለኽ) ሲል፤ አባ ጊዮርጊስም በሕማማት ሰላምታው ላይ፡-

"ድኅረ ተፈጥሮቱ ለሰብእ በኍልቈ ዕለታት አርብዓ
እለ ታብዕሉ ወታነድዩ ሰብአ
መጽሐፍ ከመ አይድዐ፤ ግናይ ለክሙ"

(ከሰው መፈጠር በኋላ በአርባዎቹ ቀናት ቍጥር መጽሐፍ እንደተናገረ ሰውን የምታከብሩና የምታደኽዩ ሥላሴ መገዛት (መመስገን) ለእናንተ ይገባል) ይላል፡፡

የዓለማችን የሕክምና ሊቃውንትም ስለ ዕድገተ ፅንስ በሚያስተምሩበት ፊቶሎጂ በሚለው የጥናታቸው ዘርፍ ላይ እንደደረሱበት ከኾነ ሰው በተፀነሰ በመዠመሪያው ወር ላይ፡-

- ሰብኣውያት ባሕርያቱ ኹሉ ይፈጠራሉ፡፡
- በማሕፀን ውስጥ ትክክለኛ ቦታውን ይይዛል (በመዠመሪው ሳምንት)፡፡
- የፅንሱ የልብ ትርታ መሰማት ይዠምራል፡፡
- በሕፃኑ የደም ሥሮች ውስጥ ደም ይዘዋወራል፡፡

ከዚያም በኹለተኛው ወር በአርባ ቀኑ ዕውቀትን የሚይዘው አንጐሉ ኤሌክትሮኢንሴፋኖግራም (electroencephanogram) በሚባል መሣሪያ ሊለካ የሚችል ንዝረት (ሞገድ) ይፈጥራልና በተፀነሰ <u>በአርባ</u> ቀኑ ዕውቀትን ገንዘብ የሚያደርግ አእምሮው ሥራውን ማከናወን ይችላል ብለዋል፡፡

በመኾኑም "ወሊድ" የሚከናወንበት በፊደል [መ] የሚዠምረው [ማ]ሕፀን 40 የኾነ የፊደል [መ] ቀመርን እጅግ በሚያስደንቅ መልኩ ይሰጠናል፤ ይኸውም፡-

ቃል	የግእዝ ቃል	ቀመር
ወ	ወ	6
ሊ	ለ	30
ድ	ደ	4

ድምር፡- 6 + 30 + 4= 40 ይኾናል፡፡

ሌላው በወሊድ የሚወለደው ልጅ በግእዝ “ወልድ” ይባላል፡፡ ቀመረ ፊደሉም በተመሳሳይ መልኩ 40 ይሰጠናል፡፡

ቃል	የግእዝ ቃል	ቀመር
ወ	ወ	6
ል	ለ	30
ድ	ደ	4

ድምር፡- 6 + 30 + 4= 40 ይኾናል፡፡

በተጨማሪም “ወሊድ” በሚከናወንበት “[ማ]ሕፀን” አማካይ የእም (እናት) የርግዝና ጊዜ 280 ቀናት ሲኾን፤ ይኸም በፊደል [መ] ቀመር ልክ 40 ሳምንት ነው፡፡

በፊደል [መ] አኃዛዊ ቀመር በ40 ሳምንቷ ልጇ ከ[ማ]ሕፀኗ ሲወጣ በፊደል [መ] የሚዠምረውን [ም]ግብ ለሕፃኑ ትሰጠዋለች ይኸውም በግእዝ “ሐሊብ” (ወተት) ነው፡፡

ይኸም “ሐሊብ” ስንቀምረው የሚሰጠን ድንቅ ምስጢር ከዚኽ በታች እንየው፡-

ቃል	የግእዝ ቃል	ቀመር
ሐ	ሐ	8
ሊ	ለ	30
ብ	በ	2

ድምር፡- 8 + 30 + 2 = 40

በማሕፀን ከመሸከም ወልድን እስከመውለድ የምትደርሰው ደግሞ በስሟ ውስጥ ፊደል [መ] የተካተታባት በግእዝ "እ[ም]" የምትባለው አንዲት እናት ናት። ርሷም ቀመሯ፦

ቃል	የግእዝ ቃል	ቀመር
እ	አ	1
ም	መ	40

ድምር፦ 1 + 40 = 41 በመምጣት ቀመር 1 ለተወለደው ዐዲሱ ልጇ፤ ቀመር 40ው ለወለደችው "እ[ም]" (እናት) ይሰጣል።

ፊደል [መ] ቀመር 40 እና ጾም

የፊደል [መ] አኃዛዊ ልኬት 40 እንደኾነ ኹሉ ፊደል [መ] በውስጡ የሚገኘው "ጾ[ም]" ነው። በመጽሐፍ ቅዱስ ላይ የምናነባቸው የተጾሙ ታላላቅ ጾ[ሞ]ች በፊደል [መ] ቀመር ልክ 40 ቀናትን የያዙ ናቸው። ለምሳሌ፦

1ኛ. ሙሴ በደብረ ሲና ለ40 ቀንና ሌሊት የጾመው (ዘፀ 24፥18፤ 34፥28፤ ዘዳ 9፥9)

2ኛ. ኤልያስ የጾመው 40 ቀንና ሌሊት (1ኛ ነገ 19፥8)

3ኛ. ዕዝራ ሱቱኤል የጾመው 40 ቀንና ሌሊት (ዕዝ.ሱቱ 13፥44)

4ኛ. መሲሕ ዐ[ማ]ኑኤል በገዳመ ቆሮንቶስ የጾመው 40 ቀንና ሌሊት (ማቴ 4፥2)።

የፊደል [መ] ዝርዝር በዚኽ መልኩ ከተመለከትን በመቀጠል ወደሚገኘው ፊደል [ነ] በመኼድ የፊደሉን ምስጢር በዝርዝር እንረዳለን።

ምዕራፍ 15

ፊደል [ነ]

በአበገደ በግእዝ አልፍ ቤት በዐሥራ አራተኛ ተራ ቊጥር ላይ የሚገኘው ፊደል [ነ] ነው፡፡ በግእዝ ስሙ "[ነ]ሐስ" በዕብራይስጥ ደግሞ [ኑ]ን" ሲባል፤ ወካይ ቊጥሩ ዐምሳ አኃዝ ሲኾን፤ [ነ - 50] ኀምሳ ይባላል፡፡

ከላይ በነበረው በፊደል [መ] እና በፊደል [ነ] መኻከል ያለውን ቅርርብ ለመረዳት ፊደል [መ] ማለት "[ማ]ይ" (ውሃ) ሲኾን ከርሱ ቀጥሎ ባገኘነው በፊደል [ነ] ደግሞ የዚኹ ውሃ ተከታይ "[ነ]ሃር" መምጣቱ ነው፡፡

"[ነ]ሃር" ማለት በግእዝ ቋንቋ "ፈሳሽ፣ ወንዝ፣ ዥረት፣ ፈለግ፣ ባለብዙ ውሃ" ማለት ነው፡፡ የስሙ መነሻ ፊደል [ነ] በኾነው በ[ኖ]ኀ ዘመን ለመዠመሪያ ጊዜ "[ማ]የ አይኅ" (የጥፋት ውሃ) መጥቶ ትውልዱን አጥፍቷል፡፡

ፊደል [ነ] እና ዓሣ ዐ[ን]በሪ

ሌላው አንድነታቸው በፊደል [መ] ማያዊ ስያሜ ጋር በፊደል [ነ] የሚዠምረው [ነ]ፍስ የሚለው ቃል ያላቸውን ትስስር ነው፡፡ በጉልሕ የምናውቀው በደመ [ነ]ፍስ ሕይወት ሕያዋን ኹነው በ[ማ]ይ (በውሃ) ውስጥ ጸንተው የሚኖሩ ዓሣ ዐ[ን]በሪዎች በ5ተኛው ቀን ኀሙስ መገኘታቸው ነው፡፡ ይኸውም ፊደል [ነ] በተራ ቊጥሯ 14ኛ ላይ ስትገኝ (1 + 4 = 5) ይመጣል፡፡

ይኽነንም በኦሪት ዘፍጥረት ምዕ 1፡20 ላይ፡-

- ❖ "ወይቤ እግዚአብሔር ለታውፅእ [ማ]ይ ዘይትሐወስ ዘቦ መ[ን]ፈሰ ሕይወት ወአዕዋፈ ዘይሠርሩ መልዕልተ ምድር ወመትሕተ ሰማይ"

  (እግዚአብሔርም [ውሃ] ሕያው [ነ]ፍስ ያላቸውን ተንቀሳቃሾች ታስገኝ፤ ከምድር በላይ ከሰማይ በታች

የሚበርሩ ወፎችን ታውጣ አለ) በማለት ይገልጸዋል (ዘፍ 1፥20)።

በአረማይክም "ኑን" ማለት ዓሣ ማለት ነው። በመኾኑም ከፊደል [መ] በመቀጠል ፊደል [ነ] መምጣቱ ዓሣው ለመኖር "[ማ]ይ" (ውሃ) እንደሚያስፈልገው ሲገልጽ ነው።

ይኽም ሊታወቅ ፊደል [መ] እና ፊደል [ነ] አስተባብሮ፡-

❖ "ወገብረ እግዚአብሔር ዐ[ና]ብርተ ዐበይተ ወኵሎ [ነ]ፍሰ ሕይወት ዘይትሐወስ ዘአውፅአ [ማ]ይ በበዘመዱ ወኵሎ አዕዋፈ ዘይሠርሩ በበዘመዶሙ"

(እግዚአብሔር ታላላቆች ዐ[ን]በሪዎችን ውሃዪቱ እንደ ወገኑ ያስገኘቻቸውን ተንቀሳቃሾቹን ሕያዋን ፍጥረታት ኹሉ እንደ ወገኑ የሚበሩትንም ወፎች ኹሉ ፈጠረ) ይላል (ዘፍ. 1፥21)።

በአጠቃላይ በተከታታይ የሚገኙት ፊደል [መ] እና [ነ] [ማ]ይ እና [ነ]ፍስን በመወከል ተነጻጽረው ኹለቱን ፊደላት በስሙ ውስጥ በተከታታይነት ላካተተው ለዐ[ማ][ኑ]ኤል ምሳሌ ናቸው።

ይኸውም ደመ ነፍስ ከሌላት ባሕር በደመ ነፍስ ሕያዋን የሚኾኑ ፍጥረታት እንደተገኙ፤ ለምእመናን [ነ]ፍሱን ሰጥቶ [ማ]ይ ከጐኑ አፍስሶ ሕይወት የኾነን ዐ[ማ][ኑ]ኤል ፍትወት እንስሳዊት ከሌለባት የስሟ መነሻና መድረሻ ፊደል [መ] ከኾነው [ማ]ርያ[ም] ለመገኘቱ ምሳሌ ነው።

በመዠመሪያው ክፍለ ዘመን ሮማውያን ቄሳሮች የጥንት ክርስቲያኖችን በሚያሳድዱበት የመከራ ዘመን ክርስቲያኖች እንግዳ ሰው ሲያገኙ ክርስቲያን መኾኑን ለማረጋገጥ በመሬት ላይ በውሃ ውስጥ የሚኖረውን የዓሣውን ምልክት ይሥሉ ነበር። ሌላኛውም ዓሣን የሚሥል ከኾነ ክርስቲያን እንደኾኑ ርስ በርሳቸው ይተዋወቁ ነበር።

ይኸውም በውሃ ውስጥ የሚኖረው ዓሣ በጽርዕ "ኢክተስ" (ICTUS) ይባል ነበር። እያንዳንዱ የዓሣው ፊደል በምሕጻረ ቃል "ኢየሱስ ክርስቶስ መድኅን ወልደ እግዚአብሔር" (የእግዚአብሔር ልጅ ኢየሱስ ክርስቶስ መድኅን) ማለት ነው። ይኸውም፡-

ኢክተስና ፊደላቱ፡-

ፊደላቱ	አባባላቸው	ትርጒሙ	ፍቺው
I	Iota (አዮታ (የውጣ)	Iesous	ኢየሱስ
C	Chi (ኪ)	Christos	ክርስቶስ
T	Theta (ቴታ)	THeou (ቴኡ)	እግዚአብሔር
U	Upsilon (ኡፕሲሎን)	Uiou (ሁዊዎስ)	ወልድ
S	Sigma (ሲግማ)	Soter (ሶቴር)	መድኅን

I Ιησους = Jesus
χ Χριστός = Christ
θ θεός = God
ύ ύιός = Son
ς σωτήρ = Savior

በተጨማሪም ከፊደል [መ] በመቀጠል ፊደል [ነ] መከተሉ ስሙ በፊደል [መ] የሚዠምረው [ሙ]ሴ የ[ነ]ሐስ እባብ መስቀሉን የሚያመለክት ሲኾን ይኽም ከዚኽ በታች በዝርዝር ተገልጧል።

ፊደል [ነ] እና ነሐስ

ፊደል [ነ] በተለይ ከጥንት ዠምሮ የነበረው ቅርጹ [ነ]ዘር እባብ ሲመስል "ነሐስ" (ናስ) [ነ] ይባላል። የዚኽንም ጥልቅ መንፈሳዊ ግንኙነት የምናየው በዘኍልቍ 21 ላይ ሲኾን በዚኽ ምዕራፍ ላይ እስራኤል እግዚአብሔርን በማማታቸው ከፊደል [ነ] ጋር ጥምረት ያለውን [ነ]ዘር እባብ አስነሥቶ እንዲ[ነ]ክሳቸው አደረገ።

በግእዝ በፊደል [ነ] የሚዠምረው "[ነ]ሰከ" በዐማርኛ "[ነ]ከሰ፣ [ነ]ደፈ" ማለት ነው። ያን ጊዜ በፊደል [መ] ስሙ የሚዠምረው ሙሴ ስለሕዝቡ ወደ እግዚአብሔር በለመነ ጊዜ እንዲኽ ብሎ አዘዘው፡-

- "ግበር ለከ አርዌ ምድር ዘብርት ወአንብሮ ኀበ ይትኤመሩ ወእምከመ [ነ]ሰኮ አርዌ ምድር ለሰብእ ኵሉ ዘተ[ነ]ስከ ለይርአዮ ወይሕየው"

  (የ[ነ]ሐስ እባብ ሥርተኽ በሚሰፍሩበት ቦታ ላይ አኑረው። የምድር እባብ ሰውን በነደፈው ጊዜ የተነደፈው ሰው ኹሉ አይቶት ይዳን)።

  ሙሴም በታዘዘው መሠረት እንዲኽ አደረገ፡-
- "ወገብረ ሙሴ አርዌ ምድር ዘብርት ወአቀሞ ኀበ ይትኤመሩ ወእምከመ [ነ]ሰኮ አርዌ ምድር ለሰብእ ይኔጽሮ ለዝክቱ አርዌ ዘብርት ወየሐዩ"

  (ሙሴም የ[ና]ሱን እባብ ሠርቶ በዓላማ ላይ ሰቀለ፤ እባብም የነደፈችው ሰው ኹሉ የ[ና]ሱን እባብ ባየ ጊዜ ዳነ) ይላል (ዘኍ 21፥9)።

ከዚኹ ጋር ተያይዞ የ[ነ]ሐስ እባብ በዓላማ ላይ ሙሴ እንዳኖረው ስናይ በፊደል [ነ] የዠመረው "ነበረ" (ኖረ፣ ተቀመጠ) ማለት ነውና በዚያ አምሳል በሰማይ የሚ[ኖ]ረው በመስቀል

የተሰቀለው ዐ[ማ][ኑ]ኤል ምሳሌው በመኾኑ በዮሐንስ 3፥13-15 ላይ እንዲኽ ሲል ራሱን አነጻጽሮ መስሎ አስተማረ፦

- “ወአልቦ ዘዐርገ ውስተ ሰማይ ዘእንበለ ዘወረደ ውስተ ሰማይ ወልደ ዕጓለ እ[መ]ሕያው ዘውእቱ ይ[ነ]ብር ውስተ ሰማይ። ወበከመ [ሙ]ሴ ሰቀሎ ለአርዌ [ም]ድር በገዳ[ም] ከማሁ ሀለዎ ለወልደ ዕጓለ እ[መ]ሕያው ይሰቀል ከመ ኵሉ ዘየአ[ም][ን] ቦቱ ኢይትሀጐል አላ የሐዩ ለዓለ[ም]” (ከሰማይም ከወረደ በቀር ወደ ሰማይ የወጣ ማንም የለም፤ ርሱም በሰማይ የሚ[ኖ]ረው የሰው ልጅ ነው። ሙሴም በምድረ በዳ እባብን እንደሰቀለ እንዲኹ በርሱ የሚያምን ኹሉ የዘላለም ሕይወት እንዲኖረው እንጂ እንዳይጠፋ የሰው ልጅ ሊሰቀል ይገባዋል)።

ፊደል [ነ] እና መ[ን]ፈስ

የፊደል [ነ] አኃዛዊ ዋጋው ኃምሳ ነው። ይኸውም 50 ቊጥር ነጻነትን የሚወክል ቊጥር ነው። ይኸውም ኢዮቤልዩ ሲኾን ሰው ኹሉ ወደ ገዛ ርስቱና ወገኑ የሚመለስበት፣ ምድርም ከመታረስ የምታርፍበት ልዩ ዓመት ናት (ዘኊ 25፥10-13)።

ይኽም ከበዓለ ፋሲካ በመቀጠል በ50ኛው ዕለት ኹሉም እስራኤላውያን የሚያከብሩት የመከር በዓል ነው። በዚኽ 50ኛ ዕለት በሐዲስ ኪዳን በጽርሐ ጽዮን የተደረገው ፊደል [ነ] በውስጡ የያዘውን ርደተ መ[ን]ፈስ ቅዱስን ከፊደል [ነ] ጋር በማነጻጸር በዝርዝር እናየዋለን።

40ኛ አኃዛዊ ልኬት ካለው ከፊደል [መ] በመቀጠል 50ኛ አኃዛዊ ልኬት ያለው ፊደል [ነ] ይመጣል። ይኽም የሚያሳየን ረቂቅ ምስጢርን ከዚኽ ቀጥለን እንመለከታለን፤ አንባብያን ሆይ እነዚኽ ፊደላት በምስጢራቱ ውስጥ እንዴት እየተከታተሉ እንደሚገለጹ ልብ አድርጋችኍ አስተውሉ።

ይኸውም እንደ ፊደል (መ - 40) በተነሣ በ40ኛ ቀኑ [መ]ሲሕ ዐ[ማ][ኑ]ኤል [መ]ላእክት እያመሰገኑት ወደ ሰ[ማ]ይ ዐርጎ ደ[መ][ና] ተቀብላው "ወ[ነ]በረ በየ[ማ][ነ] አቡሁ" (በአባቱ ቀኝ ተቀመጠ) (ማር 16፥16፤ የሐዋ 1፥9)።

ሐዋርያት በይሁዳ ምትክ ስሙ በፊደል [መ] የሚዠምር [ማ]ትያስን መረጡ። ከዚያም [መ]ቶ ኻያው ቤተሰብ "እ[መ] ኢየሱስ" (የኢየሱስን እናት) [ማ]ርያ[ም]ን ይዘው "እ[መ] [ማ]ርቆስ" (የ[ማ]ርቆስ እናት [ማ]ርያ[ም]) ቤት መጸለይ ዠመሩ (የሐዋ 1)።

ከፊደል [መ - 40] በመቀጠል [ነ - 50] እንደምትተካ የስሙ መነሻ ፊደላት [መ] እና [ነ] የኾነው "[መ][ን]ፈስ ቅዱስ" በዐውሎ [ነ]ፋስ አምሳል ወርዶ የነበሩበትን ቤት መላው። "ልሳ[ና]ተ እሳት ክፉላት" (እንደ እሳትም የተከፋፈሉ ልሳ[ኖ]ች) ታይተዋቸዋል።

ይኽነንም በስፋት ለመረዳት 50ኛ ዕለትን በቀመርነቱ የያዘው ፊደል [ነ] ከሌሎች ፊደላት በበለጠ ተደጋግሞ ስለ ርደተ መንፈስ ቅዱስ በሐዋርያት ሥራ ምዕ 2፥1-4 ላይ የተገለጸ ሲኾን ከዚኽ በታች የግእዙን ንባብ አሰፍሬዋለኊ አንባብያን ደግሞ በቅንፍ [...] የተጻፉትን የፊደል [ነ] ምድቦችን ቊጠሩ።

በተለይ የፊደል [ነ] ምድብ የገባባቸውን ርደተ መ[ን]ፈስን የዕለቱን ክንውን የሚያሳዩ ቃላትን አጥርቶ ለሚያይ መርማሪ በትክክል ምስጢሩ ይገባዋል።

- ጸ[ን]ጠቆስጤ
- አሐተ[ኔ]
- [ነ]ፋስ
- ይ[ነ]ብሩ
- ልሳ[ና]ተ እሳት
- ወ[ነ]በረ
- መ[ን]ፈስ ኀይል

- በ[ነ]ገረ ኵሉ
- መ[ን]ፈስ ቅዱስ
- ይ[ን]ብቡ

  ሙሉ ንባቡ ከዚኽ በመቀጠል እነሆ፡-

- “ወአመ ተፈጸመ መዋዕለ ጰ[ን]ጠቆስጤ እንዘ ሀለዉ ኵሎሙ ኅቡረ አሐተ[ኔ] መጽአ ግብተ እምሰማይ ድምፅ ከመ ድምፀ [ነ]ፋሰ ዐውሎ ወመልአ ኵሎ ቤተ ኀበ ሀለዉ ይ[ነ]ብሩ ወአስተርአይዎሙ ልሳ[ና]ተ እሳት ክፉላት ከመ እሳት ዘይትከፈል ወ[ነ]በረ ዲበ ኵሎሙ ወተመልኡ ኵሎሙ መ[ን]ፈስ ኃይል ወአኃዙ ይ[ን]ብቡ ዘዘዚአሆሙ በ[ነ]ገረ ኵሉ በሐውርት በከመ ወሀቦሙ መ[ን]ፈስ ቅዱስ ይ[ን]ብቡ”

  (የጰንጠቆስጤ ቀንም በተፈጸመ ጊዜ ኹሉም በአንድነት ተሰብስበው ሳሉ ድንገትም ከሰማይ እንደ ዐውሎ ነፋስ ድምፅ ያለ ድምፅ መጥቶ የነበሩበትን ቤት መላው፤ እንደ እሳት የተከፋፈሉ የእሳት ላንቃዎች ታዩአቸው፤ በኹሉም ላይ ተቀመጠባቸው። ኹሉም የመንፈስን ኀይል ተመሉ፤ ይናገሩ ዘንድ መንፈስ ቅዱስ እንዳደላቸው መጠን በሀገሩ ኹሉ ቋንቋ ተናገሩ) (የሐዋ 2፥1-4)።

የፊደል [ነ] ዝርዝር በዚኽ መልኩ ከተመለከትን በመቀጠል ወደሚገኘው ፊደል [ሰ] በመኼድ የፊደሉን ምስጢር በዝርዝር እንረዳለን።

ምዕራፍ 16

ፊደል [ሰ]

በአበገደ በግእዝ አልፍ ቤት በዐሥራ ዐምስተኛ ተራ ቍጥር ላይ የሚገኘው ፊደል [ሰ] ነው፡፡ ስሙ "[ሰ]ሚክ" ወይም [ሰ]ዓት" ሲባል፣ ወካይ ቍጥሩ ስድሳ አኃዝ ሲኾን፣ [ሰ - 60] ስሳ ወይም ሥልሳ ይባላል፡፡

"[ሰ]መከ" በግእዝ ቋንቋ "ተጠጋ፣ ተደገፈ" ማለት ነው፡፡ "ም[ስ]ማክ" ማለት "መጠጊያ፣ ድጋፍ፣ ዐልጋ፣ መከዳ፣ ምሰሶ፣ ተራዳ፣ ባላ፣ ጫፍ" ማለት ነው፡፡ ቅርጸ ፊደሉም ከላይ ከአናቱ ላይ እንደ ባላ፣ ምሰሶ፣ ጫፍ የቆመ ኾኖ የሚደግፈው እንዳለ ያሳያል፡፡ በዕብራይስጥም በተመሳሳይ መልኩ "ሳሜክ" ይባላል፡፡

ሳሜክ እና ቀመር 120

ከላይ 50 አኃዝ ባላት በፊደል [ነ] ላይ በ50ኛው ዕለት ስለተደረገ ስለ ርደተ መንፈስ ቅዱስ አይተናል፡፡ ከርሱ ቀጥሎ ባለው ሳሜክ [ሰ] ደግሞ መንፈ[ስ] ቅዱ[ስ] የወረደውና የተሰጣቸው ለ120 ሰዎች እንደነበር የዚኽ ፊደል መነሾ የኾነውን "ሰመከ" በቀመሩ ስንቀምረው 120 በመምጣት ምስጢሩን የበለጠ ፍንትው ያደርግልናል፡፡ ይኸውም፡-

ቃሉ	ግእዝ ፊደሉ	ቀመር
ሰ	ሰ	60
ሚ	መ	40
ክ	ከ	20

ድምር፡- 60 + 40 + 20 = 120 ይኾናል፡፡

ቍጥር 120 ደግሞ ቤተ ክር[ስ]ቲያንን በትምህርታቸው፣ በአገልግሎታቸው "ም[ስ]ማክ" ኾነው እንዲጠብቁ ኢየ[ሱ][ስ] የሾማቸው 120 ቤተ[ሰ]ቦችን የሚወክል ሲኾን፣ እነርሱም፡-

- ❖ 12ቱ ሐዋርያት
- ❖ 72ቱ አርድእት
- ❖ 36ቱ ቅዱሳት አንስት

12 + 72 + 36 = 120 ናቸው (የሐዋ 1፥15)

ሰመከ እና ፊደላቱ

በተጨማሪም "ሰመከ" (ሳሜክ) የሚለው በሦስት ፊደላት የተዋቀረውን ቃል አጥርተን ስናይ የሚገልጸው ምስጢር አለ፡-

- ➢ ፊደል [ሰ]፡- እ[ሳ]ት
- ➢ ፊደል [መ]፡- [ማ]ይ (ውሃ)
- ➢ ፊደል [ከ]፡- [ክ]ፍለ እድ (የእጅ መዳፍን) ያመለክታል፡፡

ይኸውም ለኹሉ ም[ስ]ማክ የኾነው ልዑል እግዚአብሔር በስዉርት መዳፉ እ[ስ]ስራኤልን ከልሎ በእ[ሳ]ት ብርሃን እየመራ [ማ]የ ባሕሩን (የባሕሩን ውሃ) ከፍሎ እንዳሻገራቸው ያስረዳል፡፡

ይኽም ሊታወቅ ክቡር ዳዊት በመዝሙሩ ላይ ምስማክ ለኾናቸው ለልዑል እግዚአብሔር እንዲኽ ሲል ዘምሯል፡-

- ❖ "አኅለፍከነ ማእከለ እ[ሳ]ት ወ[ማ]ይ ወአውፃእከነ ውስተ ዕረፍት"
  (በእሳትና በውሃ መኻከል ዐለፍን ወደ ዕረፍትም አመጣኽን) (መዝ 65 (66) ፥ 12፤ 77 (78)፥13-14፤ ኢሳ 49፥16)፡፡

ፊደል [ሰ] እና ኢየ[ሱስ]

ከፊደል [ሰ] አስቀድሞ በነበረው ፊደል [ነ] ስለ [ና]ሱ እባብ እንዳወቅን ይኸነን በደንብ እንድንረዳ በዚኽ ላይ ፊደል [ሰ] በመምጣት [ናስ] የሚለውን በአንድ ላይ አያይዘን ጠርተን የኢየ[ሱስ] ምሳሌ ስለነበረው የናስ እባብ የበለጠ ምስጢሩን በግልጽ ለማወቅ ችለናል፡፡

በተጨማሪም ከፊደል [ነ] ቀጥሎ ፊደል [ሰ] አለች፡፡ ኹለቱን ፊደላት በተከታታይ [ን][ስ]ሓ በሚለው ቃል ውስጥ እናገኛለን፡፡ እነዚኽ ፊደላት በቅርጸ አካላቸውም በመከታተላቸውን የምንረዳው ታላቅ ነገር አለ፡፡

ይኸውም በፊት ያለችው ፊደል [ነ] ቅርጸ ፊደሏ እንደሚያሳየው እንደ “ተ[ነ]ሳሒ” ([ን]ስሓ እንደሚገባ ሰው) በትሕት[ና] ከላይ ወደታች ዝቅ ዝቅ ያለች ፊደል ናት፡፡ በመኾኑም የሚቀበላት ም[ስ]ማክ ድጋፍ፣ መከዳ፣ ባላ ያስፈልጋታልና ከጫፏ ምሰሶ ያላት ፊደል [ሰ] በአጠገቧ አለች፡፡

ይኸውም [ን][ስ]ሓ ገብቶ ራሱን ዝቅ ዝቅ ያደረገውን “[ሰ]ብእ” ([ሰ]ው) ም[ስ]ማክ ኾኖ የሚደግፍ በስሙ ውስጥ ፊደል [ሰ] ያለው መ[ሲ]ሑ ኢየ[ሱስ] ክር[ስ]ቶ[ስ] እንደኾነ ያመለክታል፡፡

ይኽም በግልጽ ሊታወቅ ነቢዩ ዳዊት በፊደል [ነ] በፊደል [ሰ] በተረካቢዋ [ዐ] ልክ በሦስቱ ፊደላት እያንዳንዱን ፊደል በማንሣት በመዝሙሩ 144 (145)፥14-15 ላይ እንዲኽ ሲል ዘመረ፡-

- “ይ[ሰ]ውቆሙ እግዚአብሔር ለእለ ተ[ን]ተ[ኑ] ወያ[ነ]ሥኦሙ እግዚአብሔር ለእለ ወድቁ [ዐ]ይ[ነ] ኵሉ [ነ]ፍ[ስ] ይ[ሴ]ፎ ኪያከ”
  (እግዚአብሔር የተፍገመገሙትን ኹሉ ይደግፋቸዋል፤ የወደቁትንም ያነሣቸዋል፤ የኹሉም ዐይን አንተን ተስፋ ያደርጋል)፡፡

ፊደል [ሰ] እና [ስ]መ አምላክ

በፊደል ገበታ 15ተኛ ተራ ቍጥር ላይ የምትገኘው ፊደል [ሰ] ለኹሉ መጠሪያ የኾነውን [ስ]ም በፊደሏ ውስጥ ይዛለች። ይኽም ሊታወቅ ከስም በላይ የኾነው [ስ]መ አምላክ በውስጧ ይገኛል።

ምስጢሩን ለመግለጽ 10 + 5 = 15 ነው። ይኸውም እንደሚታወቀው 10ኛዋ ፊደል [የ] ናት። 5ኛ ፊደል [ሀ] ናት።

ኹለቱ ፊደላት [የ] እና [ሀ] [ያህ] የሚለውን [ያህዌህ] የሚጠራበትን ኹለቱን የመዠመሪያ የ[ስ]ሙን ኹለት ፊደላት ይዘዋል።

ዳግመኛም ከላይ እንዳየነው ይኽቺው ፊደል [ሰ] ወካይነቷ 60 ቍጥር ነው። ይኽም 6 × 10 = 60 ነው። 6ተኛ እና 10ኛ ፊደል ተጠንቅቀን መመርመር ይገባናል።

ይኸውም 6ኛ ፊደል [ወ] ስትኾን 10ኛ ፊደል [የ] ናት። እነዚኽ ኹለቱ ፊደላት [የ] እና [ወ] [ያህዌህ] የሚጠራበትን ኹለቱን ፊደላት በመያዝ "ያህዌህ" ተብሎ የሚጠራበት ስሙን ፊደል [ሰ] በተራ ቍጥሯም፤ በወካይ አኃዟም በጕላ በተረዳ መልኩ በሙሉ በመያዝ ታሳያለች።

ከዚኽ ጋር ተያይዞ መልአኩ ቅዱስ ገብርኤል በ6ኛው ወር በ6ተኛው ሺሕ ለቅድስት ድንግል ማርያም እንዲኽ ሲል የመ[ሲ]ሕ መጠሪያውን አበሠራት፦

❖ "ወት[ሰ]ምዪዮ [ስ]ሞ ኢየ[ሱስ]"
(ስሙንም ኢየሱስ ትዪዋለሽ) (ማቴ 1፥32)።

ቅዱስ ጳውሎስም በመልእክቱ ላይ ለፍጥረት ኹሉ ም[ስ]ማክ ስለኾነው የኢየ[ሱስ] [ስ]ም በጕልሕ እንዲኽ አለ፦

❖ "ወጸገዎ [ስ]መ ዘየዐቢ እምኵሉ [ስ]ም ከመ ለ[ስ]ሙ ለኢየ[ሱስ] ክርስቶስ ይስግድ ኵሉ ብርክ ዘበሰማያት ወዘበምድር ወበቀላያት ወእለ ታሕተ ምድር"

(ከስምም ኹሉ በላይ ያለውን ስም ሰጠው። ይኸም በሰማይም በምድርም በቀላያትም ከምድርም በታች ያሉት ኹሉ በኢየሱስ ክርስቶስ ስም ይንበረከኩ ዘንድ) (ፊልጵ 2፥ 9-10)።

ፊደል [ሰ] እና [ሰ]ዓት

ከላይ እንዳየነው የፊደል [ሰ] ወካይ አኃዝ 60 ነው። በፊደል [ሰ] ላይ መሠረት ያደረገው የጊዜ መስፈሪያ አንድ [ሰ]ዓት በ60 ደቂቃዎች፣ 1 ደቂቃ ደግሞ በ60 ቅጽበታት (ሴኮንድ) የተዋቀረ ነው።

ይኸም ሊታወቅ በግእዝ ቋንቋ በፊደል [ሰ] የሚነሣው "[ሰ]ደረ" የሚለው ቃል መ[ሰ]ደርን፣ መደርደርን፣ በተራ ማኖርን የሚያሳይ ከመኾኑ ጋር [ሰ]ዓት ዑደታዊ የኾነና በፊደል [ሰ] ቀመር 60 ልክ በትክክል የተ[ሰ]ደረ እንደኾነ ይገልጣል።

ይኸውም ሊታወቅ እስከ [ሳ]ድሲት በምንቀምረው የ[ሰ]ዓት ልኬት [ሳ]ድሲት፣ ኀም[ሲ]ት፣ ራብዒት፣ ሣል[ሲ]ት፣ ካልዒት፣ ኬክሮ[ስ] ይባላሉ። እየከፈሉ የሚተነተኑበት የቀመራቸው ዐዋጅ "ወሢሞ በመካነ ቀዳማይ ዕለት ወበመካነ ዕለት ኍልቈ ኬክሮስ ወበመካነ ኬክሮስ ኍልቈ ካልዕ፤ ወበመካነ ካልዕ ኍልቈ ሣልሲት፤ ወበመካነ ሣልሲት ኍልቈ ራብዒት፤ ወበመካነ ራብዒት ኍልቈ ኃምሲት፤ ወበመካነ ኃምሲት ኍልቈ ሳድሲት" የሚል ነውና፤ ይኸ የቀመሩ ስሌት ሲተነተን፦

- 1 ዕለት 60 ኬክሮስ
- 1 ኬክሮስ 60 ካልዒት
- 1 ካልዒት 60 ሣልሲት
- 1 ሣልሲት 60 ራብዒት
- 1 ራብዒት 60 ኀምሲት
- 1 ኀምሲት 60 ሳድሲት ይሆናል።

እነዚኽን ጠቅልለው የሚተነትኑበት የሒሳብ ሕግ ደግሞ "ወሢሞ ካዕበ በመካነ ኬክሮስ ኍልቈ ዕለት ወበመካነ ካልዒት ኍልቈ ኬክሮስ ወበመካነ ሣልሲት ኍልቈ ካልዕ፤ ወበመካነ ራብዒት ኍልቈ ሣልሲት፤ ወበመካነ ኀምሲት ኍልቈ ራብዒት፤ ወበመካነ ሳድሲት ኍልቈ ኃምሲት ከመ ትኩን ፍጽምተ ኍልቈ ዓመት ወርኃዊት ወኬክሮሳቲሃ" የሚል ነውና፤ የቀደምት ኢትዮጵያውያን ሳይንሳዊ ቀመር ሲገለጽ፡-

- 1 ኀምሲት 60 ሳድሲት
- 1 ራብዒት 60 ኀምሲት
- 1 ሣልሲት 60 ራብዒት
- 1 ካልዒት 60 ሣልሲት
- 1 ኬክሮስ 60 ካልዒት
- 1 ዕለት 60 ኬክሮስ ማለት ነው፡፡

ቀመር 60 ከፊደል [ሰ] ጋር ተያይዞ በመጽሐፍ ቅዱስ ውስጥ የተጠቀሰ ነው፡፡ ለምሳሌ ያኽል እናትና አባቱ ተገርመው በመሳቃቸው ምክንያት ፊደል [ሰ] በውስጡ ገብቶለት ይ[ስ]ሐቅ የተባለው ልክ 60 ዓመት ሲመላው መጠሪያ [ስ]ሙ በግብሩ ያዕቆብ የተባለው ልጁ የኤ[ሳ]ውን ተረከዝ ይዞ በመቀጠል ተወልዷል (ዘፍ. 25፥26)፡፡

በመኾኑም [ሰ]ዓት ብለን ስንጽፍ ከፊደል [ሰ] በመቀጠል [ዓት] ብለን ወደ ፊደል [0] እንዳመለከትን ከፊደል [ሰ] በመቀጠል ወደሚገኘው ፊደል [0] በመኼድ የዚኽን ፊደል ምስጢር በዝርዝር እንረዳለን፡፡

ምዕራፍ 17
ፊደል [ዐ]

በአበገደ በግእዝ አልፍ ቤት በዐሥራ ስድስተኛ ተራ ቊጥር ላይ የሚገኘው ፊደል [ዐ] ነው። በግእዝ ስሙ "[ዐ]ይን" [ዐ] ሲባል፤ ወካይ ቊጥሩ ሰባ አኃዝ ሲኾን፤ [ዐ - 70] ሰብዓ ይባላል።

እንደሚታወቀው [ዐ]ይን፣ የማያ የመመልከቻ ሕዋስ ሲኾን በጣም በርካታ ትርጉም አለው። በግእዝ ቋንቋ "ዐየነ" ማለት "ዐይናማ ኾነ፣ ዐይን አወጣ፣ ምንጭ፣ ቦታ ሰለለ፤ ጐበኘ፣ ዐይኑን ጣለ፤ ትክ ብሎ አየ፣ አስተዋለ፤ አጥልቆ ዐሰበ፤ መረመረ፤ ፈተሸ" ማለት ነው።

የፊደል [ዐ] ቅርጸ አካሉን ስናየው ልክ እንደ ስሙ የዐይን ክበብ ነው። የ[ዐ]ይን [ዐ] ድምፁም እንደ አልፋ [አ] አይደለም ጠንከር ያለና በጉረሮ ልክ እንደ ሐውይ [ሐ] የሚነገር ነው።

አንዳንዶች ግን በተለምዶና ባለማስተዋል ከፊደል [አ] ጋር ድምፀታቸው ተመሳሳይ ይመስላቸዋል። ነገር ግን በድምፀትም፣ በቀመርም፣ በተራ ቊጥርም፣ በምስጢርም ይለያሉ።

ከላይ እንደገለጽነው "[ዐ]ይን" ማለት ሌላው ትርጉሙ በግእዝ "ምንጭ" ነው። ምክንያቱም ከዐይን ፈሳሽ እንባ እንዲወጣ ውሃም እንደ እንባ ኾኖ ሲወጣበት ሲፈልቅበት ስለሚታይ ይኽነን ስያሜ አግኝቷል። እንደሚታወቀው ያለብርሃን አጋዥነት በዐይን ለማየት አይቻልም።

ለምሳሌ "ዑራኤል" ማለት "ዑራ" ብርሃን ነውና "የአምላክ ብርሃን" እንደማለት ነው። በመኾኑም ይኽ የዐይን ምንጭነትም በዕለተ እሑድ የታየውን የብርሃንን ምንጭ ይወክላልና ልናይበት የምንችልበትን ብርሃን በዕለተ እሑድ ከፈጠረ በኋላ መልካም እንደኾነ እንዳየው እንዲኽ ይላል፡-

- ❖ “ወይቤ እግዚአብሔር ለይኩን ብርሃን ወኮነ ብርሃን ወርእዮ እግዚአብሐር ለብርሃን ከመ ሠናይ ውእቱ” (እግዚአብሔርም ብርሃን ይኹን አለ፤ ብርሃንም ኾነ፤ እግዚአብሔርም ብርሃንን መልካም እንደኾነ አየ) (ዘፍ 1፥ 4-5)

ይኽም ሊታወቅ የዕለተ እሑድ የብርሃን ምንጭ በግእዝ ቋንቋ በዐይኑ [ዐ] የሚዠምር ሲኾን “[ዐ]ዚር” ይባላል፡፡ ፍቺው መበተን፣ መዘርዘር፣ መረጨት፣ መፈንጠቅ ነው፡፡

- ➢ “ም[ዕ]ዛር” ማለት “የብርሃን ወንፊት፣ ብርሃን የሚነዛበት፣ ብሱ ነደላው” ነው፡፡
- ➢ “ማ[ዕ]ዘር” ደግሞ ብርሃን፣ የጮራ እግሩ ነው፡፡
- ➢ “መ[ዓ]ዝር”፡- ብርሃኖች የብርሃን ቀርኖች ነው፡፡
- ➢ “ተማ[ዕ]ዘረ” በራ፤ ብርሃን ኾነ፤ ፈለቀ፤ አንጸባረቀ” ማለት ነው፡፡

የሚታዩትና የቀኝና የግራ [ዐ]ይኖች

ፊደል [ዐ] በራሱ የቆመ ፊደል ሲኾን በውስጡ የሌላ ፊደል ተደራቢ ድምፅ የለውም፤ ይኽም [ዐ]ይን ያያል እንጂ፤ ቃል አውጥቶ ወሬ ማውራት እንደማይችል የሚያመለክት ነው፡፡

የሚታዩ በግራና በቀኝ ያሉ ኹለት [ዐ]ይኖች አሉን፡፡ በእነዚኽ ግዙፋን [ዐ]ይኖች በግዘፍ ያለውን በፊደል [ዐ] የሚዠምረውን [ዓ]ለም እንድናይ ተፈቅዶልናል፡፡

እነዚኽ በቀኝና በግራ በኩል ያሉት [ዐ]ይኖች ኹለት መኾናቸው በኹለት ኹኔታዎች ውስጥ ያለ ፈቃድን፣ ምርጫን ያመለክታሉ፡፡ እኛም በፈቃዳችን ኹለት ዓይነት ማለትም መልካም ጤናማ ዐይን ወይም ክፉ ታማሚ ዐይን ሊኖረን ይችላል፡፡

ይኸውም “ሠናይ [ዐ]ይን”፡- መልካም የተቀደሱ ነገራትን የሚያይ (ኢሳ 52፥8፤ ሕዝ 38፥23፤ 44፥5፤ ሉቃ 1፥1-4፤ 11፥34)

ታማሚ ክፉ ዐይን፡- ያልተፈቀዱ ነገራትን የሚያይ (ዘፍ 3፥6፤ ኢሳ 5፥15፤ ኤር 5፥21፤ ማቴ 6፥23፤ 18፥9፤ 20፥15)።

ከሰው ወገን ለመዠመሪያ ጊዜ ስለማየት የተነገረው በመጽሐፍ ቅዱስ በዘፍ 3፡6 ላይ፡- "ሴቲቱም ዛፉ ለመብላት ያማረ እንደ ኾነ ለዐይንም የሚያስጐመዠ ለጥበብም መልካም እንደ ኾነ አየች። ከፍሬውም ወሰደችና በላች። ለባልዋም ደግሞ ሰጠችው ርሱም ከርሷ ጋር በላ" በሚለው ሲኾን የሔዋን ዐይኖች የተከለከለውን ዕፅ በማየት የውድቀትና የሞት ምክንያት ኾኑ።

ክፋት በበጎነት፣ ጨለማ በብርሃን፣ ሐሰት በእውነት ይሸነፍ ዘንድ አለውና ዳግሚት ሔዋን ቅድስት ድንግል ማርያም ተተካች በዐይኗም ዕፀ ሕይወት ጌታን ለመዠመሪያ ጊዜ ለማየት ቻለች።

ሊቁ ቅዱስ ኤፍሬምም ድንግል ማርያምንና ሔዋንን በኹለቱ ዐይኖች መስሎ አነጻጽሯቸዋል፤ ይኸውም ሔዋንን በታማሚና በታወረ ግራ ዐይን የመሰለበት ምክንያት፤ ዐይን ጨለማ ቢኾን ሰውነት እንደሚጨልም እግርንም በየመንገዱ ዕንቅፋት እንደሚያጋጥመው እሾኽ እንደሚወጋው ኹሉ፤ በሔዋን ስሕተትም ምክንያት የሰው ዘር ከእውነተኛው ብርሃን ከእግዚአብሔር ተለይቶ ኀጢአት በመሥራት ጣዖት በማምለክ እየተሰነካከለ ለ5,500 ዘመን ያኽል በታላቅ ጨለማ ውስጥ እንዲኖር ኾኗል።

በተቃራኒው ግን ሊቁ ቅድስት ድንግል ማርያምን በቀኝ፣ ጤናማ፣ ብርሀት በኾነች ዐይን የመሰለበት ምክንያት ዐይን ጤናማና ብሩህ ቢኾን ኹለመናችን ብሩህ እንደሚኾንልን ጨለማ እንደሚርቅልን ኹሉ፤ በሔዋን ስሕተት ምክንያት ጣዖት በማምለክ፣ ኀጢአት በመሥራት፣ በኀጢአትና በሞት ጥላ በመኖር ለጨለመበት ዓለም፤ ፍዳውን አስወግዶ የጣለ ብርሃን ክርስቶስ ብርሀት ዐይን ከተባለች ከቅድስት ድንግል ማርያም በተወለደ ጊዜ፤ ይኽ የጨለመበት ዓለም እንደገና የእግዚአብሔርን መንገድ

የሚያይበትን የሃይማኖት ዐይን ገንዘብ ያደረገ ስለኾነ ሊቁ በብርህት ዐይን መስሏታል፡፡

ይኽነንም በመጽሐፉ እንዲኽ ሲል ገልጾታል፡-

❖ "ሰውነት ኹሉ በአንዲት ዐይን ብርሃን ይኾናል፤ በማየትም ይመላለሳል፤ መልካም ክብር ያለውን የስሜት ሕዋስ ይሰጣል፤ ለኹሉም ሕዋሳት ታላቅ ክብር ይኾናቸዋል፤ ድንግል ማርያም የብርሃንን ምንጭ የተቀበለች መሬት ናት፤ በርሷ በኩል ዓለምና በዓለም ያለው ኹሉ በብርሃን ተመላ፤ በሔዋን ምክንያት ጨልሞ ነበር፤ የክፉ ኹሉ ምንጭ ኾናለችና፤ ድንግል ማርያም እና ሔዋን በምሳሌያቸው አንድ ዐይኑን እንዳጣ በአንድ ዐይኑ ሰውነቱ ኹሉ ብርሃን የኾነለትን ሰው ይመስላሉ፡፡
የሚታየው ዓለም ኹለት ዐይኖች አሉት፤ ሔዋን የታወረው የግራ ዐይኑ ናት፤ የሚያየው የቀኝ ዐይኑ ግን ድንግል ማርያም ናት፤ በጨለመው ዐይን በኩል ዓለሙ ኹሉ በጨለማ ተውጧል፤ ሰዎችም በጨለማ ዳበሳ ዠመሩ፤ ግን የሚያደናቅፋቸው ድንጋይ ጣዖት ሐሰትን የሚናገር በድን ነው፤ ነገር ግን በቀኝ ዐይኑ ዓለም በብርሃን ሲመላ ከሰማይ የወረደው ብርሃን በመኻከል ሲገኝ፤ ሰው ዳግመኛ ከእግዚአብሔር ጋር ታረቀ፤ የሚያሰናክለው ዐለት ኹሉ የሕይወቱ አጥፊ እንደኾነ ተረድቷልና) በማለት በንጽጽር ገልጾታል፡፡

ይኽነን የቅዱስ ኤፍሬም ታላቅ የነገረ ማርያም ትምህርቱን *"Mariological Themes in the writings of St. Ephrem the Syrian"* ብዬ በጻፍኹት ጽሑፌ ላይ በስፋት በጥልቀት ተንትኼ አብራርቼዋለኊ፡፡

የማይታዩት ውሳጣዊ [ዐ]ይኖች

በግዙፍ ዐይናችን ግዙፉን ማየት እንደምንችል ረቂቁን [ዓ]ለም ማየት የሚያስችሉ ሌሎች ውሳጣውያት ዐይኖች እንዳሉን መጽሐፍ "ወብነ አዕይንት ክልኤቲ ውሳጣውያት ህየንተ አዕይንት ሥጋውያት አሐቲ ዐይነ ነፍስ ወአሐቲ ዐይነ ኅሊና" (በሥጋውያት ኹለት ዐይኖች ፈንታ ውሳጣውያት የኾኑ ኹለት ዐይኖች አሉን። አንደኛዋ የነፍስ ዐይን ሌላኛዋ የኅሊና ዐይን ናት) ይላል።

ዳግመኛም "አ[ዕ]ይንተ አእምሮ" (የዕውቀት ዐይኖች) እና "አ[ዕ]ይንተ አልባብ" (የልቡናዎች ዐይኖች) የተባሉ ረቂቃን ዐይኖች ለሰው ልጅ ረቂቃን መብራት ኾነው የተሰጡ ስጦታዎች ናቸው።

ሰው በተሰጠው ግዙፍ [ዐ]ይኖቹ በብርሃን አማካይነት ዐይኑ እስከሚደርስለት ድረስ ግዙፉኑን መመልከት እንደሚችል ኹሉ እነዚኽ ውሳጣውያት ዐይኖቹ ደግሞ ግዙፉን ብርሃን በፈጠረ፤ ረቂቁን ብርሃን በሚሰጠው በብርሃን አምላክ ከተከፈቱለት ደግሞ ረቂቃን የኾኑትን "ነፍስን፣ መላእክትን፣ ብሩሃት ሰማያትን..." የማየት ችሎታ ይኖረዋል።

ሐዋርያው ቅዱስ ጳውሎስ "ኹሉ ግን በብርሃን ሲገለጥ ይታያል። የሚታየው ኹሉ ብርሃን ነውና" በማለት ድንቅ ትምህርትን አስተምሯል (ኤፌ 5፥13)።

በመኾኑም ረቂቃኑን ፍጥረታት ለማየት እነዚኽ ዐይኖች አስቀድመው ሊከፈቱ፣ ሊበሩ ይገባቸዋል። እንኳን ረቂቁን ቀርቶ ግዙፉኑ ብሔሞት እና ሌዋታን በ[ዐ]ይነ ነፍስ መታየታቸውን መጻሕፍት ይገልጣሉ።

እነዚኽን የቅዱሳት መጻሕፍት ጥቅስ በጥልቀት መርምሩ፡-

- [ዐ]ይኖቻችኁ ያዩአቸውን ታላላቆች ፈተናዎች፤ ታላላቆች ተአምራትና ድንቆች አይታችኋል። እግዚአብሔር ግን አስተዋይ ልብ የሚያዩ [ዐ]ይኖች የሚሰሙም እስከ ዛሬ ድረስ አልሰጣችኹም" (ዘዳ 20፥3-4)

- እግዚአብሔርም የበለዓምን [ዐ]ይኖች ከፈተ፤ የእግዚአብሔርን መልአክ በመንገድ ላይ ቆሞ የተመዘዘ ሰይፍ በእጁ ይዞ አየ፤ ሰገደም በግንባሩም ወደቀ" (ዘኊ 22፥31)
- "ኤልሳዕም አቤቱ ያይ ዘንድ [ዐ]ይኖቹን ግለጥ ብሎ ጸለየ። እግዚአብሔርም የብላቴናውን [ዐ]ይኖች ገለጠ፤ አየም እነሆም በኤልሳዕ ዙሪያ ያሉት የእሳት ፈረሶችና ሠረገሎች ተራራውን መልተውት ነበር" (2ኛ ነገ 6፥17)
- "ከእነርሱም ጋር በማዕድ ተቀምጦ ሳለ እንጀራውን አንሥቶ ቈርሶም ሰጣቸው። [ዐ]ይናቸውም ተከፈተ አወቁትም። ርሱም ከእነርሱ ተሰወረ" (ሉቃ 24፥31)።

ስለውሳጣዊው [ዐ]ይን በኪዳን ላይ "ዘእንተ ውስጠ [ዐ]ይነነ አብራህከ" (ውሳጣዊ [ዐ]ይናችንን አበራኽልን) ይላል።

ስለ አ[ዕ]ይንተ አእምሮ፡- "ሀበነ እግዚኦ አ[ዕ]ይንተ አእምሮ ወትረ ኪያከ ይርአያ" (አቤቱ የአእምሮ [ዐ]ይኖችን ስጠን፤ ዘወትር አንተን ያዩ ዘንድ) ይላል።

ስለ አ[ዕ]ይንተ አልባብ፡- "ወያብርህ አ[ዕ]ይንተ አልባቢከ" (የልቡና [ዐ]ይኖችኽን ያብራ) ይላል።

ረቂቁን ማየት ስለሚችለው ውሳጣዊዉ አእምሮ ጠባይዕ [ዐ]ማኑኤል በወንጌል ላይ እንዲኽ ሲል አስተማረ፡-

- "የሰውነትኽ መብራት [ዐ]ይን ናት፤ [ዐ]ይንኽ እንግዲኽ ጤናማ ብትኾን ሰውነትኽ ኹሉ ብሩህ ይኾናል። [ዐ]ይንኽ እንግዲኽ ጤናማ ብትኾን ሰውነትኽ ኹሉ ብሩህ ይኾናል። [ዐ]ይንኽ ግን ታማሚ ብትኾን ሰውነትኽ ኹሉ የጨለመ ይኾናል" (ማቴ 6፥22)።

ይኸውም የማስተዋልና የዕውቀት መዝገብ የኾኑት ልብ፣ ልቡና፣ አእምሮ እሊኽ ሦስቱ በ[ዐ]ይን ይመሰላሉ። በ[ዐ]ይን ውስጥ ጥቍር፣ ብሌን እና ነጭ ብርሃን እንዳሉ፤ ልብ በጥቁሩ፣

ልቡና በብሌኑ፣ አእምሮ በብርሃኑ። ወይም ልብ በነጩ፣ ልቡና በጥቁሩ፣ አእምሮ በብሌኑ ሊቃውንት ይመስሏቸዋል።

ዐይኑ [ዐ] ስናወጣ ከውስጥ ከኹድ ዕቃችን ከጉረሮችን ኂላ በማድረግ ነው። ልክ እንደ አልፍ ዝምታዊ ፊደል መኾኗ ዐይን ቢያይም ድምፅ አውጥቶ አለማውራቱን ያሳያል። ቢኾንም [ዐ]ይን መንቀሳቀሷ አይቀርምና በፊደል [ዐ] የሚዠምር "[ዑ]ደት" መዞር፣ መዟዟር፣ ዙረት" አላት።

[ዐ]ይንና መላእክት

የአልፉ ቀዳማዊዉን አምላክ ዙፋን የሚሸከሙ መላእክት ኪሩቤልና ሱራፌል "እለ ብዙኃት አ[ዕ]ይንቲሆሙ" (ዐይኖቻቸው ብዙዎች የኾኑ) ናቸው። ሕዝቅኤል ይኽነን እንዲኽ ሲገልጠው፡-

- "በየአራቱ ጐድናቸው ይኼዱ ነበር፤ ሲኼዱም አይገላመጡም ነበር። ቁመታቸውም የረዘመና የሚያስፈራ ነበረ፤ የአራቱም ክበብ ዙሪያው በ[ዐ]ይን ተመልቶ ነበር" (ሕዝ 3፥17-18)።

ይኽም ብዙ [ዐ]ይናቸው በተሰጣቸው የበዛ ዕውቀት፤ ኃላፍያት መጻእያት የተገለጹላቸው እንደኾነ አመልካች ነው።

የዐይን ሦስቱ ፊደላቱና የአዳም ዐይን

የፊደል [ዐ] መነሻ "ዐይን" የተዋቀረባቸው ሦስቱ ፊደላት ፊደል [ዐ] [የ] [ነ] ናቸው። የእያንዳንዱን ቅርጽ በትኩረት ስንመለከት ረቂቅ ምስጢርን እንረዳለን። ይኸውም በገነት የነበረው የሰው ልጅ የዐይን መከፈት አዠማመርን የሚያሳዩ ናቸው።

ይኸውም ለሰው [ዐ]ይን መከፈት፤ ለትንሣኤ ኾነ ለውድቀት ምክንያት የኾኑ በፊደል [ዐ] መደብ የሚዠምሩ [ዕ]ፀዋት በገነት ነበሩ። አንደኛዋ ሕይወትን በውስጧ የተሸከመች በልዕልና ከፍ ያለች [ዕ]ፀ ሕይወት ናት።

ሌላኛዋ አዳም እንዳይበላ የተከለከለው መልካምንና ክፉን የሚያስታውቀው [ዕ]ፅ ነበረ (ዘፍ 2፥9)። በኂላም "[ዐ]ይናችኍ

ይከፈታል" ብሎ የተናገራቸውን የእባቡን ቃል ሰምተው የተከለከሉትን ያንን [ዕ]ፅ በበሉ ጊዜ ስላጋጠማቸው ነገር መጽሐፍ ቅዱስ እንዲኽ ይላል፡-

❖ "የኹለቱም ዐይኖች ተከፈቱ፤ እነርሱም ዕራቍታቸውን እንደኾኑ ዐወቁ" (ዘፍ 2፥7)፡፡

❖ "ሽማግሌው አባትኽና ባልቴቷ እናትኽ ከርሱ የበሉ የጥበብ ዛፍ ይኽ ነው፡፡ ጥበብንም ዐወቋት ዐይኖቻቸውም ተገለጡ፡፡ ዕራቍታቸውንም እንዳሉ ዐወቁ፤ ከገነትም ተሰደዱ" (ሔኖ 8፥26)፡፡

በመቀጠል ሕይወት የሚኾን ዕፀ ሕይወትንና ሞትን ያመጣ የተከለከለ ዕፀ ጥበብን አንጥረን በፊደላቸው ውስጥ ምስጢራቸውን እንረዳዋለን፡፡

ዕፀ ሕይወት እና ዐይን

አስቀድመን ዕፀ ሕይወትን ስንመረምር "ዕፀ" የተዋቀረባቸው ኹለቱ ፊደላት ዐይኑ [ዐ] እና ፀሓይ [ፀ] [ዕ]ፀ ሕይወት እና ብርሃን የሰጣቸው [ፀ]ሓይ ጌታን የሚያሳዩ ናቸው፡፡ ይኽም ከላይ እንዳየነው ፊደል [ዐ] ብርሃናቸው፣ የሕይወት ዛፋቸው መኾኑን፤ ፊደል [ፀ] ደግሞ ፀሓይነቱን ያሳያል፡፡

በፊደል [ዐ]፡- [ዕ]ፀ ሕይወትን

በፊደል [የ]፡- "[የ]ማኑ ለአብ" (የአብ ቀኙ) የተባለ ፀሓይ ጌታ እጁን እንደ ፊደል [የ] ከፍ አድርጎ በ[ዕ]ፅ ላይ መሰቀሉን፡፡

ፊደል [ነ]፡- "ት[ን]ቱ[ን]" (የተፍገመገመውን፣ የተጨነቀውን) የሚያድን [ዕ]ፀ ሕይወት [ፀ]ሓይ ጌታ ብቻ እንጂ የተፍገመገመው አዳም እጁን ዘርግቶ አይደለምና በዘፍ 3፥22 ላይ እንዲኽ ይላል፡-

❖ "አኹንም እጁን እንዳይዘረጋ ደግሞም ከሕይወት [ዕ]ፅ ዛፍ ወስዶ እንዳይበላ ለዘለዓለምም ሕያው ኾኖ እንዳይኖር ስለዚኽ እግዚአብሔር አምላክ ከኤዶም ገነት አወጣው"

በፊደል [ዐ] ምድብ ያለችውን [ዕ]ፅ አዳም ባይበላ ኖሮ 1000 ዘመን ኖሮ [ዕ]ፀ ሕይወትን በልቶ ታድሶ ወደ መንግሥተ ሰማያት ይገባ ነበር።

ዕፀ ጥበብ እና ዐይን

አስቀድመን ዕፀ ሕይወትን ስንመረምር "ዕፅ" የተዋቀረባቸው ኹለቱ ፊደላት ዐይኑ [ዐ] እና ፀሓይ [ፀ] አነጻጽረን እንዳየን አኹን ደግሞ የወደቀበትን ዕፅ ከፊደሉ ውስጥ ፈልቅቀን እናወጣለን። ይኸውም የመዠመሪው ሰው አዳም የተከለከለውን "ዕፅ" ሲበላ ይኽ መጣበት፡-

እንደ ፊደል [ዐ] ፡- ዐይኑ ተከፈተ

እንደ ፊደል [ፅ] ፡- [ፀ]ቢስ አገኘው። [ፀ]ቢስ ማለት በግእዝ ቋንቋ መድከም፣ መዛል፣ መፍራት ማለት ነው። ይኸውም ሊታወቅ የተከለከለውን ዕፅ አዳም ከበላ በኋላ ለመዠመሪያ ጊዜ የተናገረው ቃል "በገነት ድምፅኽን ሰማኊ፤ ዕራቁቴንም ስለኾንኊ ፈራኊ ተሸሸግኹም" የሚለውን ነበረ (ዘፍ 3፥10)።

እንደ [ዐ][ይ][ን] ደግሞ፡-

- ፊደል [ዐ] ፡- [ዐ]ይኑ የተከለከለውን ዕፅ ተመለከተ።
- ፊደል [የ] ፡- [የ]ማናዊ እጁን ዘርግቶ ፍሬውን ከሔዋን ተቀበለ።
- ፊደል [ነ]፡- "ት[ን]ቱ[ን]" (የተፍገመገመ፣ የተሰናከለ፣ የወደቀ፣ የተጨነቀ፣ ጽነት) ያገኘው ኾኗል።

ፊደል ዐይን [ዐ] ይኽነን ኹሉ የምትገልጽ ሲኾን እንደሚታወቀው የፊደል [ዐ] ቀመር 70 ነው። ቀመር 70 በአዳም ሕይወት ውስጥ ትልቅ ስፍራ አላት።

ምክንያቱም አዳም ሕግ ቢጠብቅ፤ የተከለከለውን ዕፅ በመጕምዠት በዐይኑ ባይመለከት ኖሮ ከኖረበት 930 ዓመት ላይ 70 ዓመት ጨምሮ 1000 ዓመት ሲመላው ዕፀ ሕይወትን ተመግቦ ታድሶ ዐዲሲቱን ዓለም መንግሥተ ሰማያትን ያይ ነበር።

ነገር ግን የተከለከለውን ዕፀ ጥበብ በመጕምዠት በ[0]ይኑ በማየቱ፣ በልቶም [0]ይኖቹ በመከፈታቸው 1000 ዓመት ሊሞላው በፊደል [0] ቀመር ልክ 70 ዓመት ሲቀረው [0]ይኑ በሞት ተጨፈነ፡፡ ይኸውም በምድር ላይ የኖረው 930 ዓመት ሲኾን 1000 — 970 = 70 ነው፡፡

የ[0]ይን ወካይነቷ ቍጥር 70 ከማየት ጋር ተጣምራ ትጓዛለች፡፡ ለምሳሌ ያኽል ከያዕቆብ አብራክ የወጡ 70 ሰዎች በረኀብ ምክንያት ወደ ግብጽ ተሰደው ባዕድ ምድርን በዐይናቸው ለማየት በቁ (ዘፍጥ 46፥27)፡፡

አስቀድመን [0]ይን ማለት ምንጭ እንደኾነ ተረድተናል፡፡ ፊደል [0] ቍጥሯ 70 እንደኾነ እነዚኽን ቍጥሮች ሲያገናኝ እንዲኽ ይላል፡-

❖ "እነርሱም ወደ ኤሊም መጡ፤ በዚያም ዐሥራ ኹለት የውሃ <u>ምንጮች</u>ና <u>70</u> የዘንባባ ዛፎች ነበሩባት፡፡ በዚያም በውሃው አጠገብ ሰፈሩ" (ዘፀ 15፥27)

ከእስራኤል ወገን የተመረጡ 70 ሽማግሌዎች በሲና ተራራ ላይ የተገለጠ የእግዚአብሔርን ክብር እንዳዩ እንዲኽ ይላል፡-

❖ "ከእስራኤልም <u>70</u> ሽማግሌዎች ወጡ፡፡ የእስራኤልንም አምላክ <u>አዩ</u>፡፡ ከእግሩም በታች እንደ ሰማይ መልክ የሚያበራ እንደ ብሩህ ሰንፔር ድንጋይ የሚመስል ወለል ነበር፡፡" (ዘፀ 24፥9-10)

በእግዚአብሔር ፈቃድ ከሕዝብ የተመረጡት 70 ሽማግሌዎች በደብተራ ኦሪት ዙሪያ እግዚአብሔርን እንዳዩ፡-

❖ "<u>ሰባውን</u> ሰዎች ሰብስቦ በድንኳኑ ዙሪያ አቆማቸው፡፡ እግዚአብሔርም በደመናው ወረደ፤ ተናገረውም፤ በርሱም ላይ ከነበረው መንፈስ ወስዶ በሰባው ሽማግሌዎች ላይ አደረገ" (ዘኍ 11፥24-25)

እስራኤል ለ70 ዓመታት በባቢሎን በስደት ሀገር የባርነት ኑሮን በ[ዐ]ይናቸው አዩ፤ በፊደል [ዐ] አኃዛዊ መስፈርት ልክ በ70 ዓመታቸው እግዚአብሔር በ[ዐ]ይነ ምሕረት ተመልክቷቸው፤ የጥንት ርስታቸውን መልሰው በ[ዐ]ይናቸው ለማየት በቅተዋል (2ኛ ዜና 36፡21፤ ኢሳ 23፡15፤ ዘካ 1፥12)፡፡

70 ቀመርን የያዘችው [ዐ]ይን [ዐ] በ16ኛ ተራ ቍጥር ላይ ትገኛለች፡፡ ኹለቱንም ወደ አንድ አኃዝ ስናመጣቸው 7 ይኾናሉ (7 + 0 = 7 እና 1 + 6 = 7) ይኸም የአንጎል ጋር ተቀናጅተው እኛ ማየት እንድንችል የሚያደርጉ ዋናዎች የ[ዐ]ይን ክፍሎች 7 ናቸው፡፡ እነርሱም፡-

- ኮርኒያ
- ፒዩፐል
- አይሪስ
- ሌንስ
- ሬቲና
- ኦፐቲክ ነርቭ
- ዕንባ ናቸው፡፡

የፊደል [ዐ] መነሻ "ዐይን" የተዋቀረባቸው ሦስቱ ፊደላት ፊደል [ዐ] [የ] [ነ] ናቸውና ቀመራቸውን ቀጥለን እንመልከት፡-

ቃል	ግእዝ ፊደል	ቀመር
ዐ	ዐ	70
ይ	የ	10
ን	ነ	50

ድምር፡- 70 + 10 + 50 = 130 ይመጣል፡፡

ይኽ የዐይን ቍጥር የኾነው 130 ብዙ ምስጢራት አሉት። ለምሳሌ የሰው ዐይን ብርሃንን ለመረዳት (ገንዘቡ ለማድረግ) እስከ 130 ሚሊየን የሚደርሱ ተቀባዮች (ሪሴፕተርስ) አሉት።

ቀመር 130 ቀደምት አበው ልጅ ወልደው በ[ዐ]ይናቸው አይተው የኖሩበት ዕድሜን ይይዛል። ለምሳሌ፡-

- ❖ "ቃይንምም መቶ ሠላሳ ዓመት ኖረ ሳላንም ወለደ" (ዘፍ 11፥13)
- ❖ "ሳላም መቶ ሠላሳ ዓመት ኖረ ኤቦርንም ወለደ" (ዘፍ 11፥ 14)
- ❖ "ፋሌቅም መቶ ሠላሳ ዓመት ኖረ ራግውን ወለደ" (ዘፍ 11፥ 18)
- ❖ "ራግውም መቶ ሠላሳ ኹለት ዓመት ኖረ ሴሮሕንም ወለደ፤ ሴሮሕም መቶ ሠላሳ ዓመት ኖረ ናኮርን ወለደ" (ዘፍ 11፥20-22)

በስሙ ውስጥ ፊደል [ዐ] የተካተተችበት ያ[ዕ]ቆብ እንግዳ የኾነችውን የግብጽ ምድርን በዐይኑ የተመለከተው በዐይን ቀመር ልክ በ130 ዕድሜው ነውና ለፈርዖን እንዲኽ አለው፡-

- ❖ "ፈርዖንም ያዕቆብን የዕድሜኽ ዘመን ስንት ዓመት ነው አለው። ያዕቆብም ለፈርዖን አለው፡- የእንግድነቴ ዘመን መቶ ሠላሳ ዓመት ነው" (ዘፍ 47፥8-9)

በዚኽ ምዕራፍ ላይ የ[ዐ]ይን ምስጢር የሚገልጸውን ፊደል [ዐ] እንዳየን ከዚኽ በመቀጠል ስለ ፊደል [ፈ] በዝርዝር እንመለከታለን።

ምዕራፍ 18

ፊደል [ፈ]

በአበገደ በግእዝ አልፍ ቤት በዐሥራ ሰባተኛ ተራ ቍጥር ላይ የሚገኘው ፊደል [ፈ] ነው፡፡ በግእዝ ስሙ "[ፈ]ፍ፤ [ፌ] ሲባል፤ ወካይ ቍጥሩ ሰማንያ አኃዝ ሲኾን፤ [ፈ - 80] ሰማንያ ይባላል፡፡

የግእዝ ፍቺውም "አ[ፍ]" ማለት ነው፡፡ በዕብራይስጥ ግን ፊደል [አ] ሳያስገባ [ፌ] ወይም [ፔ] פ (*peh*) ይላል፡፡ פֵּה ፌ ማለት አ[ፍ] ማለት ነው፡፡

አ[ፍ] በከንፈርና በከንፈር መካከል ያለ ክፍት ኀዋ፤ መተንፈሻና መናገሪያ፤ የቃል የትንፋሽ የመብል የመጠጥ የነገር ኹሉ መውጫ መግቢያ ደጅ፤ የሚከፈትና የሚዘጋ የሕዋሳት በር፣ ቃል፣ ነገር ማለት እንደኾነ የግእዝ ቋንቋ ሊቃውንት ይፈቱታል፡፡

አል[ፋ] እግዚአብሔር "ሰውን በመልካችን እንደ ምሳሌያችን እንፍጠር" ብሎ ተናግሮ ሰውን ከምድር ዐፈር ፈጥሮ የሕይወትን እስትንፋስ የሰጠው ነውና ሰው ከሌሎች እንስሳት ተለይቶ የመናገር በቋንቋ የመግባባት ዐቅም አለው፡፡

ፊደል [ፈ] እና ቅርጸ አካሉ

ፊደል [ፈ] ቅርጸ አካሉ ሲታይ "አፍ" ነው፡፡ ቢኾንም ኹለት ዐይነት አፍ በቅርጹ ይታያል፡፡ አንደኛው ከውጪ ያለው አፍ በሰፊው ጫፍና ጫፉ የተከፈተ ሲኾን፤ በውስጥ ያለው ደግሞ የተዘጋ አነስ ያለ አፍ ነው፡፡

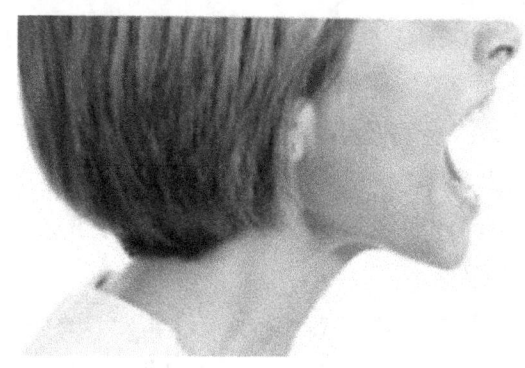

ፊ

አፍ እና ፊደል [ፊ]

ጠቢቡ ሰሎሞን "ዝም ለማለት ጊዜ አለው፡፡ ለመናገርም ጊዜ አለው" እንዳለ (መክ 3፥7)፡፡ መጽሐፍ ቅዱስ አፍን ስለመዘጋት እንዲኽ ይላል፡-

- ❖ "ከንፈሬ ኀጢአት አትናገርም፤ አንደበቴም ሽንገላን አያወጣም" (ኢዮ 27፥4)
- ❖ "አቤቱ ለአፌ ጠባቂ አኑር፤ የከንፈሮቼንም መዝጊያ ጠብቅ" (መዝ 140 (141)፥3)
- ❖ "አፉን የሚጠብቅ ነፍሱን ይጠብቃል፤ ከንፈሩን የሚያሞጠሙጥ ግን ጥፋትን ያገኘዋል" (ምሳ 13፥3)
- ❖ "ክፉም ያሰብኽ እንደኾነ እጅኽን በአፍኽ ጫን" (ምሳ 30፥32)
- ❖ "እግዚአብሔር በሰማይ አንተም በምድር ነኽና በአፍኽ አትፍጠን፤ በእግዚአብሔርም ፊት ቃልን ይናገር ዘንድ ልብኽ አይቸኵል፤ ስለዚኽም ቃልኽ ጥቂት ይኹን" (መክ 5፥6)
- ❖ "የአፍኽን ደጅ በብብትኽ ከምትተኛው ጠብቅ" (ሚክ 7፡5)

አፍን ስለመክፈት እንዲኽ ይላል፡-

- ❖ "አቤቱ ከንፈሮቼን ክፈት አፌም ምስጋናኽን ያወራል" (መዝ 50 (51)፥15)

- “አፍኽን ስለዲዳው ክፈት፤ ተስፋ ስለሌላቸው ኹሉ ተፋረድ” (ምሳ 31፥8)
- “አፌንም ከፈትኹ መጽሐፉንም አጐረሰኝ” (ሕዝ 3፥2)
- “ኢየሱስ ጌታ እንደኾነ በአፍኽ ብትመሰክር፤ እግዚአብሔርም ከሙታንም እንዳስነሣው በልብኽ ብታምን ትድናለኽና” (ሮሜ 10፥9)

ከላይ እንዳየነው የሚከፈትና የሚዘጋ አፍ እንዳለ ኹሉ ልክ እንደ ቅርጸ ፊደሉ ኹለት ዐይነት አፍ ሲኖር ይኸውም የሞት እና የሕይወት ምንጭ የኾነ አፍ ነው።

ለሐሜት የሚከፈት ለምስጋና የሚዘጋ፤ ለርግማን የሚከፈት ለምርቃት የሚዘጋ አ[ፍ] ሞትን ያመጣል።

ለምስጋና የሚከፈት ለሐሜት የሚዘጋ፤ ለምርቃት የሚከፈት ለርግማን የሚዘጋ አ[ፍ] ሕይወትን ያመጣል።

ጠቢቡ ሰሎሞን ኹለቱንም አፎች እንዲኽ ሲል ያስቀምጣቸዋል፦

- “የሰው ኾድ ከአ[ፉ] ፍሬ ይሞላል ከንፈሩም ከሚያፈራው ይጠግባል፤ ሞትና ሕይወት በምላስ እጅ ናቸው የሚወድዷትም ፍሬዋን ይበላሉ” (ምሳ 18፥21)።

የፊደል [ፌ] ቀመር

በተጨማሪም አ[ፍ] ማለት በግእዝ ቋንቋ “ስለት፣ አንደበት” ነው። ይኽም ሊታወቅ አ[ፈ] ሰይፍ፣ አ[ፈ] ኀጺን፣ አ[ፈ] ኲናት ይለዋል፤ አ[ፎ]ት ደግሞ “ሰገባ” ነው። ይኽ ምስጢር በደንብ እንዲገባን የፊደል [ፈ] ተራ ቍጥር 17ኛ መኾኑን ዐውቀን ይኽነን ቀመር መፍታት ስንችል ብቻ ነው።

ይኸውም 10 + 7 = 17 ነው። 10ኛው ፊደል [የ] 7ኛው ፊደል [ዘ] ነው። ባለፈው በዝርዝር እንዳየነው ፊደል [የ] የ[ያ]ህዌህ እጅን ይወክላል። ፊደል [ዘ] ደግሞ “ሰይፍ” መኾኑን እናውቃለን። ፊደል [ፈ] ደግሞ አ[ፍ] ነው።

በመኾኑም ሦስቱን የያህዌህን እጅ፣ ሰይፍን እና አፍ ለመረዳት ኹለቱን የመጽሐፍ ቅዱስ ጥቅሶች እንመልከት፡-

- “አፌንም እንደ ተሳለ ሰይፍ አድርጓል፤ በእጁ ጥላ ሰውሮኛል፣ እንደተሳለ ፍላጻም አድርጎኛል፤ በሰገባውም ውስጥ ሸሽጎኛል” (ኢሳ 49፥2)
- “ከአፉም በኹለት ወገን የተሳለ ስለታም ሰይፍ ወጣ፡፡ ፊቱም በኀይል እንደሚበራ እንደ ፀሓይ ነበር” (ራእ 1፥16)
- “አሕዛብንም ይመታበት ዘንድ ስለታም ሰይፍ ከአፉ ይወጣል፤ ርሱም በብረት በትር ይገዛቸዋል” (ራእ 19፥15)

ፊደል [ዐ] እና ፊደል [ፈ]

ከላይ የቀደመውን ፊደል [ዐ] ስንዳስስ በዕለተ እሑድ የታየውን የብርሃንን ምንጭ ተመልክተናል፡፡ ፊደል [ፈ] ይኽነን ፊደል [ዐ] ተከትሎ ያንን ብርሃን ይደግማል፡፡

ምክንያቱም በግእዝ ቋንቋ “አ[ፈ] ጽባሕ” ማለት የመዓልት ደጅ አፍ፣ መግቢያው፣ መባቻው፣ የፀሓይ ውጋጋን የሚታይበት፤ ጎሕ፣ ጎሐ ጽባሕ፤ የጧት ጧት ማለዳ” ማለት ነውና ፊደል [ፈ] ይኽነን ተከትሎ የጎሕ ብርሃንን ደጅ አፍ ወክሏል፡፡

ዳግመኛም ከፊደል ዐይን [ዐ] በመቀጠል ፊደል ፈፍ [ፈ] መቀመጡ መዠመሪያ [ዐ]ይን ያያል፤ በመቀጠል የታየውን ደግሞ አ[ፍ] በንግግር ይገልጸዋል፡፡ በመኾኑም ስለ አንድ ነገር በአፋችን ከመናገራችን በፊት በዐይን ተመልክተን ስለዚያ ነገር ተጨባጭ ዕውቀት፣ መረዳት ያስፈልጋልና ፊደል [ዐ] ከፊደል [ፈ] ቀደመ፡፡

በተጨማሪም በፊደል [ዐ] ላይ በስፋት እንዳየነው አዳምና ሔዋን የተከለከሉትን [ዕ]ፅ ከበሉ በኋላ [ዐ]ይናቸው ተከፈተ፡፡ በመቀጠል እግዚአብሔር አዳም የተደበቀበትን ቢያውቅም ነገር ግን አዳም ከርሱ ጋር እንዲነጋገር፣ ውስጣዊ ሐሳቡን እንዲገልጽ በአፉ እንዲመልስ በመፈለጉ “አዳም ወዴት ነኽ” ብሎ በጠየቀው ጊዜ፤ አዳም “ድምፅኽን ሰማኍ ዕራቁቴንም ስለኾንኍ ፈራኍ

ተሸሸግኹም" በማለት በአ[ፉ] ምላሽን ለአምላኩ ሰጥቶበታል (ዘፍ 3፥9-10)፡፡

አልፍ [አ] እና ፊደል [ፈ]

የመዠመሪያው ፊደል አልፍ [አ] እንደኾነ ከላይ በፊደል [አ] ውስጥ ተመልክተናል፡፡ ይኽም [አ]ል[ፍ] ስንል በመጨረሻው ላይ ፊደል [ፈ] ይዟል፤ ይኸውም፡-

- ፊደል [አ] - [አ]ልፋ [አ]ምላክን ያመለክታል፡፡
- ፊደል [ለ] - ከላይ ያለውን ፊደል [አ] እና [ለ] ኹለቱን ፊደላት በአንድ ላይ ስንገጥማቸው "ኤል" የሚለውን የአምላክ መጠሪያውን ያመለክታል፡፡
- ፊደል [ፈ] - አፍን አንደበትን ያመለክታል፡፡

ሦስቱንም ገጥመን ስናነበው "ከኤል አፍ (አንደበት)" የሚል ፍቺን ይሰጠናል፡፡ ይኽነንም ነቢዩ ኢሳይያስ እንዲኽ ሲል አስተባብሮ ገልጾታል፡፡

- ❖ "በአፉም በትር ምድርን ይመታል፤ በከንፈሩም እስትንፋስ ክፉዎችን ይገድላል" (ኢሳ 11፥4)፡፡

ከኤል አፍ የወጣ ቃል ሰማያትን፣ ሰራዊተ መላእክትን አጽንቷልና ክቡር ዳዊት እንዲኽ ዘምሯል፡-

- ❖ "በእግዚአብሔር ቃል ሰማዮች ጸኑ፣ ሰራዊታቸውም ኹሉ በአፉ እስትንፋስ" (መዝ 32 (33)፥6)

[ፈ] እና ቀመር 80

አስቀድመን እንዳየነው አ[ፍ]ን የሚገልጸው የፊደል [ፈ] ወካይ አኃዝ 80 ነው፡፡ አስገራሚው ነገር ከእግዚአብሔር ጋር አፍ ለአፍ የተነጋገረው ነቢዩ ሙሴ ነበር፡፡ ይኸውም ለአፍ ለአፍ ስለመነጋገሩ እንዲኽ ተጽፏል፡-

- ❖ "በመካከላችኊ ነቢይ ቢኖር እኔ እግዚአብሔር በራእይ እገለጥለታለኊ ወይም በሕልም አናግረዋለኊ፤ ባሪያዬ ሙሴ ግን እንዲኽ አይደለም፤ ርሱ በቤቴ ኹሉ የታመነ

ነው። እኔ <u>አ[ፍ] ለአ[ፍ] በግልጥ እናግረዋለኍ</u>፤ በምሳሌ አይደለም" (ዘኍ 12፥6-8)

ይኸውም ሊታወቅ እግዚአብሔር ሙሴን አፍ ለአፍ ያናገረው እስራኤልን ለመምራት የመረጠው ልክ በ80 ዓመቱ ላይ ነበረ። ይኽነንም በፊደል [ፈ] የ80 ቀመር በትክክል ተረድተናል።

እግዚአብሔር አፍ ለአፍ እስኪያናግረው ድረስ በፈርዖን ቤት 40 ዓመት፤ በምድያም 40 ዓመት ቈይቶ ልክ በ80 ዓመቱ በ[ዕ]ፀ ጳጦስ ውስጥ ተገልጾ ለመዠመሪያ ጊዜ አነጋገረው (ዘፀ 3፥ 4-6)። ከላይ ባየነው መሠረት [ዕ]ፅን የምትጠቊመው ፊደል [0] ከፊደል [ፈ] በፊት መምጣቷን ልብ ይሏል።

40 + 40 = 80 ላይ አፍ ለአፍ እንዳናገረው፤ እንደገና ሙሴ 40 ዓመት በምድረ በዳ ከእስራኤል ጋር ከተጓዘ በኋላ እስራኤል በመሪባ ውሃ በአ[ፋ]ቸው ሲያንጐራጕሩ ሙሴም በአ[ፉ] ምስጋናን ስላላቀረበ ልክ እንደ ፊደል ዐይን [0] ምድሪቱን በዐይኑ አሻግሮ ማየት እንጂ እንደማይገባባት ነግሮት በ120 ዓመቱ ዐርፏል። ቃሉም እንዲኽ ይላል፡-

- "በእስራኤል ልጆች መኻከል በጺን ምድረ በዳ በቃዴስ ባለው በመሪባ ውሃ ስለ በደላችኹኝ በእስራኤልም ልጆች መኻከል ስላልቀደሳችኹኝ ምድሪቱን ፊት ለፊት ታያለኽ እንጂ ወደዚያች እኔ ለእስራኤል ልጆች ወደምሰጣት ምድር አትገባም" (ዘዳግ 32፥51-52)
- "እግዚአብሔርም ለዘርኽ እሰጣታለኍ ብዬ ለአብርሃምና ለይስሐቅ ለያዕቆብም የማልኹላቸው ምድር ይኽቺ ናት። በ[0]ይንኽ እንድታያት አደረግኹኽ፤ ነገር ግን ወደዚያች አትሻገርም አለው" (ዘዳ 34፥4)።

አፍን የምትጠቊመው ፊደል [ፈ] አኀዝ ምድብነቷ 80 እንደኾነ ኹሉ የሰውም ዕድሜ ለአራት ይከፈላል። ይኸውም፡-

ሰው ከተወለደ ዠምሮ እስከ ኻያ ዓመት ድረስ ያለው ምግበ ነፋስ (የነፋስ ጊዜ) ነው። የነፋስ ግብር በሰዎች ላይ ይሠለጥናል "ወኢይክል ያእምር ዘውስተ ነፍሱ" እንዲል በዚኽ ዕድሜ ያለ ሰው እንደ ነፋስ መንቀሳቀስን ይወዳል፤ ባለማወቅ ባለመረዳት በስሜት ነገሮችን ያከናውናል ይላሉ።

ከኻያ እስከ አርባ ዓመት ያለው ዕድሜ ምግበ እሳት (የእሳት ጊዜ) ነው፤ የእሳት ግብር ይሠለጥናል። እሳታዊ የወጣትነት ሥራዎች በሰውነት ውስጥ ያይላሉ፤ ሰው በስሜት ኾኖ እየተናደደ ይሠራል ይላሉ።

ከአርባ እስከ ስሳ ያለው ዕድሜ ምግበ ማይ (የውሃ ጊዜ) ነው፤ በዚኽ ዕድሜ የሰው ሰውነት እየደከመ እየቀዘቀዘ እየተረጋጋ የሚኼድ ሲኾን ተመልሶ የሕፃንነት ሥራ ልሥራ ቢል አይችልም ይላሉ።

ከስሳ እስከ 80 ዕድሜ የመሬት ጊዜ ነው፤ የመሬት ባሕርይ ይበረታል፤ ከተቀመጠበት ሲነሣ መሬት ተደግፎ ይነሣል፤ ወደ ሥጋዊ ሞትም እየተቃረበ ይመጣል። ቀመሩ 80 የኾነ ፊደል [ፌ] አፍን እንዲወክል ሰው በዚኽ ዕድሜው በአፉ የምግብ ጣዕም መለየት እያዳገተው ይመጣል። ስለዚኽ ነገር ቤርዜሊ በ80 ዓመቱ የተናገረውን እነሆ፡-

❖ "ቤርዜሊም እጅግ ያረጀ የ80 ዓመት ሽማግሌ ነበረ ...ዛሬ የ80 ዓመት ሽማግሌ ነኝ። መልካሙንና ክፉውን መለየት እችላለኹን? እኔ ባሪያኽ የምበላውንና የምጠጣውን መለየት እችላለኹን?" (2ኛ ሳሙ 19፥35)

ስለ 80 ዓመት ክቡር ዳዊት እንዲኽ ብሎ ገለጸልን፡-

❖ "የዘመኖቻችንም ዕድሜ ሰባ ዓመት ቢበረታም ሰማንያ ዓመት ነው" (መዝ 89 (90)፥10)

የፊደል [ፌ] ዝርዝር በዚኽ መልኩ ከተመለከትን በመቀጠል ወደሚገኘው ፊደል [ጸ] በመኼድ ምስጢሩን በዝርዝር እንረዳለን።

ምዕራፍ 19

ፊደል [ጸ]

በአበገደ በግእዝ አልፍ ቤት በዐሥራ ስምንተኛ ተራ ቍጥር ላይ የሚገኘው ፊደል [ጸ] ነው፡፡ በግእዝ ስሙ "[ጸ]ድቅ" [ጸ] ወይም ጸደይ [ጸ] ይባላል፡፡ ወካይ ቍጥሩ ዘጠና አኃዝ ሲኾን [ጸ - 90] ይባላል፡፡

በዕብራይስጥ ስሙ ዛዴክ በግእዝ "ጻድቅ" ሲባል [ጸ]ድቅ ቀጥታ ፍቺውም "እውነተኛ፣ ቅን፣ መልካም፣ ደግ፣ በጎ፣ ንጹሕ፣ ጥሩ" ማለት ነው፡፡

አስቀድሞ በነበረው በፊደል [ፈ] ላይ የአ[ፍ] ነገርን ስናይ እንደመጣን በፊደል [ጸ] ደግሞ [ጸ]ድቅ በአፉ [ጽ]ድቅን እንደሚያውጅበት እንረዳለን፡- ይኸውም ዳዊት በመዝሙር 36 (37)፥30 ላይ፡-

- "የ[ጻ]ድቅ አ[ፍ] ጥበብን ይማራል፤ አንደበቱም ፍርድን ይናገራል" ይላልና [ጸ] ፊደል ከጻድቅ ሕይወት ጋር በእጅጉ የተሳሰረ ነው፡፡

አስቀድሞ በባሕርዩ [ጻ]ድቅ የኾነው ጻድቀ ባሕርይ የሰራዊት ጌታ የኾነው [ጸ]ባኦት ነውና ይኸነን በፊደል [ጸ] አውቀናል፡፡ ከመጽሐፍ ቅዱስ የተወሰነ ብናይ፡-

- "እንደ እግዚአብሔር ቅዱስ የለምና እንደ አምላካችንም [ጻ]ድቅ የለምና ከአንተ በቀር ቅዱስ የለም" (1ኛ ሳሙ 2፥2)
- "እግዚአብሔር [ጻ]ድቅ ነው ብለው ሰውነታቸውን አዋረዱ" (2ኛ ዜና 12፥6)
- "ፈጣሪዬንም [ጻ]ድቅ ነው እላለሁ" (ኢዮ 36፥3)
- "እግዚአብሔር [ጻ]ድቅ ነውና፤ ጽድቅንም ይወድዳል" (መዝ 11፥7)
- "እግዚአብሔር መሓሪና [ጻ]ድቅ ነው" (መዝ 115 (116)፥5)

- “እኔ [ጻ]ድቅ አምላክና መድኀኒት ነኝ” (ኢሳ 45፥21)
- “አንቺ የጽዮን ልጅ ሆይ እጅግ ደስ ይበልሽ፤ አንቺ የኢየሩሳሌም ልጅ ሆይ እልል በዪ፤ እነሆ ንጉሥሽ [ጻ]ድቅና አዳኝ ነው፤ ትሑትና ሆኖ በአህያዪቱ ግልገል በውርንጫይቱ ላይ ተቀምጦ ወደ አንቺ ይመጣል” (ዘካ 9፥9)

[ጻ]ድቀ ባሕርይ [ጸ]ባኦት በባሕርዩ ጻድቅ ኾኖ እውነተኞቹ [ጻ]ድቃን ተብለው ይጠሩ ዘንድ ጸጋውን ሰጥቷቸዋል፡፡

ከዚኽ በመቀጠል ፊደል [ጸ] በ[ጻ]ድቅ ሕይወት ውስጥ እንዴት እንደምትጓዝ እንመልከት፡፡

[ጻ]ድቅ የሚጓዝበት ጉዞ በፊደል [ጸ] ምድብ የኾነው [ጸ]ባብ አንቀ[ጽ] ነው፡፡ “[ጸ]ባብ” ማለት መጥበብ፣ መጭነቅ፣ መቸገር፣ ጭንቅ መኾን” ማለት ነው፡፡

“ዕ[ጹ]ብ” ማለት “የጨነቀ፣ ጭንቅ፣ አስቸጋሪ፣ ጽኑ፣ ክቡድ” ሲኾን “ዕ[ጸ]ብ” ጭንቀት፣ ጭንቅ፣ ጽናት ማለት ነው፡፡

ይኸውም [ጻ]ድቃን የሚጓዙበትን የመከራ የጭንቅ ጉዞ የሚያስረዳ ነው፡፡ ሐዋርያው ቅዱስ ጴጥሮስም ይኽነን እንዲኽ ሲል ይገልጸዋል፡-

- “ወሶበ [ጻ]ድቅ እምዕ[ጹ]ብ ይድኅን ኃጥእ ወዐማፂ በአይቴ ያስተርኢ ሀለዎ”

  ([ጻ]ድቅም በጭንቅ የሚድን ከኾነ ዐመፀኛውና ኀጢአተኛው ወዴት ይታይ ዘንድ አለው?” (1ኛ ጴጥ 4፥18)፡፡

የ[ጻ]ድቃን የ[ጽ]ድቅ መንገድ [ጸ]ባብ ነውና [ጸ]ባኦት “ባኡ አንተ [ጸ]ባብ አንቀ[ጽ]” (በጠበበው ደጅ ግቡ) በማለት አስተምሯል (ማቴ 7፥13)፡፡

[ጻ]ድቃን በ[ጸ]ባብ (በጠባብ) ደጃፍ ሲገቡ በፊደል [ጸ] ምድብ ያሉ ኹሉ ይቀበሏቸዋል፤ እነዚኽም፡-

- ❖ [ጸ]ም
- ❖ [ጸ]ሎት
- ❖ ም[ጽ]ዋት
- ❖ [ጻ]ምዎ (ድካም፣ ተግቶ መጣር፣ መከራ)
- ❖ [ጽ]ማዌ (ጭምትነት፣ ዝምታ፣ ርጋታ፣ ጸጥታ)
- ❖ [ጽ]ሙና (ትሕርምት፣ ምናኔ፣ ብቸኝነት)
- ❖ [ጻ]ኒሕ (ደጅ መጥናት፣ መቈየት፣ መጠበቅ፣ መታገሥ፣ ተስፋ ማድረግ)
- ❖ [ጸ]ማዕት (ዋሻ፣ በኣት)
- ❖ [ጽ]ንዐት (መጥናት፣ መጠንከር፣ ጽናት፣ ጥንካሬ፣ ብርቱነት)
- ❖ [ጸ]ር (ሽክም) "ዘኢ[ጾ]ረ መስቀለ ሞትየ ኢይክል ይፀመደኒ" እንዲል፡፡
- ❖ [ጻ]ዕቅ (ጭንቅ፣ ሥቃይ፣ መከራ)

በፊደል [ጸ] ምድብ ያሉትን በ[ጸ]ጋ [ጻ]ድቃን የኾኑት የ[ጽ]ድቅ ጉዞን በ[ጸ] ምድብ ካጠናቀቁ ስማቸው በሰማያዊዉ [ጽ]ሑፍ በሕይወት መ[ጽ]ሐፍ ይ[ጻ]ፋሉ፡፡ ይኽንንም በዚኽ ላይ እንመልከት፡-

- ❖ "ከሕያዋን መ[ጽ]ሐፍ ይደምሰሱ፤ ከጻድቃንም ጋር አይጻፉ" (መዝ 68 (69)፥28)
- ❖ "መ[ጻ]ሕፍትም ተከፈቱ፤ ሌላ መ[ጽ]ሐፍም ተከፈተ፤ ርሱም የሕይወት መ[ጽ]ሐፍ ነው፤ ሙታንም በመ[ጻ]ሕፍት ተ[ጽ]ፎ እንደነበረ እንደ ሥራቸው መጠን ተከፈሉ" (ራእ 20፥12)
- ❖ "ለበጉም በኾነው በሕይወት መ[ጽ]ሐፍ ከተ[ጻ]ፉት በቀር ጸያፍ ነገር ኹሉ ርኵሰትና ውሸትም ሚያደርግ ወደ ርሷ አይገባም" (ራእ 21፥27)፡፡

በመኾኑም ስማቸው በሕይወት መ[ጽ]ሐፍ የተጻፈላቸው ጻድቃን ሲኾኑ የሚኖራቸው ብርሃን በፊደል [ጸ] ምድብ ያለ ነው፤ ይኸውም፡-

- ➢ [ጸ]ዳል (ብርሃን፣ ውጋጋን፣ ብልጭታ፣ ጮራ፣ ጨረር)
- ➢ [ጸ]ሀር (ጮራ፣ ጨረር፣ ጸዳል፣ ምዕዛር)
- ➢ [ጸ]ዐዳ
- ➢ [ጽ]ሩይ (የጠራ፣ የበራ፣ ንጹሕ፣ ጥሩ)

ይኽነንም በነዚኽ የመጽሐፍ ቅዱስ ጥቅሶች እንረዳለን፡-

- ❖ "ብርሃን ለጻድቃን ደስታም ለልበ ቅኖች ወጣ" (መዝ 96 (97)፥11)
- ❖ "የጻድቃን መንገድ ግን እንደ ንጋት ብርሃን ነው፡፡ ሙሉ ቀን እስኪኾንም ድረስ እየጨመረ ይበራል" (ምሳ 4፥18)
- ❖ "ኹልጊዜ ለጻድቃን ብርሃን ነው" (ምሳ 13፥9)
- ❖ "በዚያን ጊዜ ጻድቃን በአባታቸው መንግሥት እንደ ፀሓይ ይበራሉ" (ማቴ 13፥43)

ፊደል [ዐ] ወካይነቷ ለምንጭ እንደነበር አይተናል፡፡ ከዚኽቺ ፊደል በመቀጠል በነበረው ፊደል [ፈ] አ[ፍ] እንደተወከለ ተገንዝበናል፡፡ ከፊደል [ጸ] በመቀጠል ያለው ደግሞ ፊደል [ቀ] ነውና [ጻ]ድ[ቅ] በሚለው ቃል በመዠመሪያና በመጨረሻ ላይ በግልጽ ፊደላቱን እናያለን፡፡

ይኽነንም ጠቢቡ ሰሎሞን በአንድ ላይ በመዘርዘር እንዲኽ ይላል፡-

- ❖ "ነቅ[ዐ] ሕይወት ውስተ አ[ፈ] [ጻ]ድ[ቃ]ን"
  (የ[ጻ]ድ[ቃ]ን አ[ፍ] ግን የሕይወት <u>ምንጭ</u> ናት) (ምሳ 10፥11)፡፡

የፊደል [ጸ] ወካይ ቊጥሯ 90 ነው። በእግዚአብሔር ፊት [ጻ]ድ[ቃ]ን የነበሩት አብርሃምና ሣራ ይስሐ[ቅ]ን ያገኙት ሣራ በ90 ዓመቷ ሲኾን አብርሃም በፊደል ቆፍ ልክ በ100 ዓመቱ ነበር (ዘፍ 17፡17)። ልጁንም "ስሒ[ቅ]" (ከመሳቅ) ጋር አገናኝቶ በፊደል [ቀ] ምድብ "ይስሐ[ቅ]" ብሎታል።

ፊደል [ጸ] ወካይ አኃዛዊ ልኬቷ 90 እንደኾነ [ጻ]ድቃን ምድባቸው በዘጠናዎቹ ውስጥ ነውና በሉቃ 15፥7 ላይ እንዲኽ ሲል [ጻ]ድቅ አምላክ አስተምሯል፡-

- "ንስሓ ከማያስፈልጋቸው ከዘጠና ዘጠኝ [ጻ]ድቃን ይልቅ ንስሓ በሚገባ በአንድ ኀጢአተኛ በሰማይ ደስታ ይኾናል" (ሉቃ 15፥4-7፤ ማቴ 18፥12-13)።

የፊደል [ጸ] ዝርዝር በዚኽ መልኩ ከተመለከትን በመቀጠል ወደሚገኘው ፊደል [ቀ] በመኼድ የቀጣዩን ፊደል ምስጢር በዝርዝር እንረዳለን።

ምዕራፍ 20

ፊደል [ቀ]

በአበገደ በግእዝ አልፍ ቤት በዐሥራ ዘጠነኛ ተራ ቊጥር ላይ የሚገኘው ፊደል [ቀ] ነው። በግእዝ ስሙ “[ቆ]ፍ” [ቀ] ይባላል። ወካይ ቊጥሩ መቶ አኃዝ ሲኾን [ቀ - 100] (ምእት) ይባላል።

ፊደል [ቀ] እና የናላ [ቅ]ል

የፊደል [ቀ] ቅርጸ አካሉ በኹለቱ የዐይን ቀዳዳዎች መኻከል ገብቶ ቀጥ ብሎ የወጣ አንድ ቆም ያለው ነውና በአረማይክም “ቆፍ” “ስ[ቁ]ረተ መርፍዕ” (የመርፌ ዐይን (ቀዳዳ)) ይለዋል።

ከፊደል [ቀ] በመቀጠል ስለ ራስ የሚናገረው ፊደል [ረ] ይቀጥላል። ከዚኽ አስቀድሞ በፊደል [ቀ] በግራና በቀኝ ያሉት ኹለቱ የዐይን ክበቦች በሰው የናላ ቅል ውስጥ የሚገኙ በዐይን የተመሰለ ዕውቀት የሚተላለፍባቸው የቀኝና የግራ አንጕል አምሳል ሲኾኑ “አዕይንተ አእምሮ” (የአእምሮ ዐይኖች) ይባላሉ።

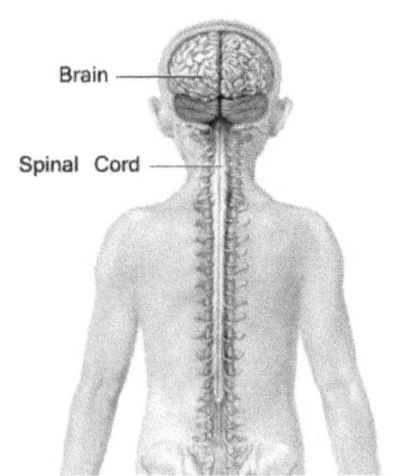

ቀ

በራስ ቅል ውስጥ ያሉ ኹለቱ አንጎሎችና ፊደል [ቀ]

ልክ እንደ ፊደል [ቀ] በሰው ተፈጥሮ ከታች ዝምሮ እስከ ራስ ቅል አንጎል ድረስ ቀጥ ብሎ የሚወጣ ዐጥንት ያለ ሲኾን ልክ በዚያ ቅርጽ እስከ ኹለቱ ክበቦች ድረስ የወጣ ቆም በፊደሉ ውስጥ ይታያል፡፡ ይኽ ምሰሶ ግን በክበቦቹ ሳይወሰን ያንን ዐልፎ ወደ ከፍታ መውጣት ችሏል፡፡

ይኽም [ቅ]ዱሳን ሰዎች አኃዛዊ መስፈርቷ 100 የኾነ በፊደል [ቀ] የሚዝምር [ቅ]ድስናን ገንዘብ ካደረጉና 100 ፍሬ ማፍራት ከቻሉ ወደ ታች እስከ በርባሮስ ወደ ላይ እስከ ጽርሐ አርያም በአዕይንተ አእምሮ የማየት ብቃት ይኖራቸዋል፡፡

ዳግመኛም ልክ እንደ 100 የፊደል [ቀ] አኃዛዊ ልኬት አንጐልም 100 ቢሊየን ኒዩሮንስ ሲኖሩት 100 ትሪሊየን ግንኙነት ማድረግ ይችላል፡፡

ጥናቶች እንደሚያሳዩት የግራ አንጐል ከቀኝ አንጐል በበለጠ [ቃ]ላዊ ትንተና ላይ የሚያተኩር ሲኾን ዐልፎ ዐልፎ አኃዛዊ አንጐል ይባላል፡፡ ይኽም ግራ አንጐል የሚያተኵረው፡-

- ቅደም ተከተል፣ ትንተና
- መሥመራዊ ዕሳቤ (ነቍጣዊ)
- ቀመር (ሒሳብ)
- ቋንቋ (የንግግር የጽሑፍ)
- አመክንዮና አማናዊ ነገር ላይ ነው፡፡

የቀኝ አንጐል ደግሞ በበለጠ ምስል ላይ የሚያተኵር ሲኾን ዐልፎ ዐልፎ "ምስላዊ አንጐል" ይሉታል፡፡ ይኽም የቀኝ አንጐል የሚያተኵረው፡-

- ቅድስናዊ ዕሳቤ
- ቀልብ፣ ውሳጣዊ ስሜት
- ምናብ፣ ራእይ
- ጥበባዊ፣ ዜማ
- ስልተ ምታዊ፣ ኢቃላዊ የኾነ ምስል ላይ ነው፡፡

የፊደል [ቀ] ኹለቱ ክበቦች ኹለቱን የአንጎል ክፍሎችን ቢወክሉም በመኻከላቸው አንድ ቀጥ ያለ ዐምድ መኖሩ ኹለቱም የተለያየ ግብራት ቢያከናውኑም ዐብረው ይሠራሉ፤ ይደጋገፋሉ። ሳይንሳዊ ጥናቶች እንደሚያሳዩት በአንድ ጊዜ የአንጎልን አንድ ጐን ብቻ አይደለም የምንጠቀመው።

አመክንዮታዊ ወይም ግኝታዊ ተግባርን ስንፈጽም ከአንጎል የኹለቱም ክፍሎች የተለያየ ግብአት እንወስዳለን። ሰዎች በቋንቋ ረድፍ ለግራ አንጎላቸው ዋጋ ቢሰጡም የቀኝ አንጎላቸው ደግሞ ዐውዱንና ቃናውን ለማወቅ ይረዳል።

የግራ አንጎል ሒሳባዊ ቀመራትን ሲያሰላ የቀኝ አንጎል ደግሞ ለማነጻጸርና ለመገመት ይረዳል። ሰዎች ኹለቱን በአግባቡ ማዋሐድ ከቻሉ እንደ ፊደል [ቀ] የላይና የታች ጫፎች በልዕልናና በትሕትና መኖር ይችላሉ።

ፊደል [ቀ] እና ቃል

አስቀድመን ባየነው በፊደል [ጸ] አምላካችን [ጻ]ድቅ፣ [ጸ]ባኦት መኾኑን እንደተረዳን፤ በቀጣይ ፊደል [ቀ] ደግሞ [ቅ]ዱስ፣ [ቀ]ዳማዊ [ቃ]ል፣ ቤ[ቃ] መኾኑን፤ በተከታዩ ፊደል [ረ] ራስ መኾኑን ለተረዳነው እግዚአብሔር የሚቀርብለት ምስጋና በፊደል [ቀ] ምድብ ውስጥ ነውና ያንን ዘርዝረን እናያለን፦

[ቀ]ዳማዊ [ቃ]ል፣ ቤ[ቃ]	መጠሪያ ስሙ
[ቅ]ዱስ፣ [ቅ]ዱስ፣ [ቅ]ዱስ	የሚቀርብለት ምስጋና
መ[ቅ]ደስ፣ [ቅ]ድስተ [ቅ]ዱሳን	የሚመሰገንበት ቅዱስ ቦታ
ቅ[ዱ]ሳን፣ ጻድ[ቃ]ን	የሚያመሰግኑት
[ቍ]ርባን	በመቅደስ የሚቀርብለት መባ

ፊደል [ቀ] እና ቃየን

አስገራሚው ነገር ከላይ ካየነው በተቃራኒ መልኩ "[ቆ]ፍ" ማለት "ዝንጀሮ" ማለትም ሲኾን በግእዝ "[ቆ]ፍቋፋ፣ ዝንጀሯም፣ ዝንጀርማ፣ የዝንጀሮ ዐይነት፣ ሥሡ፣ ንፉግ" ማለት ነው። በዕብራይስጥም ተመሳሳይ ፍቺ አለው።

ይኸውም እንደ ዝንጀሮ ለመዠመሪያ ጊዜ በ[ቅ]ናት በሥሡነት በወንድሙ ላይ በጠላትነት የተነሣው ስሙ በፊደል [ቀ] ምድብ ያለው "[ቃ]የን" የመዠመሪያ ምሳሌው ነው።

በግእዝ በፊደል [ቀ] የሚዠምረው "[ቀ]ታሊ" (ገዳይነትን) ልክ እንደ ስሙ በ[ቀ] ምድብ ይዞ እስከ ወዲያኛው ይጓዛል (ዘፍ 3፥1-16)።

ይኸውም፡-

- [ቃ]የን፡- መጠሪያ ስሙ
- [ቍ]ርባን፡- ከሚያርሰው ለእግዚአብሔር ያቀረበው
- [ቅ]ንአት፡- በወንድሙ ላይ ያደረበት ሰይጣናዊ ቅናት
- [ቍ]ጣ፡- እጅግ መናደዱን
- [ቀ]ታሊ፡- ወንድሙን መግደሉና መቅበዝበዙ

ይኽነንም "ቃየን" በሚለው በስሙ ለይተን እናውጣ፡-

- ፊደል [ቀ] - በወንድሙ ላይ የከፋ ቅናቱን፣ መመቅኘት፣ መቈጣቱን
- ፊደል [የ] - [የ] የተዘረጋ እጅን ይወክላልና ለ[ቀ]ቲል (ለመግደል) እጁን በወንድሙ ላይ ማንሣቱን መግደሉን
- ፊደል [ነ] - [ነ] "ተንተነ" ማለት ነውና ተቅበዝባዥነቱን ኰብላይነቱን ያሳያል።

ፊደል [ቀ] እና ቀመር 100

የፊደል [ቀ] አኃዛዊ ልኬቱ 100 እንደኾነ ከላይ ተመልክተናል። 100 ጠንካራ ቊጥር ሲኾን ከዚኽ በኋላ ያሉት የግእዝ ፊደላት አኃዛዊ ልኬታቸው በ100 በ100 እየጨመረ ይኼዳል።

ይኽም ዘሩ እንደሚጨምር እንደሚበዛ የምድር አሕዛብ ኹሉ በዘሩ እንደሚባረኩ የተነገረው አብርሃም ልክ 100 ዓመት ሲመላው ልጅ እንደሚያገኝ እግዚአብሔር በነገረው ጊዜ “የመቶ ዓመት ሰው በውኑ ልጅ ይወልዳልን” ብሎ ሣ[ቀ] (ዘፍ 17፥11)። ሚስቱም ሣራ በዚኽ ብሥራት ሣ[ቀ]ች (ዘፍ 18፡12)።

በመኾኑም ልጅ ባገኙ ጊዜ አስቀድሞ ብሥራቱ ሲነገራቸው ስ[ቀ]ዋልና የልጃቸውን ስም በፊደል [ቀ] ምድብ “ይስሐ[ቅ]”ተብሎ ተጠርቷል (ዘፍ 21፥3)።

100 አኃዝ ካለው ከፊደል [ቀ] በመቀጠል መቶ መቶ እየጨመረ በቀጣይነት ፊደላቱ ይኼዳሉ።

የፊደል [ቀ] ዝርዝር በዚኽ መልኩ ከተመለከትን በመቀጠል ወደሚገኘው ፊደል [ረ] በመኼድ የፊደሉን ምስጢር በዝርዝር እንረዳለን።

ምዕራፍ 21

ፊደል ረ

በአበገደ በግእዝ አልፍ ቤት በኻያኛ ተራ ቍጥር ላይ የሚገኘው ፊደል [ረ] ነው። በግእዝ ስሙ "[ር]እስ" [ረ] ይባላል። ወካይ ቍጥሩ ኹለት መቶ አኃዝ ሲኾን [ረ - 200] (ክልኤቱ ምእት) ይባላል።

በግእዝ "ርእስ" ማለት ራስ፣ መክብብ፣ ሕዋስ፣ ከአንገት በላይ ያለ ዐናት፣ ጭንቅላት፣ የናላ ቅል፣ መዠመሪያ ክፍል፣ ጫፍ፣ ቍንጮ፣ መጨረሻ፣ መደምደሚያ፣ ሥር፣ መሠረት፣ ጥንት፣ መግቢያ፣ መባቻ፣ ንጉሥ፣ በኵር፣ አለቃ" የሚል ፍቺ አለው።

ከላይ በነበረው ፊደል [ቀ] ኹለቱን የአንጐል ክፍሎች እንዳየን በዚኽ [ረ] ፊደል ደግሞ ዋናውን መክብብ አንጐልን የያዘውን ዐናት፣ የናላ ቅል እንረዳለን።

ፊደል [ረ] ርእስ እና ክ[ርስ]ቶስ

ፊደል [ረ] ከኹሉ በላይ የኾነ የኹሉ መነሻና ፍጻሜ "ራስ" የኾነ አልፋ ክ[ርስ]ቶስን ያሳያል። ይኸውም ሊታወቅ በዮሐንስ ራእይ የመጨረሻ ምዕራፍ ላይ በነዚኽ ፊደላት ራሱን መስሎ እንዲኽ አለ፦

❖ "አነ ውእቱ [አ]ልፋ ወዖ አነ ቀዳማዊ ወአነ ደኃራዊ [ር]እስ ወማኅለቅት" (እኔ አልፋና ዖሜጋ ነኝ፤ እኔ ፊተኛ እኔ ኋለኛ [ራ]ስ (ጥንትና) ፍጻሜ የምኾን እኔ ነኝ) (ራእ 22፥ 13)

ሐና ቀያፋ የናቁት ክ[ር]ስቶስ የማእዘን [ራ]ስ በኵ[ረ] ምእመናን፣ ንጉሠ ነገሥት፣ ሊቀ ካህናት እንደኾነ ራስ የኾነው ክ[ርስ]ቶስ እንዲኽ በማለት አስተማረ፦

❖ "ግንበኞች የናቁት ድንጋይ ርሱ የማእዘን [ራ]ስ ኾነ፤ ይኽም ከጌታ ዘንድ ኾነ፤ ለዐይኖቻችንም ድንቅ ነው የሚለውን ከቶ በመጽሐፍ አላነበባችኹምን?" (ማቴ 21፥42)

ከራስ ክ[ርስ]ቶስ የተማረ ቅዱስ ጴጥሮስም የክ[ርስ]ቶስን ራስነት እንዲኽ ብሎ አስተማረ፦

❖ "በመጽሐፍ እነሆ የተመረጠና የከበረን የማእዘን [ራ]ስ ድንጋይ በጽዮን አኖራለኍ፤ በርሱም የሚያምን አያፍርም ተብሎ ተጽፏልና፤ እንግዲኽ ክብሩ ለእናንተ ለምታምኑት ነው። ለማያምኑት ግን ዐናጢዎች የጣሉት ድንጋይ ርሱ የማእዘን [ራ]ስ የዕንቅፋትም ድንጋይ የማሰናከያ ዐለት ኾነ" (1ኛ ጴጥ 2፥6-7፤ የሐዋ 4፥11፤ ኤፌ 1፥22፤ 2፥20)

ሐዋርያው ቅዱስ ጳውሎስም የክ[ርስ]ቶስን ራስነት በዚኽ መልኩ ይገልጥልናል፦

❖ "የእምነታችንንም [ራ]ስና ፈጻሚውን ኢየሱስ ክ[ርስ]ቶስን ተመልክተን በፊታችን ያለውን ሩጫ በደስታ እንሩጥ" (ዕብ 12፥1-2)

❖ "ብዙ ልጆችን ወደ ክብር ሲያመጣ የመዳናቸውን [ራ]ስ በመከራ ይፈጽም ዘንድ ከርሱ የተነሣ ኹሉ በርሱም ኹሉ ለኾነ ለርሱ ተገብቶታልና" (ዕብ 2፥10)

[ራስ] ቅልና ክ[ርስቶ]ስ

የሕይወት ራስ የኾነው ክ[ርስቶ]ስ ፊደል [ተ] በሚመስል መ[ስ]ቀል ተሰቅሎ ሕይወትን የሰጠው ማእከለ ምድር በኾነ [ራ]ስ ቅል በተባለ ጎልጎታ ነው። ይኽነንም ወንጌላዊዉ እንዲኽ ይላል፦

❖ "ትርጓሜውም የ[ራ]ስ ቅል ስፍራ ወደሚኾን ጎልጎታ ወደተባለ ስፍራ ወሰዱት" (ማር 15፥22፤ ማቴ 27፥33)

ይኽ ታላቅ የስቅለት ምስጢር በሐዋርያት የተገለጸ ሲኾን አንባብያን ሆይ ቃሉን በጥልቀት አስተውሉ፦

- “የሕይወትን [ራ]ስ ገደላችኹት፤ ርሱን ግን እግዚአብሔር ከሙታን አስነሣው” (የሐዋ 3፥15)
- “እናንተ በዕንጨት ላይ ሰቅላችኍ የገደላችኹትን ኢየሱስ የአባቶቻችን አምላክ አስነሣው፤ ይኽን እግዚአብሔር ለእስራኤል ንስሓን የኀጢአትንም ስርየት ይሰጥ ዘንድ [ራ]ስም መድኀኒትም አድርጎ በቀኙ ከፍ ከፍ አደረገው” (የሐዋ 5፥31)።

ሕይወትን ለመስጠት በ33 ዓመቱ በራስ ቅል በጎልጎታ በርእሰ አዳም ላይ ተሰቅሎ የእባቡን ራስ የቀጠቀጠው የሕይወት ራስ ክርስቶስ፤ የአካሉ የምእመን ራስ ነውና ዛሬም በርእሰ ልቡናቸው ተሰቅሎ ይኖራል፤ ይኽነንም ሐዋርያው ቅዱስ ጳውሎስ እንዲኽ ይገልጸዋል፡-

- “ኹሉ በርሱና ለርሱ ተፈጥሯል፤ ርሱም ከኹሉ በፊት ነው፤ ኹሉም በርሱ ተጋጥሟል፤ ርሱም የአካሉ ማለት የቤተ ክርስቲያን [ራ]ስ ነው፤ ርሱም በኹሉ ፊተኛ ይኾን ዘንድ መዠመሪያ ከሙታንም በኵር ነው” (ቆላስ 1፥18፤ ኤፌ 5፥23)

ይኽን ታላቅ ምስጢር የበለጠ ፍንትው ለማድረግ ቅዱስ ጳውሎስ ያስተማረውን ደግመን እንይ፡-

- “ለአለቅነትና ለሥልጣንም ኹሉ [ራ]ስ በኾነ በርሱ ኾናችኍ ተመልታችኋል። … በሥጋዊም አእምሮ በከንቱ እየታበየ ማንም አይፍረድባችኍ። እንደዚኽ ያለ ሰው [ራ]ስ ወደሚኾነው አይጠጋም፤ ከርሱም አካል ኹሉ በጅማትና በማሰሪያ ምግብን እየተቀበለ እየተጋጠመም እግዚአብሔር በሚሰጠው ማደግ ያድጋል” (ዕብ 2፥10፤19)።

ሐዋርያው “ኹሉ በርሱ ተጋጥሟልና” እንዳለው፤ ወደ ራስ ቅላችን ለመድረስ ከታች ዠምሮ እስከ ራስ ቅላችን ድረስ በምንወለድ ጊዜ የሚሰጡን 33 የአከርካሪ ዐጥንቶች አሉን።

እነዚኽም ክርስቶስ በምድር ላይ የኖረውን 33 ዓመት ዕድሜውን ይወክላሉ። የራስ ቅላችን ደግሞ የራስ ቅል ተብሎ የተጠራ ጎልጎታን ይወክላል።

በራስ ቅል ውስጥ በሚገኘው አንጐላችን ውስጥ ዕፀ ሕይወት (የሕይወት ዛፍ) የሚባል እንደ ሕይወት ዛፍ በቅርንጫፎች የተመላ ነጭ አሥራው አለ። ይኽም በሳይንስ 'tree of life, arbor vitae' የሚል መጠሪያ አለው። ይኽም "ዕፀ ሕይወት ብሂል ዕፀ ሥርየት መስቀል" (የሕይወት ዛፍ ማለት ሥርየት የተፈጸመበት መስቀል) ነውና በራስ ቅል ጎልጎታ በተተከለ በመስቀሉ ይመሰላል።

ክርእስ [ረ] አስቀድማ ፊደል [ቀ] ተገልጻለች። ፊደል [ቀ] በራስ ላይ የሚኾን [ቅ]ብዕ የሚገለጥባት ናት። ፊደል [ርስ] በስሙ ውስጥ ያለው በጽርዕ "ክ[ርስ]ቶስ" "Χριστός" በግእዝ "[ቅ]ቡዕ" ማለት ነው። በዕብራይስጥ "መሲሕ" (מָשִׁיחַ) ሲባል ትርጒሙ በተመሳሳይ "ቅቡዕ" ነው። እንድርያስ ለወንድሙ ለጴጥሮስ "መሲሕን አግኝተናል አለው። ትርጓሜውም ክርስቶስ ማለት ነው" በማለት እንደተረጐመለት (ዮሐ 1፥42)።

ከዚኹ ጋር ተይይዞ በአርአያ እግዚአብሔር በተፈጠርን በእኛ ውስጥ "ቅብዕ ቅዱስ" (Sacred Secretion) ወይም "የክርስቶስ ቅብዕ ቅዱስ" (Christ Oil) ተብሎ የሚጠራ መገኛው በራስ ቅላችን አንጐለ ገቢር "ሴረቤለም" ውስጥ ይገኛል። ስለዚኽም የሴሬቤለም ፈሳሽ ተብሎ ይጠራል። ስለዚኽ በውስጣችን የሚመነጭ የክርስቶስ ፈሳሽ ወይም "ቅብዕ ቅዱስ" (የተቀደሰ ቅባት) አለና ዮሐንስ በመልእክቱ ላይ እንዲኽ ሲል ይገልጸዋል፦

❖ "እናንተም ከቅዱሱ ቅባት ተቀብላችኊል ኹሉንም ታውቃላችኊ … እናንተስ ከርሱ የተቀበላችኹት ቅባት በእናንተ ይኖራል፤ ማንም ሊያስተምራችኊ አያስፈልጋችኹም ነገር ግን የርሱ ቅባት ስለኹሉ

እንደሚያስተምራችሁ እውነተኛም እንደኾነ ውሸትም እንዳልኾነ እናንተንም እንዳስተማራችሁ በርሱ ኑሩ" (1ኛ ዮሐ 2፥20፤ 27)።

በመኾኑም የራስ ቅል ታላቅ ምስጢርን በመያዙ በኦሪቱም ክህነት የሚገባው ሰው በራስ ቅሉ ላይ ዘይት እንዲፈስበትና የክህነት ልብስ እንዲለብስ ይደረግ ነበር (ዘሌ 21፥10-12)። በሐዲስ ኪዳንም ካህናት ሲሾሙ በራስ ቅላቸው ላይ እጅ ተጭኖ በአንብሮተ እድ ቅብዐ ሜሮን በላያቸው ላይ ይፈስሳል።

አንጐል በቀል ከሚሉት ከክሬኒያል ነርብ ረዥሙ መስተሐውር ነርብ የሚሉት የቬይገስ ነርቫችን ሲኾን ከአንጐላችን እስከ ታላቁ አንጀታችን የሚኼድ ረዥሙ ነርብ ነው፤ የግራ መስተሐውር ቬይገስ ነርብ በግራ የሰውነታችን ክፍል፤ የቀኝ ቬገስ ነርብ በቀኝ የሰውነታችን አግጣጫ ይጓዛል።

ቬይገስ የላቲን ቃል ነው፤ ትርጕሙም "መንከራተት" ሲኾን በሰውነት ውስጥ ጠመዝማዛ ረዥም መንገድን ይጓዛል። ይኽም ጌታችን በራስ ቅል በጎልጎታ እስኪሰቀል ድረስ የተጓዘበትን ረዥም ዳገትን ፍኖተ መስቀል ይወክላል።

በራስ ቅል ከአንጐላችን ጀርባ ያሉ እንድናይ፣ እንድናሽት፣ እንድንቀምስ፣ እንድንሰማ የሚያደርጉ ዐሥራ ኹለቱ ክሬኒያል ጥንድ ነርቮች፤ ጥንድ ጥንድ ኾነው ከራስ ክርስቶስ ለስብከት በተላኩ በ12ቱ ሐዋርያት ይመሰላሉ።

በራስ ቅላችን ውስጥ በማእከላዊ የአንጐላችን ክፍል በእኛ "ጵንኤል" ወይም በእንግሊዘኛው "ፓይኒያል ዕጢ" ተብሎ የሚጠራ ዐይን የመሰለ ቅርጽ ያለ አስገራሚ ዕጢ አለ።

ይኽም መጠሪያው ያገኘው ልብ እና አእምሮ ይገናኛሉና በፊደል [ለ] ላይ የ[ልብ] ቀመር 32 መኾኑን አስቀድመን እንደተመለከትን በልብ ቀመር ልክ 32 ቍጥር ብቻ ባለው በ32ኛው የዘፍጥረት ምዕራፍ ላይ እግዚአብሔርና ያዕቆብ

በታገሉት ትግል ላይ እግዚአብሔርን ፊት ለፊት እንዳየ ያዕቆብ በተናገረው ላይ እንዲኽ ይላል፡-

- “ያዕቆብም እግዚአብሔርን ፊት ለፊት አየኊ፤ ሰውነቴም ድና ቀረች ሲል የዚያን ቦታ ስም ጵንኤል (Peniel) ብሎ ጠራው” (ዘፍ 32፥30)

ይኽም በማቴ 5፡8 ላይ “ልበ ንጹሖች ብፁዓን ናቸው እግዚአብሔርን ያዩታልና” ብሎ ጌታ እንዳስተማረ ሰው ልቡን ካነጻ በአዕይንተ አእምሮው ዘወትር እግዚአብሔርን ማየቱን ያመለክታል፡፡ ሊቁም “ሀበነ እግዚኦ አዕይንተ አእምሮ ወትረ ኪያከ ይርአያ” (አቤቱ የዕውቀት ዐይኖችን ስጠን ዘወትር አንተን ብቻ ያዩ ዘንድ) በማለት የሰውነቱ መብራት ዐይነ አእምሮው እንዲበራለት ይማፀናል፡፡

የጵንኤል ወይም የፔኒያል ዕጢ እንደ ማር ወርቃማ ቀለም ያለው ሚላቶኒን ሲያመነጭ፤ የፒቲዩታሪ (አዋይ) ዕጢ ኦክሲቶሲን (Oxytocin) እና ቫሶፕሬሲን (Vasopressin) የተባሉ እንደ ነጭ ወተት የመሰሉ ሆርሞኖችን ያመርታል፡፡

ይኽም “ማርና ወተት” በዘኊልቊ 14፥18 ላይ፡-

- “እግዚአብሔር ከወደደን ወተት እና ማር ወደምትፈስሰው ወደዚች ምድር ይገባናል ርሷንም ይሰጠናል” ይላል፡፡

ይኽም ሊታወቅ ሕፃን ተጠምቆ፣ ሜሮን ቅብዕ ተቀብቶ ከቈረበ በኋላ ማርና ወተት መዠመሪያ እንዲቀምስ ይደረግ ነበር፤ ምክንያቱም “እንተ ታውሕዝ ሐሊበ ወመዐረ” (ወተት እና ማር የምታፈስ ርስት ትጠብቅኻለች) ሲሉ ነበር፡፡

በገነት መኻከል በተተከለች የሕይወት ዛፍ ዙሪያ አራቱ አፍላጋት እየተዟዟሩ ወተትን፣ ማርን፣ ዘይትን፣ ወይንን እንደሚያፈሱ እነዚኽን የሚወክሉ አሥራው፣ ሆርሞኖች በኀልኀታ በተመሰለ የራስ ቅላችን በመመላለስ ራሳችን ክ[ርስ]ቶስ እንደኾነና ኹሉ በርሱ እንደተጋጠመ ይገልጻሉ፡፡

ፊደል [ረ] እና ቀመር 200

በ20ኛ ተራ ቍጥር ላይ የሚገኘው ፊደል [ረ] ወካይ ቍጥሩ 200 ነው። 200 የመቶ ዕጥፍ ነውና ጥንድ በ[ረ]ከትን የሚወክል ቍጥር ነው። ፊደል [ረ] በውስጡ የገባለት ሰማያዊና ምድራዊ በ[ረ]ከት በተደረገበት "ባሕ[ረ] ጥብ[ር]ያዶስ" ላይ ቀመር 200 ገብቶበት እንዲኽ ተጽፏል፡-

❖ "ከዚኽ በኋላ ኢየሱስ ወደ ገሊላ ባሕ[ር] ማዶ ተሻገረ፤ ርሱም የጥብ[ር]ያዶስ ባሕ[ር] ነው። ... ኢየሱስም ዐይኖቹን አንሥቶ ብዙ ሕዝብ ወደ ርሱ ሲመጣ አየና ፊልጶስን እነዚኽ እንዲበሉ እንጀራ ከወዴት እንገዛለን አለው፤ ራሱ ሊያደርግ ያለውን ያውቅ ነበርና ሊፈትነው ይኽን ተናገረ። ፊልጶስ እያንዳንዳቸው ትንሽ ትንሽ እንኳ እንዲቀበሉ የኹለት መቶ ዲናር እንጀራ አይበቃቸውም ብሎ መለሰለት፤ ከደቀ መዛሙርቱ አንዱ የስምዖን ጴጥሮስ ወንድም እንድርያስ ዐምስት የገብስ እንጀራና ኹለት ዓሣ የያዘ ብላቴና በዚኽ አለ፤ ነገር ግን እነዚኽን ለሚያኽሉ ሰዎች ይኽ ምን ይኾናል አለው። ኢየሱስም ሰዎቹን እንዲቀመጡ አድርጉ አለ። በዚያም ስፍራ ብዙ ሣ[ር] ነበረበት። ወንዶችም ተቀመጡ ቍጥራቸውም ዐምስት ሺሕ የሚያኽል ነበር። ኢየሱስም እንጀራውን ያዘ አመስግኖ ለደቀ መዛሙርቱ ሰጠ" (ዮሐ 6፥1-11)

ቍጥር ኻያ እንደሚታወቀው 10 + 10 = 20 ነው። በተራ ቍጥር ዐሥር ላይ ያለችው "ዮድ" ናት። 20 ማለት ዮድ + ዮድ ማለት ነው። ከላይ እንዳየነው "ዮድ" ማለት "እጅ" ማለት ነው። ኹለት ዮድ ኹለቱ እጆች ማለት ነው።

ክርስቶስም እንጀራውን በኹለት እጆቹ ይዞ አመስግኖ ለደቀ መዛሙርቱ ሲሰጥ እነርሱ በእጆቻቸው ለሕዝቡ ሰጥተው በ12ቱ መንፈሳውያን ከዋክብት በሐዋርያት በቍጥራቸው ልክ 12 መሶብ

ተርፏል፡፡ ከላይ እንዳየነው ፊልጶስ "የኹለት መቶ ዲናር እንጀራ አይበቃቸውም" እንዳለ፤ ራስ ጌታ ባይባርከው ኖሮ የ200 ዲናር እንጀራ ለ5000 ሰዎች እንደማይበቃ የታመነ ነው፡፡

በመኾኑም ቀመር 200 ካለመብቃት፣ ካለመጥቀም ጋር ይያያዛል፡፡ ይኸም በብዙ የመጽሐፍ ቅዱስ ክፍል ተጠቅሷል፤ ለምሳሌ አካን የደበቀው 200 ሰቅል ብር አልጠቀመውም፣ አላዳነውም ይልቁኑ የሞት ምክንያት ኾነው (ኢያ 7፥21)፡፡

የሚካ እናት 200 ብር ወስዳ ለአንጥረኛ ሰጥታ ያሠራችው የተቀረጸ ምስል አምልኮተ ጣዖትን በእስራኤል ፊት አስፋፍቶ የጦርነት ምክንያት ኾኗል (መሳ 17፥4-18)፡፡

ዕዝራ 200 ወንዶችና ሴቶች ዘማርያን የነበሩት ሲኾን ምንም ቍጥራቸው ይኽን ያኽል ቢመላ የቤተ መቅደሱ ሥራ በክፉ አማካሪዎች የተነሣ ለዓመታት ተስተጓጒሏል (ዕዝ 2፥65)፡፡

በዓመት አንድ ጊዜ ሲቈርጠው የራሱ ጠጒር በንጉሥ ሚዛን 200 ሰቅል ያኽል የሚመዝነው አቤሴሎም ይኸ ጸጒሩ አልጠቀመውም ይልቁኑ ከቅርንጫፍ ጋር ተያይዞ የሞቱ ምክንያት ኾነ (2ኛ ሳሙ 14፥26፤ 18፥9-10)፡፡

በመኾኑም በማይበቃ ነገር ላይ ራስ ክርስቶስ በረከትን ካልሰጠ በቀር አለመብቃቱን ያመለክታል፡፡

ፊደል [ረ] ቀመር 200 በጥብ[ር]ያዶስ ባሕ[ር] በድጋሚ እናያታለን፡፡ ይኸውም ከምድር 200 ክንድ ያኽል ርቀው ሌሊቱን ኹሉ ዓሣ ለማጥመድ ይታገሉ የነበሩ የሐዋርያት መረብ ውስጥ ምንም ዓሣ አልገባም፡፡ ስለ ቀመር 200 ቀደም ብለን ያየነውን ማስታወስ ይገባል፡፡ ጌታም በባሕረ ጥብርያዶስ ተገልጾ መረቡን በታንኳይቱ በስተቀኝ እንዲጥሉት ባዘዛቸው መሠረት ሲጥሉት ከዓሣው ብዛት የተነሣ ሊጐትቱት እንዳልቻሉ በዚኽም ላይ በ[ረ]ከት ኾኖ ሲመጣ እንመልከት፡-

- "ከዚኽ በኋላ ኢየሱስ በጥብ[ር]ያዶስ ባሕ[ር] አጠገብ ለደቀ መዛሙርቱ እንደገና ተገለጠላቸው … ሌሎች ደቀ መዛሙርት ግን ከምድር ኹለት መቶ ክንድ ያኽል እንጂ እጅግ አልራቁም ነበርና ዓሣ የሞላውን መረብ እየሳቡ በጀልባ መጡ፤ ወደ ምድርም በመጡ ጊዜ ፍምና ዓሣ በላዩ ተቀምጦ እንጀራም አዩ፤ ኢየሱስም አሁን ካጠመዳችኹት ዓሣ አምጡ አላቸው፡፡ ስምዖን ጴጥሮስም ወደ ጀልባዪቱ ገብቶ መቶ ኀምሳ ሦስት ታላላቅ ዓሣዎች መልቶ የነበረውን መረብ ወደ ምድር ጐተተ፤ ይኽንም ያኽል ብዙ ሲኾን መረቡ አልተቀደደም" (ዮሐ 21፥1-11)፡፡

በጥብ[ር]ያዶስ የተደረገ የመብዛትን የመትረፍረፍን የበረከትን ነገር ስናይ የ153 ዓሣዎችን ቀመር ማውጣት አስፈላጊ ነው፡፡ 153 ወደ አንድ አኃዝ ስንቀይረው 1 + 5 + 3 = 9 ነውና ልብ እንበል፡፡

ይኸውም የመዠመሪያው ዕለት ሥነ ፍጥረት "በቀዳሚ ገብረ እግዚአብሔር ሰማየ ወምድረ" (በመዠመሪያ እግዚአብሔር ሰማይና ምድርን ፈጠረ) የሚለው ቃል ቀመሩ 777 እንደኾነ ከዚኽ በፊት አይተናል፡፡

የመጨረሻው የዕለተ ዐርብ ፍጥረት ደግሞ አዳም ነው፡፡ ይኽም የመዠመሪያ ሰው በተሰጠው የዕድሜ በረከት 930 ዓመት ኖሯል፡፡ ይኽን ቀምረን ስንመለከት፡-

አዳም 930 - 777 = 153 ይመጣል፡፡

ከዚኹ ጋር ተያይዞ ወደ አንድ አኃዝ ሲወርድ 9 የሚመጣው ቀመር 153 ለማግኘት እስከ 17 አኃዝ መኼድ ይጠበቅብናል፡፡ ይኸውም፡-

1+2+3+4+5+6+7+8+9+10+11+12+13+14+15+16+17 =153 ይመጣል፡፡ ይኽነን 17 አኃዝ በ9 ስናባዛው 9 × 17 = 153

ስለ ፊደል [ረ] እንዲኽ ከተረዳን ወደ ፊደል [ሠ] እንለፍ፡፡

ምዕራፍ 22

ፊደል ሠ[4]

በአበገደ በግእዝ አልፍ ቤት በኻያ አንደኛ ተራ ቍጥር ላይ የሚገኘው ፊደል [ሠ] ነው፡፡ በግእዝ ስሙ "[ሠ]ውት" [ሠ] ይባላል፤ ወካይ ቍጥሩ ሦስት መቶ አኃዝ ሲኾን [ረ - 300] (ሠለስቱ ምእት) ይባላል፡፡

"ሠወየ" ማለት "ጐመራ፣ አሸተ፣ በሰለ" ማለት ነው፡፡ በመኾኑም "ሠዊት" እሸት፣ ጐምር፣ ዛላ፣ ዘለላ፣ እንቡጥ፣ ታሸቶ የሚበላ፤ "ሠውት" ማለት ባለ ሦስት ዛላ፣ ባለሦስት ጣት ማለት ነው፡፡

የፊደል [ሠ] ቅርጸ አካሉና ፍቺው

የፊደል [ሠ] ቅርጹ ሲታይ የተደረደረ ጥርስ ነውና ትርጕሙ "[ሥ][5]ን" (ጥርስ) ማለት ነው፡፡ በዕብራይስጥ "ሢን" ወይም "ሺን" በማለት ይጠሩታል፡፡ "ሢን" ሲሉ በግራ ነጥብ ያደርጋሉ፤ "ሺን" ሲሉ በቀኝ በኩል ነጥብ ያደርጋሉ፡፡ የጥርስ አገልግሎት ምግብን ማኘክ፣ መስበር፣ መፍጨት ሲኾን ጥርስ ጥንካሬን ይወክላል፡፡

---

4 ኪ.ዳ.ወ በመዝገበ ቃላታቸው ላይ "ሠ" በግእዝ አልፍ ቤት ከ"ሰመከ" ሰ ጋር በማዛወር ቍጥሩን 60 ያደርጉታል፡፡ ኾኖም ግን ቅድመ ልደተ ክርስቶስ በፕሮቶ ካናናይት፣ በጥንት ደቡብ ዐረብ፣ በአራማይክ፣ በጽርዕ፣ በፊንቂአውያን፣ በዕብራይስጥ አሌፋት ኹሉ የፊደል "ሠ" ቅርጸ ፊደሉ የሚገኘው በ21ኛ ተራ በዚኽ ላይ ሲኾን "ሳሜክ" [ሰ] ደግሞ በ15ተራ በመኾኑ ያንን ተከትያለኊ፡፡ በተጨማሪም ትክክለኛ ቀመሩ ከቅርጸ ፊደሉ ጋር የሚከተለው ይኽነን ነው፡፡ ርሳቸውም በመዝገበ ፊደል መጽሐፋቸው ገጽ 16 ላይ [ሸ] የሚባለው ንጉሥ [ሠ] እንጂ እሳቱ [ሰ] አልነበረም፡፡ በቦታና በድምጥ ተዛውረው ተፋልሰዋል፡፡ አለቦታቸው ተጥፈዋል፡፡ መፋለሳቸው በዚኽ ይታወቃል፡፡ ነጋሢ (ነጋሽ)፣ ሢመት (ሹመት)፣ ሦክ (ሾኽ) የመሰለው ኹሉ በማለት ትክክለኛ ቦታው በዚኽ ላይ እንደኾነ ገልጸዋል፡፡

5 በዕብራይስጥ ጥርስን በሢ(ሺ)ን ይጽፉሉ፡፡ በእኛ በአብዛኛው በተለምዶ የሚታወቀው ሥን ውበትን ደም ግባትን ስንገልጽ ጥርስን በፊደል ሳሜክ [ስ]ን ብለን እንጽፋለን፡፡ ነገር ግን ከጥንት ዠምሮ የተደረደረ ጥርስን በቅርጹ የሚገልጸው ፊደል [ሠ] ሲኾን ምድቡ ተራው በዚኽ ላይ ነውና ሊቃውንት ይመራመሩበት፡፡

በእጃችን መስበር የማንችለውን ጥርሳችንን ለመሰባበር እንጠቀምበታለን፡፡ ይኸም ፊደል ትርጓሜው ጥንካሬ ነው፡፡ ዳግመኛም ቅርጹ በሦስት አግጣጫ ወደ ላይ የሚንበለበል የእሳት ነበልባል ይመስላል፡፡ ጥርስም ኾነ እሳትም መፍጨትን፣ ማድቀቅን፣ መሰባበርን፣ ማብሰልን ወካይ እንደመኾናቸው የፊደሉ ፍቺ መለወጥን፣ መሰባበርን፣ መልሶ መቋቋምን ይገልጻል፡፡

ከታች መቀመጫ ያለው ከላይ በጫፉ ላይ ደግሞ 3 የተከፋፈለ የሚንበለበል የእሳት ነበልባል የሚመስለው ፊደል [ሠ] ልክ 3 ሰዓት ሲኾን በተከፋፈለ የእሳት ነበልባል አምሳል በሐዋርያት ጉባኤ ወርዶ በእያንዳዳቸው ላይ የተቀመጠባቸው ከሦስቱ አካል አንዱ በኾነው በፊደል [ሠ] "[ሠ]ራጺ" ተብሎ በሚጠራው በመንፈስ ቅዱስን ይገለጻል (የሐዋ 2፥3)፡፡

ከነበልባለ እሳት ጋር ተያይዞ በፊደል [ሠ] የሚገለጸው ሌላው በግእዝ "[ሠ]ዊዕ" የሚባለው ነው፡፡ ፍቺውም "መሠዋት፣ መሥዋዕትና ጸሎት ማቅረብ፣ ማረድ፣ መግደል፣ ማንደድ፣ ማቃጠል፣ ማሳረር፣ ማጤስ፣ ማሳረግ)" ማለት ሲኾን በእሳት ነበልባል መ[ሥ]ዋዕቱ ይቃጠል፤ ስቡ ይጤስ ነበር፡፡

ፊደል [ሠ] በሦስት ጫፎች እንደተዋቀረ በመሥዋዕት ሥርዐት ሦስት ነገራት አሉ እነዚኽም፡-

- "[ሠ]ዋዒ" (የሚሠዋ፣ ዐጣኝ፣ የምሥዋዕ አገልጋይ፣ ሊቀ ካህናት)
- "ተ[ሠ]ዋዒ" (የሚሠዋው መሥዋዕት)
- "ም[ሥ]ዋዕ" (መሠዊያ፣ መሥዋዕት ማቅረቢያ) ናቸው፡፡

ከፊደል [ሠ] በመቀጠል ፊደል [ተ] እንደኾነ በዘመነ ሐዲስ ቅርጸ አካሉ መስቀል በኾነ ፊደል [ተ] በሚመስል በም[ሥ]ዋዕ መስቀል ላይ እንደ ፊደል [ሠ] "[ሠ]ለስት" (ለ[ሦ]ስት) ሰዓት ያኽል ተሰቀለ፡፡

ራሱን ያማረ የተወደደ መ[ሥ]ዋዕት አድርጎ በም[ሥዋዕ] መስቀል ላይ ያቀረበው [ሠ]ያሜ ካህናት፣ ሊቀ ካህናት ን[ሥ] ክርስቶስ ነውና ሐዋርያው ቅዱስ ጳውሎስ ይኽነን ምስጢር እንዲኽ ብሎ ገለጠው፡-

❖ "ነገር ግን ክርስቶስ ይመጣ ዘንድ ላለው መልካም ነገር ሊቀ ካህናት ኾኖ በምትበልጠውና በምትሻለው በእጆችም ባልተሠራች ማለት ለዚኽ ፍጥረት ባልኾነች ድንኳን የዘላለምን ቤዛነት አግኝቶ አንድ ጊዜ ፈጽሞ ወደ ቅድስት በገዛ ደሙ ገባ እንጂ በፍየሎችና በጥጆች ደም አይደለም" (ዕብ 9፥11-12)

ፊደል [ሠ] ከላይ ሦስት ጫፍ ያለው አንድ ፊደል ነው፡፡ በውስጡ በአንድ ቀጥ ያለ መስመር የተያያዙ ኹለት ተመሳሳይ ፊደል [ሀሀ] አጣምሮ የያዘ ነው፡፡ በአንድነት በ[ሦ]ስትነት ያለው ኹለት [ሀሀ] በስሙ ውስጥ አጣምሮ የያዘው ያልተነጣጠለው "ያ[ህ]ዌ[ህ]" በአንድነቱ በ[ሥ]ላሴነቱ ይመሰገናል፡፡

በተጨማሪም በፊደል [ሠ] ምድብ ከሚጠሩት ከቅድስት [ሥ]ላሴ አንዱ አካል ወልድ በፊደል [ሠ] የሚጠራ [ሥ]ጋን በመዋሐድ ምስጢረ [ሥ]ጋዌን አከናውኗል፡፡ ይኽም በቀመሩ ፍንትው ብሎ ይታያል፡፡ ምክንያቱም ፊደል [ሠ] በ21ኛ ተራ ቍጥር ላይ ትገኛለች፡፡ ይኽም 3 × 7 = 21 ይመጣል፡፡

ይኽም በ[ሦ]ስትነቱ የሚመሰገን "ን[ሥ]" በአጠቃላይ ሰባቱን ባሕርያተ ሰብእ (4ቱ ባሕርያተ ሥጋ + 3ቱ ባሕርያተ ነፍስ) መዋሐዱን ያመለክታል፡፡ ይኽም [ሥ]ጋዌ በጕልሕ በፊደል [ሠ] ምድብ "[ሥ]ርቀት" ይባላል፡፡ "[ሠ]ረቀ በሥጋ እምድንግል ዘእንበለ ዘርዐ ብእሲ" (ከድንግል ያለወንድ ዘር ተወለደ) ይላል፡፡

በተጨማሪም እንደ ፊደል [ሠ] ሦስት ጣት ያለው "መ[ሥ]ዔ" (መንሽ) ከታች መያዣው አንድ ሲኾን ከላይ ግን

ሦስት ነው። ይኸውም አንድ የኾነ መያዣው የአንድነት፤ ከላይ ያለው ሦስት ጣቶች የሦስትነት አምሳል ነው።

ዮሐንስ መጥምቅም "መ[ሥ]ዔ" (መንሽን) በማንሣት ንጉ[ሥ] ክርስቶስ አንድነት ሦስትነት ገንዘቡ እንደኾነ እንዲኽ ሲል አስተምሯል።

❖ "ዘመ[ሥ]ዔ ውስተ እዴሁ ዘቦቱ ያነጽሕ ዐውደ እክሉ" (መንሹ በእጁ ነው፤ በርሱም ዐውድማውን ያጠራል) (ማቴ 3፥12)።

ፊደል [ሠ] እና ቀመር 300

ከላይ ፊደል [ሠ] አኃዛዊ ልኬቷ 300 እንደኾነ አይተናል። ቅርጸ አካሏ ሲታይ ከላይ እንደ ዘለላ የወጡትም ቊጥራቸው ሦስት ነው። በግእዝ ቋንቋ "[ሠ]ርዐ" ማለት አበጀ፣ አዘጋጀ፣ ሰደረ፣ ደረደረ ነው።

"[ሠ]ርዌ" ማለት ደግሞ "ዐምድ፣ ምሰሶ፣ ወጋግራ፣ ጠርብ" ማለት ነው። "[ሣ]ርሮ" ማለት ፍቺው "ማቆም፣ መትከል፣ መሥራት፣ መመሥረት" ማለት ነው።

ፊደል [ሠ] አኃዛዊ መስፈርቷ 300 ነው። ወደ አንድ አኃዝ ሲለወጥ 3 + 0 + 0 = 3 ነው። በመጽሐፍ ቅዱስ ላይ ኖኅ ቤተሰቡን የሚያድንበት 3 ክፍል ያለውን የሚያድነው መርከቡን ከዕንጨት ሲያበጅ ሲያዘጋጅ የመርከቡን ርዝመት በፊደል [ሠ] ቀመር ልክ 300 አድርጎ አቁሞ ሰድሮ፣ ደርድሮ፣ ተክሎ ነበር (ዘፍ 6፡15)።

ይኸውም የዕንጨት መርከቡ የዕንጨት መስቀል ምሳሌ ነውና ድኅነተ ዓለም በዕንጨት መስቀል ላይ ጌታ ለ3 ሰዓት ተሰቅሎ እንደሚፈጽመው ያመለክታል።

ሌላው ቊጥር 300 የያዘውን ምስጢር በዘፍ 45፥22 ላይ "ለብንያም ግን ሦስት መቶ ብርና ዐምስት መለወጫ ልብስ ሰጠው" ይላል። ይኸውም ለጊዜው ዮሴፍ ለብንያም ያደረገለትን ቢያሳይም

ሊቃውንት በስሙና በቍጥሩ ውስጥ ያለውን ምስጢር ማሰላሰላቸው አልቀረም፡፡

ይኸውም "ብንያም" ማለት ከኹለት ቃላት የወጣ ስም ነው፤ "ቤን" ማለት ልጅ ማለት ሲኾን "ያም" ማለት "የማን" (ቀኝ) ማለት ነው፡፡ አጠቃላይ ፍቺውም "በቀኝ ያለ ወልድ" ማለት ነው፡፡ ይኽም ስያሜ በአብ ቀኝ ያለ ወልድ የሚጠራበት ነው (ኤፌ 1፥20፤ ቆላስ 3፥1)፡፡

ብንያምን ከ300 ብር ጋር ያስተሳስረዋል፤ ብር ጽሩይ ነው፤ በቃለ እግዚአብሔር ይመሰላል፡፡ ዳዊት በመዝሙሩ ላይ ቃለ እግዚአብሔርን በብር መስሎ እንዲኽ ይገልጸዋል፡-

❖ "በምድር ላይ እንደተፈተነ ሰባት ጊዜ እንደተጣራ ብር የእግዚአብሔር ቃላት የነጹ ቃላት ናቸው" (መዝ 12፥6)፡፡

ከላይ እንደተጠቀሰው ቀመሩ 300 የኾነው ፊደል [ሠ] ቅርጹ የተደረደረ ጥርስ ነው፡፡ ይኽም ጥርስ ማድቀቅ፣ መፍጨት፣ መስበር ሥራው ነው፡፡ በመኾኑም የፊደል [ሠ] ቀመር 300 ጥንካሬን፣ ማሸነፍን፣ በጠላት ላይ ኀይልን መቀዳጀትን ሲያሳይ፤ ፊደል [ሠ] የገባበት "ነ[ሢ]ት" ፍቺው ማፍረስ፣ መስበር፣ መናድ፣ መቈፈር፣ መንቀል፣ መፈንቀል፣ መገልበጥ፣ ገፍቶ መጣል፣ በጠላት ላይ ድልን መቀዳጀት ማለት ነው፡፡

ይኸውም ሊታወቅ ብዛታቸው እንደ አንበጣ የኾኑ ምድያማውያን፣ አማሌቃውያን፣ የምሥራቅ ሰዎችን ጌዴዎን በ300 ሰዎች ብቻ ድል ነሥቷቸዋል አሸንፏቸዋል (መሳ 7፥7)፡፡

በድጋሚ ሶምሶን 300 ቀበሮዎች ይዞ ችቦን በመውሰድ ኹለት ኹለት አድርጎ በጅራታቸው በማሰር ችቦውን አንድዶ የፍልስጥኤማውያንን እኽል በሙሉ በነዚኽ ሊያወድም ችሏል (መሳ 15፥4-5)፡፡

ሌላው የዳዊት ኀያል ሰው የሠላሳው አለቃ የአክሞናዊው ልጅ ያሾብአም ጦሩን በማንሣት በአንድ ጊዜ 300 ሰዎች እንደገደለ ተጽፏል (1ኛ ዜና 11፥11)።

የኢዮአብ ወንድም አቢሳ በተመሳሳይ መልኩ ጦሩን በ300 ላይ አንሥቶ እንደገደላቸው ተጽፏል (1ኛ ዜና 11፥20) በመኾኑም ቀመር ሦስት መቶ ልክ እንደ ጥርስ ቅርጽነቱ ማድቀቅን፣ ማሸነፍን፣ መስበርን ያመለክታል።

በሐዲስ ኪዳን ቀመር 300 ከአሸናፊነት ጋር ሲገለጽ ኢየሱስ በቢታንያ በለምጻሙ ስምዖን ቤት ሳለ አንዲት ሴት ዋጋው 300 ዲናር የኾነ እጅግ የከበረ ጥሩ ናርዶስ የመላበት የአልባስጥሮስ ብልቃጥ ይዛ በመምጣት ብልቃጡን ሰብራ በራሱ ላይ አፍስሳበታለች።

ይኽነን ለተቃወሙት አንዳንዶች የ300 ወቄት ወርቅ ሽቱን በላዩ ላይ ማፍሰሷ በፊደል [ሠ] በሚጻፍ "[ሠ]ሉስ" ([ሦ]ስት መዓልትና [ሦ]ስት ሌሊት) በከር[ሠ] መቃብር ዐድሮ ሙስና መቃብርን አጥፍቶ ሞትን ድል አድርጎ ትን[ሣ]ኤውን ለሚገልጥበት ለመቃብሩ አስቀድማ ሥጋውን እንደቀባችው ነግሯቸው ወንጌል በሚሰበክበት በዓለሙ ኹሉ በማናቸውም ስፍራ ይኽ አድራጐቷ ለርሷ መታሰቢያ ኾኖ እንደሚነገር ቃል ገብቶላታል (ማር 14፥3-9)።

የፊደል [ሠ] ዝርዝር በዚኽ መልኩ ከተመለከትን በመቀጠል ወደሚገኘው ፊደል [ተ] በመኼድ ምስጢሩን በዝርዝር እንረዳለን።

ምዕራፍ 23

ፊደል [ተ]

በአበገደ በግእዝ አልፍ ቤት በኻያኛ ኹለተኛ ቍጥር ላይ የሚገኘው ፊደል [ተ] ነው። በግእዝ ስሙ "[ታ]ዊ [ታ]ው" ይባላል፤ ወካይ ቍጥሩ አራት መቶ አኃዝ ሲኾን [ሪ - 400] (አርባዕቱ ምእት) ይባላል።

"ታው" [ተ] ፍቺው [ት]እምርት (ምልክት)፣ ኀ[ቲ]ም (ማኅ[ተ]ም) ማለት ነው።

[ተ]ው አትንካ በቃ ማለት ደኃራዊነት፣ ፍጻሜን ያሳያል፣ አዳም የፍጥረት ፍጻሜ እንደኾነ [ታ]ውም በአሌፋት የፊደል ፍጻሜ ነውና መካተቾነቱን ያሳያል "መ[ተ]ው ነገሬን ከተተው" እንዲሉ አበው በማለት የቋንቋው ሊቅ ይተነትኑታል።

ፊደል [ተ] እና ክርስ[ቶ]ስ

የፊደል [ተ] ፍቺ "ትእምር[ት]፣ እና ማኅ[ተ]ም" እንደኾነ ከላይ ተመልክተናል። የፊደል [ተ] ቅርጸ አካሉ የሚያሳየው "[ት]እምርተ መስቀል" (የመስቀል ምልክ[ት]) ነው። ይኽም የነገሮች ኹሉ "ማኅ[ተ]ም" ነበረ።

ይኽም ሊታወቅ ክቡር ዳዊት "ወወሀብኮሙ ትእምር[ተ] ለእለ ይፈርሁከ ከመ ያምስጡ እምገጸ ቅስት" (ከቀስት ፊት ያመልጡ ዘንድ ለሚፈሩኽ ምልክ[ት]ን ሰጠኻቸው) በማለት ስለተሰጠው ትእምር[ት] ወይም ምልክ[ት] አስቀድሞ ገልጾታል (መዝ 59 (60)፥4)።

ይኽም ምልክ[ት] ልክ እንደ ፊደል [ተ] የኾነው "ትእምር[ተ] መስቀል" ነው። ይኽ ፊደል በአሌፋት ማኅ[ተ]ም መደምደሚያ እንደኾነ መስቀልም መደምደሚያ ሲኾን በክርስ[ቶ]ስ ስቅለት ላይ ፊደል [ተ] በኹሉም እንዴት እንደምትገባ መጽሔተ አእምሮ በኾነው ፊደላችን በትኩረት እንመልከት።

ይኸውም ፊደል [ተ] በሚመስል መስቀል ላይ [ተ]ሰቅሎ ዓለምን ያዳነው ክርስ[ቶ]ስ ነው። በስሙ ውስጥ ሰባተኛዋ ፊደል [ቶ] ሳብዕ ትገኛለች።

❖ በስቅለ[ት] ጊዜ እንደሚታወቀው ክርስ[ቶ]ስ ሰባ[ት] ቃላ[ት] ተናግሯል። ሰባ[ት] ተአምራ[ት] ተደርገዋልና።
❖ የተሰቀለበት ሰዓት ደግሞ "ጊዜ ስድስ[ቱ] ሰዓት" (በስድስ[ት] ሰዓት) ነው።
❖ በመስቀል ተሰቅሎ የቆየበት ሰዓት "ሠለስ[ት]" (ለሦስ[ት]) ሰዓት ብቻ ነው።
❖ በመጨረሻም ክርስ[ቶ]ስ በፊደል [ተ] "[ተ]ፈጸመ" ብሎ ነፍሱን በጊዜ ተስዐ[ቱ] ሰዓት (በዘጠኝ ሰዓት) ላይ ሰጥቶ በሥጋ ሞ[ተ]። በሞ[ቱ]ም ኀጢአ[ት]፣ ሞ[ት]፣ ጽልመ[ት] ድል ተነሡ።
❖ ድኅነ[ተ] ዓለም [ተ]ፈጽሞ ለሰው ልጅ ዕረፍ[ት]፣ ሕይወ[ት]፣ ገነ[ት] ተሰጥቶ በሰባ[ት] ማኅ[ተ]ም የተዘጋውን መጽሐፍ ፈ[ታ]ው (ራእ 5፥1-10)።

ይኽቺ ፊደል [ተ] ኻያ ኹለተኛ ተራ ቍጥር ላይ እንደምትገኝ ይኽም ድኅነ[ት] የተደረገው ለኻያ ኹለ[ተ]ኛው ፍጥረ[ት] እጁን ሲዘረጋም [ት]እምር[ተ] መስቀል ለሚሠራው "እ[ት]ወለድ እምወለ[ተ] ወለ[ት]ከ" ለተባለ ለሰው ልጅ ነው።

ለሰው ልጅ ሲል ክርስ[ቶ]ስ ድኅነ[ተ] ዓለምን በሚፈጽምበት በስቅለ[ቱ] ጊዜም፡-

❖ የተቸነከረባቸው "ቅንዋ[ት]"
❖ የጠጣው "ሐሞ[ት]"
❖ የተወጋበት "ኵና[ት]"
❖ ከጐኑ የተሰቀሉት "ፈያ[ት]"
❖ ነጻ የወጡት "ነፍሳ[ት]"
❖ የገቡበት "ገነ[ት]" ነው።

[ት]እምርት እና ፊደል [ተ]

ከላይ እንዳየነው ፊደል [ተ] "ማኅ[ተ]ም፣ [ት]እምር[ት]" ወካይ ፊደል ነው። በዚኽ ምድብ ምድርን በጥፋት ውሃ እንዳያጠፋት እግዚአብሔር ለኖኅ ቃል ኪዳን ገብቶ የሰጠው ምልክ[ት] በፊደል [ተ] የምንጠራው "ቀስ[ተ] ደመና" ነበር።

ይኸውም የቀስ[ተ] ደመና ምልክ[ት] ሰጥቶ በፊደል [ተ] ምልክቱን እንድንረዳ ሲል እንዲኽ አለው፡-

- "ቀስ[ት]የ እሠይም በደመና ወ[ት]ከውን [ተ]አምረ ለኪዳንየ ማእከሌየ ወማእከሌክሙ ወማእከለ ምድር"

  (በናንተና በእኔ መኻከል ለመሓላዬ ምልክ[ት] አድርጌ ቀስ[ቴ]ን በደመና አኖራለኍ) (ዘፍ 9፥15)

ከኖኅ በመቀጠል ለአብርሃምና ለዘሩ "ትእምር[ተ] ግዝረ[ት]" በብሉይ ኪዳን የቃል ኪዳን ምልክት አድርጎ እንዲኽ ሰጥቷል፡-

- "ወዛቲ ይእቲ ሥርዓትየ እንተ ትትዐቀብ ማእከሌየ ወማእከሌከ ወማእከለ ዘርዕከ እምድኅሬከ ከመ [ትት]ገዘሩ ኵሉ [ተ]ባዕትክሙ ከ[ተ]ማ ሥዕር[ቶ]ሙ"

  (በአንተና በኔ መኻከል ከአንተም በኋላ በልጆችኽ መኻከል የምትጠበቅ ሥርዓቴ ይኽቺ ናት። ወንዶቻችኍ ኹሉ [ት]ገዘሩ ዘንድ የሰውነታችኍ ቍልፈ[ት] ትገዘራላችኍ፤ በአንተና በእኔ መኻከልም ለኪዳኔ ምልክ[ት] ይኾናል" (ዘፍ 17፥11)።

የፊደል [ተ] ምልክትነት የበለጠ ይታወቅ ዘንድ በአብርሃም ዘመን "ግዝረ[ት]ን" ምልክት እንዲኾን የሰጠው አምላክ ዳግመኛ በሙሴ ዘመን ትእምር[ት] አድርጎ የሰጠው ዕለ[ተ] ቀዳሚ[ት] ሰንበ[ት] ሲኾን በዕለት ስትቈጠር "ሰባ[ት]" ናት።

ይኽነንም ምልክ[ት] የጻፈው በራሱ "አጽባዕ[ት]" (ጣ[ት]) በኹለ[ት] ጽላ[ት] ላይ ነበረ።

ይኸውም በዘፀ 31፥13-18 ላይ እንዲኽ ይላል፡-

❖ "ወበሎሙ ዑቁ ከመ ትዕቀቡ ሰንበ[ት]የ እስመ ትእምር[ት] ውእቱ በኀቤየ ወበኀቤክሙኒ ወበ[ት]ውልድክሙ ከመ ታእምሩ ከመ አነ ውእቱ እግዚአብሔር ዘእቄድሰክሙ ወዕቀቡ ሰንበ[ት]የ እስመ ቅድስ[ት] ይእ[ቲ] ወዘአርኰሳ ሞ[ተ] ለይሙ[ት] ወኵሎ ዘይገብር ባ[ቲ] ግብረ ለ[ት]ሰሮ ይእ[ቲ] ነፍስ እምሕዝባ ሰዱሰ ዕለ[ተ] ተገበር ግብረከ ወሳብዕ[ት] ዕለ[ት] ሰንበ[ት] ዕረፍ[ት] ወቅድስ[ት] ለእግዚአብሔር ወኵሉ ዘይገብር ግብረ በዕለ[ተ] ሰንበ[ት] ሞ[ተ] እመዊ[ት] ለይሙ[ት] ወይዕቀቡ ደቂቀ እስራኤል ሰንበ[ተ] ከመ ይግበሩ በ[ት]ውልዶሙ ሥርዓ[ት] ይእ[ቲ] ለዓለም ሊ[ተ] ወለደቂቀ እስራኤል [ተ]አምር ውእቱ ዘለዓለም እስመ በሰዱስ ዕለ[ት] ገብረ እግዚአብሔር ሰማየ ወምድረ ወበሳብዕ[ት] ዕለ[ት] ፈጸመ ወአዕረፈ። ወሶበ ፈጸመ ተናግሮ ምስሌሁ በደብረ ሲና ወሀበ ለሙሴ ክልኤ[ተ] ጽላ[ተ] ዘ[ት]እዛዝ ጽላ[ት] ዘእብን ጽሑፋ[ት] በአጽባዕ[ተ] እግዚአብሔር"

(የማከብራችኍ እኔ እግዚአብሔር እንደኾንኩ ታውቁ ዘንድ በእኔና በእናንተ ዘንድ ለልጅ ልጃችኍ ምልክ[ት] ነውና ሰንበ[ቶ]ቼን ፈጽማችኍ ጠብቁ በላቸው። ለእናንተ የከበረች ስለኾነች ሰንበ[ቴ]ን አክብሯት። የሻራትም ሰው ፈጽሞ ይሙት። ሥራውን የሚሠራባት ሰው ኹሉ ያቺ ሰውነት ከወገኖቿ ተለይታ ትጥፋ። በልጅ ልጆቻችኍ ይሠሩት ዘንድ እስራኤል ልጆች ሰንበ[ት]ን ያክብሩ፤ ለእኔም የዘለዓለም ሥርዓቴ ናት። ለእስራኤል ልጆች ለዘለዓለም ምልክ[ታ]ቸው ናት። እግዚአብሔር በስድስተኛው ቀን ሰማይንና ምድርን ፈጥሮ በሰባተኛዪቱ ሥራውን ፈጽሞ ዐርፎበታልና። በደብረ ሲና ከርሱ ጋር ተናግሮ ከጨረሰ በኋላ ዐሥሩ ቃላት የተጻፈባቸው ኹለቱን ጽላ[ት] ለሙሴ

ሰጠው፡፡ እነዚኽም በእግዚአብሔር ጣ[ት] በእብነ በረድ የተጻፉ ናቸው)፡፡

በመኾኑም ነቢዩ ሙሴ ሕዝበ እስራኤልን ፊደል [ተ] ማእከል ባደረገ በዕብራይስጥ በፊደል [ተ] በምትጠራው [ቶ]ራህ ወይም በእኛ በግእዙ በኦሪ[ት] ሕዝቡን ሲመራ ከቆየ በኋላ፤ ዐበይ[ት] ነቢያ[ት] ደቂቅ ነቢያ[ት] ተነሥተው ትንቢ[ት] በመናገር የሥጋዌን ምልክት በሕብረ ትንቢ[ት] ገለጡ፡፡

ሕገ ኦሪት ወደ ዓመ[ተ] ምሕረ[ት] ሲሸጋገር ክርስ[ቶ]ስ ለስብከ[ት] ሐዋርያ[ት]ን መርጦ በግዝረ[ት] ምትክ ጥምቀ[ት]ን ሰጥቶናል፡፡ የፊደል [ተ] ትእምርትነት ሊታወቅ ሰዎች ከመቅሠፍ[ት] ይጠበቁ ዘንድ ልዑል እግዚአብሔር ለወዳጆቹ ምልክ[ት] እንደሚያዝ መጽሐፍ ቅዱስ እንዲኽ ይላል፡-

- “እግዚአብሔር በከተማዪቱ በኢየሩሳሌም መካከል ዕለፍ፤ በመካከልዋም ስለተሠራው ርኵሰት ኹሉ በሚያለቅሱና በሚተክዙ ሰዎች ግንባር ላይ ምልክ[ት] ጻፍ አለው፡፡ እኔም እየሰማኹ ለሌሎቹ ርሱን ተከተላችኹ በከተማዪቱ መካከል ዕለፉ ግደሉም ዐይናችኹ አይራራ አትዘኑም፤ ሽማግሌውንና ጕበዙን ቆንዦዪቱንም ሕፃናቶቹንና ሴቶቹን ፈጽማችኹ ግደሉ፡፡ ነገር ግን ምልክ[ቱ] ወዳለበት ሰው ኹሉ አትቅረቡ፡፡ በመቅደሴም ዠምሩ አላቸው፡፡ በቤቱም አንጻር ባሉ ሽማግሌዎች ዠመሩ” (ሕዝ 9፥4-6)
- “የአምላካችንን ባሪያዎች ግንባራቸውን እንክና[ት]ማቸው ድረስ ምድርን ቢኾን ወይም ባሕርን ወይም ዛፎችን አትጕዱ አላቸው የታተሙትንም ቍጥር ሰማኹ ከእስራኤል ልጆች ነገድ ኹሉ የ[ታተ]ሙት መቶ አርባ አራ[ት] ሺሕ ነበሩ” (ራእ 7፥3)፡፡

ከፊደል [ተ] በመቀጠል ስለ ፊደል [ኀ] በዝርዝር ወደ ምንመለከትበት ምዕራፍ እንሻገር፡፡

ምዕራፍ 24

ፊደል [ኀ]

በአበገደ በግእዝ አልፍ ቤት በኻያኛ ሦስተኛ ተራ ቍጥር ላይ የሚገኘው ፊደል [ኀ] ነው፡፡ በግእዝ ስሙ "[ኀ]ርም" [ረ] ይባላል፡፡ ወካይ ቍጥሩ ዐምስት መቶ አኃዝ ሲኾን [ረ - 500] (ኀምስቱ ምእት) ይባላል፡፡

"ኀረመ" ጣፈ፣ ነደፈ፣ በገረ፣ አመለከተ" ማለት ነው፡፡ "ኅርመት" የፊደል ቅንጣት፣ ብቸኛ ቃል፤ "ኀርም" ሦስተኛ [ኀ] ልዩ፣ ብቸኛ፣ ኄር፣ ኂሩት ማለት ነው፡፡

ፊደል [ኀ] እና ቀመር 500

ፊደል [ኀ] በ23ኛ ተራ ቍጥር ላይ የሚገኝ ፊደል ሲኾን ይኽነን ቍጥር ወደ አንድ አኃዝ ከለወጥነው 3 + 2 = 5 ነው፡፡ ዳግመኛም ወካይነቱ 500 ነውና ይኽነንም ወደ አንድ አኃዝ ስንለውጠው 5 + 0 + 0 = 5 ይመጣል፡፡

"[ኀ]ቡእ" በግእዝ ቋንቋ "የተሸሸገ፣ ድብቅ፣ ስዉር፣ ጥልቅ፣ ረቂቅ" ማለት ነው፡፡ ይኽም በፊደል [ኀ] የሚዠምሩ [ኀ]ቡኣን የኾኑ [ኀ]ምስቱ (ዐምስቱ) አዕማደ ምስጢርን ይወክላል፡፡

በትምህርተ [ኀ]ቡኣት ላይ [ኀ]ቡኣን በተባሉ [ኀ]ምስቱ አዕማደ ምስጢር ኹሉ ፊደል [ኀ] መግባቷ የታመነ ነው፡፡ ይኸውም፡-

1ኛ. በምስጢረ *ሥላሴ* ላይ፡- የ*ሥ*ልጣን፣ የአገዛዝ፣ የባሕርይ፣ የህልውና "[ኀ]ቢር" (አንድነት) ሲኖር "[ኀ]ቡራን እንበለ ተሌልዮ" (ያለመለየት አንድነት) አላቸው፡፡

2ኛ. በምስጢረ *ሥጋዌ*፡- ፊደል [ኀ] በጉልሕ ስናገኛት ከሦስቱ አካል አንዱ አካል ከ[ኀ]ጢአት ለማዳን መድ[ኀ]ኒት ኾኖ እንደመጣ ቅዱስ ገብርኤል ለአረጋዊዉ ዮሴፍ እንዲኽ ይለዋል፡-

- "ወትሰምዮ ስሞ ኢየሱስሃ እስመ ውእቱ ያድ[ኅ]ኖሙ ለሕዝቡ እም[ኀ]ጢአቶሙ"

  (ርሱ ሕዝቡን ከኀጢአታቸው ያድናቸዋልና ስሙን ኢየሱስ ትለዋለኽ) ይላል (ማቴ 1፥21)።

በግእዝ ቋንቋ ፊደል [ኀ] "[ኀ]ደረ" ላይ እንደገባበት ምስጢረ *ሥጋዌ* የተከናወነው አካላዊ ቃል በማሕፀነ ድንግል ዐድሮ ነውና፤ በዮሐንስ በወንጌል ላይ እንዲኽ ተገልጧል፦

- "*ቃል ሥጋ* ኮነ ወ[ኀ]ደረ ላዕሌነ"

  (*ቃል ሥጋ* ኾነ በእኛም ዐደረ) (ዮሐ 1፥14)።

3ኛ. በምስጢረ ጥምቀት ላይ፦ ፊደል [ኀ] ስንፈልግ የሚገለጥ ሲኾን በግእዝ ቋንቋችን "ድ[ኂ]ን" ማለት "መዳን፣ መውጣት፣ መጠበቅ፣ በሕይወት መኖር፣ መታደስ፣ መለምለም" ማለት ነው። መድ[ኀ]ኒት ጌታ ይኽነን ድ[ኀ]ነት እንድናገኝ ስለ ጥምቀት እንዲኽ አለን፦

- "ዘአምነ ወዘተጠምቀ ይድ[ኀ]ን"

  (ያመነ የተጠመቀም ይድናል) (ማር 16፥16)

4ኛ. በምስጢረ ቍርባን ላይ፦ ፊደል [ኀ] በስፋት ይመጣል፤ ይኸውም "[ኀ]ብስት" ራሱ ጌታ ነውና ስለ *ሥጋ*ው ሲናገር፦

- "አነ ውእቱ [ኀ]ብስተ ሕይወት ዘወረደ እምሰማይ ወዘበልዐ እምዝንቱ [ኀ]ብስት የሐዩ ለዓለም። ወዝኒ [ኀ]ብስት ዘአነ እሁቦ *ሥጋ*የ ውእቱ በእንተ ሕይወት ዘለዓለም"

  (ከሰማይ የወረደ የሕይወት [ኀ]ብስት) እኔ ነኝ። ከዚኽ [ኀ]ብስት የሚበላ ለዘለዓለም ይኖራል። ስለ ዓለም ሕይወት የምሰጠው [ኀ]ብስት *ሥጋ*ዬ ነውና) በማለት "[ኀ]ብስተ ሕይወት፤ [ኀ]ብስተ መድ[ኀ]ኒት መኾኑን ለመዝሙሪያ ጊዜ አስተማራቸው (ዮሐ 6፥51)።

ይኽነን አንዱን [ኀ]ብስት ብዙ[ኃ]ን ተቀብለው አንድነትን የሚያገኙ ናቸውና ቅዱስ ጳውሎስ እንዲኽ ሲል ያስተምራል፦

- “ወዝኒ [ኅ]ብስት ዘንፌትት አኮኑ ሱታፌ ሥጋሁ ለክርስቶስ ውእቱ፡፡ ወበከመ አሐዱ ሥጋ ንሕነ እንዘ ብዙ[ኃ]ን እስመ ኵልነ እምአሐዱ [ኅ]ብስት ንነሥእ”
(የምንፈትተው ይኽስ [ኅ]ብስት ከክርስቶስ ሥጋ ጋር አንድ አይደለምን? [ኅ]ብስቱ አንድ እንደኾነ እንዲኹ እኛም ብዙ[ኃ]ን ስንኾን አንድ አካል ነን፡፡ ኹላችን ከአንድ [ኅ]ብስት እንቀበላለንና) (1ኛ ቆሮ 10፥16-17)፡፡

5ኛ. በምስጢረ ትንሣኤ ሙታን ላይ፡- ፊደል [ኀ] በጉልሕ እናገኛታለን፡፡ ይኸውም ትንሣኤ ሙታን የሚከናወነው እና የሚፈጸመው “ደ[ኀ]ሪ ንፍ[ኀ]ተ ቀርን” (የመጨረሻ የመለከት ንፍ[ኀ]ት (መነፋት፣ ጩኸት) በተሰማ ጊዜ ነውና፡፡ ይኽነንም ቅዱስ ጳውሎስ፡-

- “ወባሕቱ ኵልነ ንትዌለጥ በምዕር ከመ ቅጽበተ ዐይን በደ[ኀ]ሪ ንፍ[ኀ]ተ ቀርን ወይነፍ[ኁ] ቀርነ ወይነሥኡ ሙታን እንዘ ኢይትነከዩ”
(ነገር ግን የ[ኋ]ለኛው መለከት ሲነፋ ኹላችን እንደ ዐይን ጥቅሻ በአንድ ጊዜ እንለወጣለን፤ መለከት ይነፋል፤ ሙታንም የማይፈርሱ ኾነው ይነሣሉ) (1ኛ ቆሮ 15፥51) ይላል፡፡

ቀደም ብለን ባየነው ፊደል [ተ] ላይ የክርስ[ቶ]ስን ስቅለ[ት] አይተናል፡፡ ከርሱ ቀጥሎ በመጣው በዚኽ በፊደል [ኀ] ከ[ኀ]ሙስ (ከዐምስተ) ጋር ተሳስሮ በመስቀል የሚፈጸመውን ድ[ኀ]ነተ ዓለም ይገልጻል፡፡

ይኸውም “[ኀ]ሙስ” የሚለው ቃል “[ኀ]ምሶ፣ [ኀ]ምሶት” ከሚለው ንዑስ አንቀጽ ይወጣል ይኸውም ዐምስተኛ ማለት ነው፡፡ ፊደል [ኀ] ቀመሩ 500 እንደኾነ ኹሉ በፊደል [ኀ] ምድብ ያለው መድ[ኀ]ኒት የሚገለጠው በዚኹ ቀመር ነውና፤ ይኽም ሊታወቅ፡-

- “በ[ኀ]ሙስ ዕለት ወበመንፈቃ ለዕለት እትወለድ እምወለተ ወለትከ ወእድ[ኀ]ክ ውስተ መርሕብከ እትቤዘወከ በመስቀልየ ወበሞትየ”

(በዐምስት ቀን ተኩል ከልጅ ልጅኽ እወለዳለኍ፤ በሜዳኽ እድኻለኍ፤ በመስቀሌና በሞቴ አድንኻለኍ) በማለት ተስፋውን አሳውቆታል፡፡ ይኸውም፡-

- በ[ኀ]ሙስ ብሎ 5000 ዘመንን
- መንፈቃ ለዕለት ብሎ 500 ዓመትን ገለጸው፡፡

5000 + 500 = 5500 ዘመን ኾነ፡፡

ይኽ ቀመር ሲፈጸም ፊደል [ኀ] ተገልጻ “ወ[ኀ]ለፈት ሌሊት መመጽአት መዓልት ወንግድፍ እምላዕሌነ ምግባረ ጽልመት” (ሌሊት ዐለፈች፤ ቀን መጣች፡፡ የጨለማን ተግባር ከእኛ ላይ እናርቅ) (ሮሜ 13፥12) በማለት መድ[ኀ]ኒት ተገልጾ የፍዳውን ዓመት ማሳለፋን ብዙ[ኃ]ን አበው ነቢያት ያልቻሉትን መርገምን ሽሮ ምሕረትን መስጠቱን ታበሥራለች፡፡

ከጥፋት ውሃ መርከብ ሠርቶ የተረፈው ኖ[ኀ] በስሙ ውስጥ ፊደል [ኀ] ገብቷል፡፡ በስሙ ፊደል [ኀ] አስገብቶ ድንቅ ምስጢር የሚገልጠው ኖ[ኀ] የሚለው መጠሪያ ስሙን ስንመረምረው በቀመሩ እውነታውን እንረዳለን፡፡

ፊደል [ኀ] እና ኖ[ኀ]

ፊደል [ኀ] 500 ቍጥርን ወካይ እንደኾነች በተመሳሳይ መልኩ ፊደል [ኀ] በስሙ መጨረሻ የገባበት ኖ[ኀ] ሦስት ልጆቹን የወለደው በ500 ዓመቱ እንደነበር እንዲኽ ይላል፡-

- “ወኮኖ ለኖ[ኀ] [ኀ]ምስተ ምእተ ዓመተ ወወለደ ኖ[ኀ] ደቂቀ ዘውእቶሙ ሴም ወካም ወያፌት”

(ኖ[ኀ]ም የ500 መቶ ዓመት ሰው ነበረ፡፡ ኖ[ኀ]ም ሴምን ካምን ያፌትን ወለደ) (ዘፍ 5፥32)

ከዚኹ ጋር ተያይዞ ኖ[ኀ] ከ500 ጋር የተያያዘ እንደኾነ በቀመረ ፊደሉ ሲወጣ እንዲኽ ይገለጻል፡-

ቃሉ	የግእዝ ፊደሉ	ቀመሩ
ኖ	ነ	50
ኀ	ኀ	500

ድምር፡- 50 + 500 = 550

ከዚኹ ጋር ተያይዞ በፊደል [ኀ] በሚዠምረው ቃል በረከትን የተቀበለ የኖ[ኀ] የመዠመሪያ ልጅ ሴም ነበረ። ይኸውም “[ኀ]ደረ” ማለት ዐደረ ማለት ነውና “ለይ[ኀ]ድር እግዚአብሔር ውስተ ቤቱ ለሴም” (እግዚአብሔር በሴም ድንኳን ይደር) (ዘፍ 9፥ 27) በማለት ለጊዜው ከሴም ወገን በኾነው “[ኀ]ይመተ አብርሃም” (የአብርሃም ድንኳን) ውስጥ እግዚአብሔር መግባቱ ሲኾን ፍጻሜው ግን ከአብርሃም ወገን በኾነች በድንግል ማርያም ማሕፀን መድ[ኀ]ኒት ክርስቶስ ማደሩን ያመለክታል።

ታዲያ በፊደል [ኀ] ምድብ ውስጥ ያለው ይኽን ቃለ በረከት ከኖ[ኀ] የተቀበለው ሴም ይኽነን የሚያስቀጥለውን አርፋክስድን ከወለደ በኋላ የኖረው 500 ዓመት እንደነበረ፡-

- “ወሐይወ ሴም እምድ[ኀ]ረ ወለዶ ለአርፋክስድ [ኀ]ምስተ ምእተ ዓመተ ወወለደ ደቂቀ ወአዋልደ ወሞተ”
  (ሴምም አርፋክስድን ከወለደ በኋላ 500 ዓመት ኖረ። ወንዶችንም ሴቶችንም ወለደ ሞተም) (ዘፍ 11፥11) በማለት የፊደል [ኀ] እና የቀመር 500 ትስስርን ያሳያል።

ሌላኛው የፊደል [ኀ] የ500 የቀመር ምስጢር መለኪያ ለማወቅ በፊደል [ኀ] የሚዠምረውን መለኪያ “[ኀ]ለት” ስናውቅ ነው። ይኸውም የመቅደሱን የዐጥሩን ዙሪያ በ[ኀ]ለት (በዘንግ) እየለካ አራቱንም በ500 በ500 ክንድ አድርጎ ለክቶ እንዲኽ ይነግረዋል፡-

❖ "ወመጠነ ነፋስ ጽባሕ በ[ኀ]ለት ዘአቅም [ኀ]ምስተ ምእተ [ኀ]ለተ በ[ኀ]ለተ መስፈርት ዐውዶ። ወሰፈረ ነፋስ ሰሜን [ኀ]ምስተ ምእተ [ኀ]ለ[ተ በ[ኀ]ለተ መስፈርት ዐውዶ። ወመጠነ ነፋስ ደቡብ [ኀ]ምስተ ምእተ [ኀ]ለተ በ[ኀ]ለተ መስፈርት። ወያደ ኀበ ነፋስ ባሕር ወሰፈረ [ኀ]ምስተ ምእተ [ኀ]ለተ በ[ኀ]ለተ መስፈርት። ወሰፈሮ እምአርባዕቱ ነፋሳት ወቦ ዐረፍት በኵሉ ዐውዱ ኍ[ኍ] [ኀ]ምስቱ ምእት ወግድሙ [ኃ]ምስቱ ምእት ወግድሙ [ኀ]ምስቱ ምእት" (የምሥራቁን ወገን በመለኪያ ዘንግ 500 ክንድ አድርጎ ለካ፤ ዞረም የሰሜኑን ወገን በመለኪያ ዘንግ 500 ክንድ አድርጎ ለካ። ዞረም የደቡቡን ወገን በመለኪያ ዘንግ 500 ክንድ አድርጎ ለካ። ዞረም የምዕራቡን ወገን በመለኪያ ዘንግ 500 ክንድ አድርጎ ለካ። በአራቱ ወገን ለካው የተቀደሰውንና ያልተቀደሰውን ይለይ ዘንድ ርዝመቱ 500 ክንድ ወርዱም 500 ክንድ የኾነ ቅጥር በዙሪያው ነበረ) (ሕዝ 42፥16-21) ይላል።

በሐዲስ ኪዳን መጻሕፍት ፊደል [ኀ] ከቀመር 500 ጋር ተያይዞ ተገልጧል። ይኸውም በፊደል [ኀ] የሚዠምረውን [ኀ]ጢአት ትፈጽም የነበረችው [ኀ]ጢአተኛዪቱ ሴት ሽቱ የሞላበት የአልባስጥሮስ ብልቃጥ አምጥታ እያለቀሰች በዕንባዋ እግሩን ስታብስ ሽቱ ስትቀባው ስምዖን በልቡ [ኀ]ጢአተኛ መኾኗን በልቡ ዐሰበ።

ያን ጊዜ መድ[ኀ]ኒት ክርስቶስ በ[ኀ]ምሳ ምእት (በ500) ዲናርና በ[ኀ]ምሳ ዲናር መስሎ ብዙ[ኀ] [ኀ]ጢአት የሠራችውን ሴት "[ኀ]ድገተ [ኀ]ጢአት" (ኀጢአቷን እንደተወላት) ሲያስተምር እንዲኽ አለ የግእዙን ንባብ አስተውል፡-

❖ "ወይቤሎ ክልኤቱ ይፈድይዎ ለአሐዱ በዓለ ዕዳ አሐዱ ይፈድዮ [ኀ]ምስተ ምእተ ዲናረ ወካልዑኒ [ኀ]ምሳ

ወ[ኀ]ጢአሙ ዘይፈድይዎ [ኀ]ደገ ሎሙ ለክልኤሆሙ …ወበእንተዝ እብለከ ተ[ኀ]ድገ ኀጢአታ ብዙ[ኀ] እስመ ብዙ[ኀ] አፍቀረተኒ፤ ወዘሰ ው[ኁደ] አፍቀረኒ ው[ኁ]ድ [ኀ]ጢአቱ ይት[ኃ]ደግ ሎቱ። ወይቤላ ለይእቲ ብእሲት ተ[ኀ]ድገ ለኪ [ኀ]ጢአትኪ"

(ለአንድ አበዳሪ ኹለት ተበዳሪዎች ነበሩት፤ በአንዱ 500 ዲናር ነበረበት። በኹለተኛውም [ኀ]ምሳ። የሚከፍሉትም ቢያጡ ለኹለቱም ተወላቸው። እንግዲኽ ከእነርሱ አብልጦ የሚወደው ማንኛው ነው … ስለዚኽ እልኻለኊ እጅግ ወድዳለችና ብዙ [ኀ]ጢአቷ ተሰርዮላታል። ጥቂት ግን የሚሰረይለት ጥቂት ይወዳል። ርሷም [ኀ]ጢአትሽ ተሰርዮልሻል አላት) ይላል (ሉቃ 7፥41-48)።

ሌላው በፊደል [ኀ] የተገለጸው ቀመር 500 በቅዱስ ጳውሎስ መልእክት ላይ የምናየው ነው። ይኸውም ጌታችን ከሞት ከተነሣ በኋላ ስለታያቸው ብዙ[ኃ]ን ስለኾኑ 500 ቅዱሳን ሰዎች በግልጽ በፊደል [ኀ] ምድብ ውስጥ እናያለንና የግእዝ ንባቡን በደንብ ይመልከቱ፡-

- "ወእምዝ አስተርአዮሙ ለዘይበዝ[ኁ] እም[ኀ]ምስቱ ምእት ቢጽ ወመብዝ[ኀ]ቶሙ ሀለዉ እስከ ይእዜ"

  (ከዚያም በኋላ ከዐምስት መቶ ለሚበዙ ወንድሞች በአንድ ጊዜ ታየ፤ ከእነርሱም የሚበዙት እስከ አኹን አሉ) (1ኛ ቆሮ 15፥6) በማለት ቊጥሩን ከብዙ[ኃ]ን ቅዱሳን ጋር አያይዞ ይገልጠዋል።

የፊደል [ኀ] ዝርዝር በዚኽ መልኩ ከተመለከትን በመቀጠል ወደሚገኘው ፊደል [ፀ] በመኼድ ምስጢሩን በዝርዝር እንረዳለን።

ምዕራፍ 25

ፊደል ፀ

በአበገደ በግእዝ አልፍ ቤት በኻያኛ አራተኛ ቍጥር ላይ የሚገኘው ፊደል [ፀ] ነው። በግእዝ ስሙ "[ፀ]ሓይ" [ፀ] ይባላል። ወካይ ቍጥሩ ስድስት መቶ አኃዝ ሲኾን [ፀ - 600] (ስድስቱ ምእት) ይባላል። ወይም "ዕ[ፀ] [ጸ]ጦስ" ሲጻፍ በ[ፀ] ነውና ይኽነን ለመግለጽ ተከታታይ የኾኑት ፊደል [ፀ] እና ፊደል [ጸ] ናቸውና "ፀጸ (ፀጻ)" ይሉታል የቋንቋ ሊቃውንት።

ፊደል [ፀ] እና ኖኅ

ከፊደል [ኀ] በመቀጠል ፊደል [ፀ] ጕዞውን ይቀጥላል። በፊደል [ኀ] ላይ ይኽ ፊደል በስሙ የተጨመረለትን ኖ[ኅ] አይተነው ነበር። ይኸውም ፊደል [ኀ] ወካይ ቍጥሩ 500 እንደነበረና ኖ[ኅ] በዓለም ላይ ከተፈጸመው ከፍተኛ የሰብአ ትካት ኀጢአት በፊት በ500 ዓመቱ ሴም፣ ካም፣ ያፌትን ወልዶ ነበር። ከዚኽ በኋላ በኖኅ ጊዜ የተሠራውን ኀጢአት ለመጠቈም ከፊደል [ኀ] በመቀጠል ፊደል [ፀ] ተተክታለች።

ኖኅ በ500 ዓመቱ ኖኅ ሴምን፣ ካምን፣ ያፌትን ከወለደ በኋላ ዓለምን በከፍተኛ ኀጢአት ውስጥ ገብታለች። ይኽ የኀጢአት ሥራ በግእዝ ቋንቋ "[ፁ]ግ" ይባላል ፍቺውም "ኀጢአት፣ ክፋት፣ ተንኰል፣ ጽነት፣ ጥመት" ማለት ነው። በዘመኑ ሰዎች ለ24 ሰዓታት ያለማቋረጥ የክፋት ኀጢአት በምድር ላይ አብዝተው ነበር። ያም [ኀ]ጢአት "ማየ አይ[ኅ]" (የጥፋት ውሃን) አምጥቶ በምድር ኹሉ "[ፆ]ርሮ፣ ነ[ፆ]ራር" ማለት (ጣር፣ ጋር፣ የጭንቅ ጩኸት፣ ሥቃይ፣ ሐዘን) ኾኗል።

ስለዚኽ ፊደል [ፀ] ከፊደል [ኀ] በመቀጠል በ[ኀ]ጢአታቸው ምክንያት የመጣውን "ነ[ፆ]ራር" ታውጃለች።

ይኽ በግልጽ እንዲረዳን ፊደል [θ] ተራ ቍጥሯ በ24ኛ ላይ ሲኾን የምትወክለው ቀመር ደግሞ 600 ነው። ይኽም ሰዎች ለ24 ሰዓታት ያለማቋረጥ "[ፁ]ግ" (ኀጢአት) ሲሠሩ ቈይተው ኖኅ ልክ 600 ዓመት ሲመላው የጥፋት ውሃ መጥቶ በነበሩት ኹሉ "ነያራር" (የሐዘን ጩኸት) ጭንቅ፣ ጣር፣ ጋር ተደርጎባቸዋል።

ይኽነንም መጽሐፍ ቅዱስ እንዲኽ ሲል ገልጾታል፦

- "ኖኅ የጥፋት ውሃ በምድር ላይ በኾነ ጊዜ የስድስት መቶ ዓመት ዕድሜ ነበር" (ዘፍ 7፥6)

ፊደል [θ] እና ሙሴ

ዳግመኛም ከፊደል [θ] ሳንወጣ የኖኅ ዘመን ዐልፎ እስራኤል በስሟ መጨረሻ ፊደል [θ] ባላት በግብ[ፅ] ባርነት ሳሉ እግዚአብሔር ሙሴን በፊደል [θ] ምድብ በኾነ በዕ[θ] ጳጦስ ውስጥ አናገረው (ዘθ 3፥1-7)።

ከዚያም በሙሴ ዐድሮ ፈርዖንን ሕዝቤን ልቀቅ ባለው ጊዜ "ቃሉን እሰማ ዘንድ እስራኤልንስ እለቅቅ ዘንድ እግዚአብሔር ማን ነው? እግዚአብሔርን አላውቅም እስራኤልንም ደግሞ አልለቅም" በማለት "ቃለ [θ]ሪፍ" (የስድብ፣ የማቃለል ቃል) በመናገር በፊደል [θ] ልኬት "[θ]ራፊ" (ተሳዳቢ) ኾኖ ንጉሠ ግብ[ፅ] ፈርዖን ተነሣ (ዘθ 5፥2)።

በዚኽም የእግዚአብሔር "[θ]ር" (ተፃራሪ፣ ጠላት፣ ወደረኛ) "[θ]ራዊ" (ጠላት) ኾነ። እስራኤል በሙሴ መሪነት ከ[θ]ር (ከጠላት) ፈርዖን ለማምለጥ 600 ሺሕ ኾነው ግብ[ፅ]ን ለቀው ሲወጡ፤ [θ]ር ፈርዖን በፊደል [θ] አኃዝ ልክ 600 የተመረጡ ሠረገላዎችን ይዞ ተከተላቸው (ዘθ 12፥37፤ ዘθ 14፥7)።

በኋላም [θ]ር፣ [θ]ራዊ፣ [θ]ራፊ ፈርዖን ንጉሠ ግብ[ፅ] በፊደል [θ] ልኬት ከነ 600 ሠረገላዎቹ በነቢዩ ሙሴ እጅ "[ፅ]ቡጥ" (የተያዘ፣ የተጨበጠ) በኾነ በትረ ዕ[ፅ] ሠጥሟል (ዘθ 14፡16-28)።

ይኸም ፈርዖን ከ600 ሠረገላዎቹ ጋር ሠጥሞ እስራኤል ከግብ[ፅ] የወጡበት "[፬]አት" ሲባል መጽሐፉም "ኦሪት ዘ[፬]አት" ተብሎ በፊደል [፬] ተበሠረ።

ፊደል [፬] እና ዳዊት

በተጨማሪም በፊደል [፬] የ600 ቀመር ጠቋሚነት ይዘን ስንጓዝ ልክ እንደ ፈርዖን እስራኤል የፈሩት በእስራኤል ላይ "[፬]ር" (ጠላት) እና "[፬]ራፊ" (ተሳዳቢ፣ ተገዳዳሪ) ኾኖ የመጣባቸው የጌት ሰው ጎልያድ ነበረ። እስራኤል ሊወጋበት የተዘጋጀበት የጦር ሚዛን 600 እንደነበር "የጦሩም የቦ እንደ ሸማኔ መጠቅለያ ነበረ። የጦሩም ሚዛን 600 ሰቅል ብረት ነበረ" ይለናል (1ኛ ሳሙ 17፥7)።

ያን ጊዜ ይኸነን ተገዳዳሪ ዳዊት እንደሚገድለው ተናግሮ በፊደል [፬] ምድብ "ወ[ፃ]ፌ" (ወንጫፊ) ኾኖ በ"ሞ[፬]ፍ" (በወንጭፍ) እንደገደለው 1ኛ ሳሙ 17:40 ላይ እንዲኽ ይላል፡-

❖ "ወነሥአ ዳዊት ቀስታሞ በእዴሁ ወኀረየ ሎቱ ኀምስተ አእባነ እምውስተ ፈለግ ወወደዮሙ ውስተ መምጠቂሁ ከመ እንተ ሶበ ይርዒ አባግዐ ወሞ[፬]ፈ በእዴሁ ወሖረ ኀበ ውእቱ ኢሎፍላዊ"

(ዳዊትም በትሩንም በእጁ ወሰደ። ከወንዝም ዐምስት ድብልብል ድንጋዮችን መረጠ። በእረኛ ኮሮጆውም በኪሱ ከተታቸው። ወንጭፍም በእጁ ነበረ። ወደ ፍልስጤማዊዉም ቀረበ) ይላል (1ኛ ሳሙ 17፥40)።

ያንጊዜ "ሞ[፬]ፍ" (ወንጭፍ) ይዞ ወደርሱ የመጣውን ዳዊትን ለመግጠም ጎልያድ በቀረበ ጊዜ ስለኾነው ነገር፡-

❖ "ወወደየ እዴሁ ዳዊት ውስተ ዝክቱ መምጠቂሁ ወነሥአ እምህየ አሐተ እብነ ወወ[፬]ፉ ወሄጾ ለዝክቱ ኢሎፍላዊ ውስተ ፍጽሙ ወቦአት ይእቲ እብን እንተ ፍጽሙ ውስተ ናላሁ ወወድቀ በገጹ ውስተ ምድር። ወሞአ ዳዊት

ለኢሎፍላዊ በሞ[ፀ]ፍ ወበእብን ወቀተሎ ወሰይፍ አልቦ ውስተ እዴሁ ወሮጸ ዳዊት ወበጽሐ ኀበ ዝክቱ ኢሎፍላዊ ወነሥአ ሰይፎ ወቀተሎ ቦቱ ወመተረ ርእሶ"

(ዳዊትም እጁን ወደ ኮሮጆው አግብቶ አንድ ድንጋይ ወሰደ፤ ወነጨፈውም ፍልስጤማዊዉንም ግንባሩን መታው፤ ድንጋዩም ጥሩሩን ዘልቆ በግንባሩ ተቀረቀረ ርሱም በምድር ላይ በፊቱ ተደፋ፤ ዳዊትም ፍልስጤማዊዉን በወንጭፍና በድንጋይ አሸነፈው፤ ፍልስጤማዊዉን መትቶ ገደለ። በዳዊትም እጅ ሰይፍ አልነበረም። ዳዊትም ሮጦ በፍልስጤማዊዉ ላይ ቆመ ሰይፉንም ይዞ ከሰገባው መዘዘው፤ ገደለውም፤ ራሱንም ቈረጠው) (1ኛ ነገ 17፡49-50)።

ፊደል [ፀ] እና ሐሳዌ መሲሕ

በፊደል [ፀ] ገላጭነት የተሰጣት ቀመር 600 ይዘን "[ፀ]ረ ክርስቶስ" የኾነውን እንደ ፈርዖን እንደ ጎልያድ ትዕቢተኛ የኾነውን በመጨረሻው ዘመን የሚነሣው 666 ቀመር የተሰጠውን ሐሳዌ መሲሕን እናወጣዋለን።

ስለዚኽ ሐሳዌ መሲሕ በደንብ ለመረዳት በፊደል [ፀ] ምድብ የተገለጹትን እነዚኽን የመጽሐፍ ቅዱስ ቃላት እንመልከት በተለይ በግእዙ ላይ ትኩረት አድርጉ። ይኸውም መዠመሪያው ሰዎች ሲተኙ በስንዴው መኻከል እንክርዳድ ዘርቶ ማለትም ሐሰተኛ ትምህርት ኑፋቄን ዘርቶ የኼደው ጠላትን ሐሰተኛውን "ብእሲ [ፀ]ራዊ" በማለት ጌታችን እንዲኽ ሲል አስተማረን፡-

❖ "ብእሲ [ፀ]ራዊ ገብረ ዘንተ"

(ጠላት ሰው ይኽን አደረገ) (ማቴ 13፥28)።

ሐዋርያው ቅዱስ ጳውሎስ ደግሞ በግልጽ እንዲኽ ሲል አብራርቶልናል፡-

❖ "ወይእተ አሚረ ይትከሠት ወልደ ዐመ[፶] ኃጥእ ዘሀለዎ ያጥፍኦ መንፈሱ ለእግዚእነ ኢየሱስ ክርስቶስ ወይስዕሮ በአስተርእዮተ ምጽአቱ"

(ያንጊዜም ጌታችን ኢየሱስ ክርስቶስ በአፉ መንፈስ የሚያጠፋው ሲመጣም በመገለጡ የሚሽረው ዐመ[፶]ኛ ይገለጣል) በማለት የዐመ[፶] ልጅ መኾኑን አስረዳ። እኛም በፊደል [፬] ምድብ ምስጢሩን አወቅን (1ኛ ተሰሎ 2፥8)።

ስለዚኽ ጌታችን በመገለጡ "ወልደ ዐመ[፶]" (የዐመ[፶] ልጅ) ተብሎ በፊደል [፬] ምድብ የተገለጸው "[፬]ራዊ" (ጠላት) በቀላሉ ወዲያውኑ 888 ቀመሩ በኾነ ሕይወት በኾነው በኢየሱስ በአፉ መንፈስ ይሻራል፣ እንደ ልምሾ ተይዞ ወደ እሳቱ ባሕር ይወረወራልና "[፭]ዉስ" (ደካማ፣ ልምሾ) ነው።

"[፭]ዉስ" (ልምሾ፣ ደካማ) መኾኑ ሊታወቅ ዮሐንስ በራእዩ ምዕ 13፥18 ላይ "ቍጥሩ የሰው ቍጥር ነውና ቍጥሩም ስድስት መቶ ስድሳ ስድስት ነው" ይላል። 666 ብሎ በስድስተኛው ዕለት ሰው ተፈጥሯልና በሰው ዥማት የተዋቀረ መኾኑን ሲገልጽ "የሰው ቍጥር" አለው።

ታዲያ ምንም ሰይጣን ክፋታዊ ኀይሉን ሰጥቶ ቢመራውም እንደ ማንኛችንም የስድስተኛው (የዕለተ ዐርብ) ፍጡራን እንደኾንነው ተርታ ሰዎች እንዱ እንጂ የባሕርይ አምላክ እንዳልኾነ በመግለጽ ደካማነቱን ገለጸልን።

ይኽነን "[፭]ዉስ" በቀመረ ፊደሉ ከዚኽ በታች ስናወጣው፦

ቃሉ	የግእዝ ፊደሉ	ቀመሩ
ፅ	ፀ	600
ዉ	ወ	6
ስ	ሰ	60

ድምር፦ 600 + 6 + 60 = 666 በመስጠት ፍንትው አድርጎ አሳየን።

በመኾኑም አንባብያን 888 የተባለ ኢየሱስ በአፉ እስትንፋስ በቀላሉ የሚሽረውን ወደ እሳቱ ባሕር የሚወረውረውን 666 "[ፅ]ዉስ" (ደካማ፣ ልምሾ) ነውና አትፍሩት።

ከዚኹ ጋር ተያይዞ 7 ፍጹም ቍጥር ሲኾን 6 ግን ፍጹም ያልኾነ ነውና "ፅዉስ" ጐደሎ መኾኑን እናውቃለን። ቀጣዩን 6^2 ስንቀምር 36 (6 X 6 = 36) ነው። በመኾኑም ከቍጥር 1 — 36 አከታትለን ብንደምር ይኽንን ቍጥር ይሰጣል።

1+2+3+4+5+6+7+8+9+10+11+12+13+14+15+16+17+18+19+20+21+22+23+24+25+26+27+28+29+30+31+32+33+34+35+36=666

ፊደል [ፀ] እና የ[ፀ]ሓይ መጨለም

ከላይ እንዳየነው በፊደል [ፀ] ቀመር 600 "[ፅ]ዉስ" የኾነ የሐሳዌ መሲሕን አመጣጥ እንዳየን የመከራ ፊት አውራሪ ሐሳዌ መሲሑ የመምጣቱ ምልክት የሚኾን በየ600 ዘመን የሚደረግ በፊደል [ፀ] ምድብ የ[ፀ]ሓይ መጨለም ምልክት ነው።

ይኸውም ሰማያዊ አካላት ከተፈጠሩበት ዓላማ አንዱ ለምልክት እንዲኾኑ ነውና ለፍርድ ቀን መቃረብ ምልክት ሊኾን ታይቶ በማይታወቅ መልኩ ታላላቅ አስፈሪ ምልክቶች ከሰማይ የሚታዩ ይኾናሉ። ስለዚኽም ጌታችን በወንጌል ላይ እንዲል ሲል አስተምሮናል፡-

- "የሚያስፈራም ነገር ከሰማይም ታላቅ ምልክት ይኾናል … በፀሓይና በጨረቃም በከዋክብትም ምልክት ይኾናል … ይኽም ሊኾን ሲዠምር ቤዛችኍ ቀርቦአልና አሻቅባችኍ ራሳችኹን አንሡ" (ሉቃ 21፥11, 25, 28)።

በመኾኑም ከፍርድ ቀን ምልክቶቹ ውስጥ የ[ፀ]ሓይ መጨለም እንደኾነ መጽሐፍ ቅዱስ እንዲኽ ያስረዳናል።

- "ታላቁና የሚያስፈራው የእግዚአብሔር ቀን ሳይመጣ [ፀ]ሓይ ወደ ጨለማ ጨረቃም ወደ ደም ይለወጣል" (ኢዩ 2፥31)
- "የሰማይም ከዋክብትና ሰራዊቱ ብርሃናቸውን አይሰጡም [ፀ]ሓይም በወጣች ጊዜ ትጨልማለች" (ኢሳ 13፥9-11)
- "ታላቅ የሆነ የተሰማም የጌታ ቀን ሳይመጣ [ፀ]ሓይ ወደ ጨለማ ጨረቃም ወደ ደም ይለወጣሉ" (የሐዋ 2፥20)
- "ስድስተኛውንም ማኅተም በፈታ ጊዜ አየኍ ታላቅም የምድር መናወጥ ኾነ [ፀ]ሓይም እንደ ማቅ ጠጕር ጥቁር ሆነ፥ ጨረቃም በሞላው እንደ ደም ኾነ" (ራእ 6፥12)

ይኽም በሳይንሱ ቴትራድ (tetrad) በመባል ይታወቃል። በሌላ አገላለጽ በኹለት ዓመት ጊዜ ውስጥ በየስድስት ወሩ ሙሉ የጨረቃ ግርዶሽ ለአራት ተከታታይ ጊዜ ከታየ (አራት የደም ጨረቃ ከታየች) ይኽ ክስተት "ቴትራድ" ይባላል ማለት ነው።

ቴትራድ በየ600 ዓመት ልዩነት ዑደት እንዳለውም ሳይንስ አረጋግጧል። በመኾኑም እንደ ኢትዮጵያ ሊቃውንት በ600 ዓመት ዐቀድ [ፀ]ሓይን መሸፈኑ በ[ፅ]ዉስ ሐሳዊ መሲሕ ዘመን የሚደረግ የመከራ ፊት አውራሪ፣ መሪ፣ ማስጠንቀቂያ፣ አዋጅ ነጋሪ ይሉታል።

ይኽ የ600 ዓመት ዑደት እስካኹን 12 ጊዜ የኾነ ሲኾን 13ኛው የሚኾነው በ7800 ዓመተ ዓለም ወይም በ2300 ዓ.ም. ነው።

ይኽም የሊቃውንቱ ሒሳብ በሠንጠረዥ ከዚኽ በታች ተገልጧል፡-

ጨለማ	በጊዜው ከነበሩት	ዓመተ ዓለም	ሒሳቡ
1ኛ	አዳም	600	600
2ኛ	ሔኖክ	1200	600 X 2 =1200
3ኛ	ያሬድ	1800	600 X 3 = 1800
4ኛ	አርፋክስድ	2400	600 X 4 = 2400
5ኛ	ራግው	3000	600 X 5 = 3000
6ኛ	ያዕቆብ	3600	600 X 6 = 3600
7ኛ	ኢያዕር	4200	600 X 7 = 4200
8ኛ	ሕዝቅያስ	4800	600 X 8 = 4800
9ኛ	በጥሊሞስ	5400	600 X 9 = 5400
10ኛ	ዘይኑን	6000	600 X 10 = 6000
11ኛ	አባ መቃርስ	6600	600 X 11 = 6600
12ኛ	ዐጼ ኢያሱ አድያም ሰገድ	7200	600 X 12 = 7200
13ኛ	?	7800 (2300 ዓ.ም.)	600 X 13 = 7800

ፊደል [ፀ] እና [ፀ]ሓይ

ታላቁን ብርሃን [ፀ]ሓይን የሚወክለው ፊደል [ፀ] ሲኾን ሊ.ቃውንት [ፀ]ሓይ [ፀ] ይሉታል። ከላይ ዝምረን ስንቈጥር ፊደል [ፀ] 24ተኛ ተራ ቍጥር ላይ ይገኛል። ቅርጸ ፊደሉን ስንመለከት ክበቡ እኩል ለኹለት የተከፈለ ነው።

ይኸም [ፀ]ሓይ በ12 በ12 በድምሩ በ24 ሰዓት ኹሉ እየተዘዋወረ ያለዕረፍት እኩሌታ እኩሌታ የምድር ክፍላት ላይ ማብራቱን ይገልጻል።

ፊደል [ፀ] እና [ፀ]ሓይ ሥላሴ

ከላይ እንዳየነው ፊደል [ፀ] ተራ ቍጥር 24 ላይ እንደሚገኝ አይተናል። ይኸም ታላቅ ምስጢር ያለው ሲኾን በተለይ አበ ብዙኃን አብርሃም ማን እንደፈጠረው ለማወቅ በሥነ ፍጥረት ምርምር ሲያደርግ ቈይቶ መጨረሻ ላይ የበረደውን የሚያሞቀው፣ የጨለመውን የሚያስለቅቀው፣ የተሰወረውን የሚገልጸው ፀሓይ ላይ ደረሰ።

ከዚያም በ[ፀ]ሓይ ተመራምሮ "አምላከ [ፀ]ሓይ ተናበበኒ" (የ[ፀ]ሓይ አምላክ ተነጋገረኝ) በማለት በጠየቀ ጊዜ በብርሃኑ ኅልፈት ውላጤ የሌለበት አማናዊዉ ፀሓይ እግዚአብሔር አብራምን በ75 ዓመቱ አነጋገረው።

ከካራን እንዲወጣ ነግሮት ከወጣ በኋላ በ99 ዓመቱ እንደገና አማናዊዉ ፀሓይ እግዚአብሔር ተገልጾለት ስሙን ከአብራም ወደ አብርሃም ለውጦለታል (ዘፍ 12፥1-4፤ 17፥15)።

ይኸነንም ለአብርሃም በየዕድሜው የተገለጠለትን ቀንሰን ስናሰላው በፊደል [ፀ] ተራ ልክ 99 — 75 = 24 ይመጣል።

በኋላም ልክ እንደ ቅርጸ ፊደሉ 12ት ሰዓት በአንዱ ክፍለ ዓለም አብርቶ ጨለማ ተክቶት፤ ወደ ሌላው ክፍለ የሚያበራው [ፀ]ሓይ ሳይኾን እውነተኛ [ፀ]ሓይ የኾኑት በአብርሃም ቤት የገቡት

12ት ፊደላትን በስማቸው የያዙት ሥላሴ እንደኾኑ በዚኽ በሠንጠረዥ ላይ እንዲኽ ተቀምጧል፡-

አ	ብ	ወ	ል	ድ	መ	ን	ፈ	ስ	ቅ	ዱ	ስ
1	2	3	4	5	6	7	8	9	10	11	12

የምስጢረ ሥላሴ ምሳሌ ሊኾን ፀሓይ ሦስት ክፍሎች ሲኖሩት እኒኽም ክበቧ፣ ብርሃኗ፣ ሙቀቷ ናቸው፡፡ ይኸውም፡-

- ፀሓይ ወጣ ሲባል አካሉን የሚያመለክት ነው፡፡
- ፀሓይ ጨለመ ሲባል ብርሃኑን ያስረዳል፡፡
- ፀሓይ እንሙቅ ሲባል ደግሞ ሙቀቱን ይገልጻል፡፡

ነገር ግን ክበቡም፣ ብርሃኑም፣ ሙቀቱም ፀሓይ ተብለው ቢጠሩም አንድ ፀሓይ ይባላሉ እንጂ ሦስት ፀሓዮች አይባሉም፡፡

በመኾኑም ፀሓይ ሦስት ክፍል ማለትም፡- አካል፣ ብርሃን፣ ሙቀን እንዳለው፡-

- በክበቡ → አብ
- በብርሃኑ → ወልድ
- በሙቀቱ → መንፈስ ቅዱስ ይመሰላል፡፡

ይኸውም አንድ ፀሓይ ይባላል እንጂ ሦስት ፀሓይ እንዳይባል በምስጢረ ሥላሴ ትምህርትም በስም፣ በአካል፣ በግብር ሦስት ቢኾኑ በሥልጣን፣ በአገዛዝ፣ በጌትነት አንድ ናቸውና፡፡

ከፀሓይ ክበቡ ብርሃኑና ሙቀቱ እንደሚገኙ በክበቡ የተመሰለው እግዚአብሔር አብም የዓለም ብርሃን ወልድን ወልዷል፤ ሙቀተ ጸጋን የሚሰጥ መንፈስ ቅዱስን አሥርጿል፡፡

ነገር ግን ከፀሓይ አካል ብርሃንና ሙቀት ሲገኙ በአንድ ጊዜ እንጂ አካሉ ቀድሞ ብርሃኑና ሙቀቱ ተከታትሎ እንዳልኾነ ኹሉ አብ ወልድን ቢወልድ መንፈስ ቅዱስን ቢያሠርጽም አይቀድማቸውም፡፡ በሥላሴ ዘንድ መቅደም መከታተል የለምና ምሳሌውን በፀሓይ ላይ አስቀድሞ ገልጾታል፡፡

አባ ሕርያቆስም በቅዳሴ ማርያም ድርሰቱ ላይ ይኽነን ምሳሌነታቸውን እንዲኽ ሲል ገልጾታል፡-

- ❖ “አብ ፀሓይ ወልድ ፀሓይ መንፈስ ቅዱስ ፀሓይ አሐዱ ውእቱ ፀሓየ ጽድቅ ዘላዕለ ኲሉ”

(አብ ፀሓይ ነው፡፡ ወልድ ፀሓይ ነው፡፡ መንፈስ ቅዱስ ፀሓይ ነው፡፡ ከኹሉ በላይ የኾነ አንድ የእውነት ፀሓይ ነው)፡፡

በመጽሐፈ ቀሌምንጦስ ላይም ጌታችን ይኽንን ሲል እናነባለን፡-

- ❖ “አቡየ ፀሓይ ወአነ ብርሃኑ ወመንፈስ ቅዱስ ዋዕዩ”

(አባቴ ፀሓይ ነው፡፡ እኔ ብርሃኑ ነኝ፡፡ መንፈስ ቅዱስ ሙቀቱ ነው) (ቀሌም 6፥18)

በተመሳሳይ መልኩ በቅዳሴ ሠለስቱ ምዕት ምዕ 2፥23 ላይ በዚኽ መልኩ ተገልጧል፡-

- ❖ “አቡየ ወአነ ወመንፈስ ቅዱስ ፀሓይ ወብርሃን ወዋዕይ”

(እኔ አባቴ መንፈስ ቅዱስ ፀሓይ፣ ብርሃን፣ ሙቀት ነን)

እንደ ሳይንሱ ጥናትም ፀሓይ የተለያዩ ሦስት ክፍሎችም አሉት፡፡ ፀሓይን ስናይ የሚታየን ብርሃናማው ውጫዊ ክፍል “ፎቶስፌር” (photosphere) ይባላል፤ ከርሱ ቀጥለው ያሉት ውጫዊ ከባቢ አየራት ደግሞ “ክሮሞስፌር” (chromosphere) እና “ኮሮና” (corona) በመባል ይታወቃሉ፡፡

ፎቶስፌር ስስ የኾነ የፀሓይ ውጫዊ ክፍል ሲኾን ከፀሓይ አብዛኛውን ብርሃን የምናገኘው ከዚኽ ነው፡፡ ፎቶስፌር ከፀሓይ ውጫዊ አካል ወደ ውስጥ እስከ 500 ኪ.ሜ. የሚዘልቅ ሲኾን የሙቀት መጠኑ ደግሞ 5,800 ኬልቪን የሚደርስ ነው፡፡

ከፎቶስፌር ቀጥሎ ወደ ውጭ ያለው የፀሓይ ውጫዊ አካል የኾነው ከባቢ አየር ደግሞ “ክሮሞስፌር” ይባላል፡፡ ይኽ ዘወትር በዐይን የሚታይ አይደለም፡፡ ነገር ግን ሙሉ የፀሓይ ግርዶሽ

በሚኖርበት ጊዜ ጨረቃ ፎቶስፌርን ስትከልል ክሮሞስፌር በዐይን ይታያል፡፡ የፎቶስፌር መጨረሻ ጫፍ ላይ የሙቀቱ መጠን 25,000 ኬልቪን ይደርሳል፡፡

የፀሓይ የመጨረሻው ከባቢ አየር ኮሮና (corona) ይባላል፡፡ ከፎቶስፌር ከሚወጣው ብርሃን ጥንካሬ አንጻር ኮሮናንም ቀን ላይ በዐይናችን ልናይ አንችልም፡፡ በሙሉ የፀሓይ ግርዶሽ ጊዜ ግን ማየት እንችላለን፡፡ የሙቀት መጠንም ኮሮና ውስጥ በጣም እየጨመረ የሚኼድ ሲኾን ለምሳሌ ውጫዊ የኮሮና ክፍል የሙቀት መጠኑ 2 ሚሊየን ኬልቪንና ከዚያ በላይ ይኾናል፡፡

ፊደል [θ] እና ዐ[ፅ]ም

ፊደል [θ] የ12 ዕጥፍ በኾነው በ24ተኛ ተራ ቊጥር ላይ ከመቀመጧ ጋር ተያይዞ ጥንድ ኀይልን ያመለክታል፡፡ ይኸውም፡-

- 2 × 12 = 24
- 12 + 12 = 24 ይመጣል፡፡

ይኸውም ለሰው ኀይል ጽንዕ የሚኾኑ አፅ[ፅ]ምትን በቀመሩ ያሳያል፡፡ ይኸውም ፊደል [θ] በውስጡ የሚገኘው ቃል "ዐ[ፅ]ም" (ዐጥንት) ሲኾን የፊደል [θ] 24 ተራ ቊጥርን እንዳየን በተመሳሳይ መልኩ የሰው ልጅ ወንድም ይኹን ሴት 12ት ጥንድ ማለትም 24 የጐድን ዐ[ፅ]ም (ዐጥንት) አሉት፡፡

ፊደል [θ] እና የ24ቱ ሊቃናት [θ]ዓፅ

በ24ተኛዋ ፊደል [θ] የምንረዳው በ24ቱ ካህናተ ሰማይ ዙሪያ ያለውን "[θ]ዓፅ" ነው፡፡ በፊደል [θ] የዝመረው [θ]ዓፅ ፍቺው "መብረቅ፣ ነጐድጓድ፣ ብልጭታ" ማለት ነው፡፡ ይኽነን ቃል ከነቊጥሩ በዮሐንስ ራእይ 4፥4 ላይ እንመለከታለን፡፡ ግእዙን ከነቊጥሩ እንዴት እንደተገለጸ ልብ ብላችኊ ተመልከቱ፡-

- "ወበዐውዱ ለውእቱ መንበር ዕሥራ ወአርባዕቱ መናብርት ወዲበ ውእቶን መናብርት ይነብሩ ዕሥራ ወአርባዕቱ ሊቃናት ወይልብሱ ጸዐድወ አልባስ ወዲበ አርእስቲሆሙ

አክሊላት ዘወርቅ ወእምነ ውእቱ መንበር ይወ[ፅ]እ መብረቅ ወ[ፀ]ዓዕ ወነጐድጓድ”

(በዙፋኑም ዙሪያ ኻያ አራት ዙፋኖች ነበሩ። በእነዚያ ዙፋኖች ላይም 24 አለቆች ነጭ ልብስ ለብሰው በራሳቸውም የወርቅ አክሊላት ደፍተው ተቀምጠው ነበር። ከዙፋኑም መብረቅና ብልጭልጭታ ነጐድጓድም ይወጡ ነበር) በማለት ከ24ቱ ካህናተ ሰማይ ዙፋን “[ፀ]ዓዕ” ብልጭልጭታ መባርቅታዊ ድምጥ እንደሚወጣ ገለጸ።

የፊደል [ፀ] ዋና ቀመር 600 እንደኾነ ኹሉ የ[ፀ]ሓይ ዐውደ ዓመትም 365 ዕለት ከ15 ኬክሮስ ከ6 ካልዒት ነውና ስድስቷን ካልዒት በማጠራቀም እስከ 600 ዓመት በመጓዝ ያጠናቅቃል።

ይኸውም የዓመቱ 6 ካልዒት በዐምስት ዓመት 30፤ በ10 ዓመት 60 ካልዒት ይኾናል። 60 ካልዒት ማለት ደግሞ 1 ኬክሮስ ወይም 24 ደቂቃ ነው። በ100 ዓመት 10 ኬክሮስ (240 ደቂቃ) በ200 ዓመት 20፤ በ300 ዓመት 30፤ በ400 ዓመት 40፤ በ500 ዓመት 50፤ በ600 ዓመት 60 ኬክሮስ በማድረግ ሙሉ በሙሉ ያጠናቅቃል። ቀጣዩ ፊደል [ጸ] ነውና ልክ በ600 ዓመት 60 ኬክሮስ የኾነው የፀሓይ ዐውደ ዓመት ጳጕሜንን ወደ 7 ዕለትነት ያሸጋግራል።

በመኾኑም ከዚኽ በመቀጠል ቀመሯ 700 ወደኾነው ቀጣይ ፊደል [ጸ] በመሻገር ሙሉ ሒሳቡን በዝርዝር እንመለከታለን።

ምዕራፍ 26

ፊደል [ጸ]

በአበገደ በግእዝ አልፍ ቤት በኻያኛ ዐምስተኛ ተራ ቊጥር ላይ የሚገኘው ፊደል [ጸ] ሲኾን ስሙ "[ጼ]ት፣ [ጸ]ይት" ሲባል፣ ቊጥሩ ሰባት መቶ አኃዝ ነው። ጸ - 700 (ሰብዐቱ ምእት) ይባላል።

ከፊደል [ፀ] በመቀጠል ፊደል [ጸ] መምጣቱ "[ጸ]ይት፣ [ጼ]ት" ማለት "በዪት" (ቤት) ማለት ነው። ሊቃውንት [ጸ] እና [በ] አንድ ወገን ናቸው ይላሉ።

ይኽቺን ፊደል ቅርጸ አካሏን ሲመለከቷት ፊደል [ጰ] ሲመስል፣ ነገር ግን ከላይዋ ላይ ከፍ ብሎ የቆመ መስመር ይታያል። ይኽም በ[ጽ]ርሐ [ጽ]ዮን በተዘጋ ቤት ውስጥ በከፍታው ሰገነት ላይ ወጥተው ሐዋርያት [ጸ]ሎት ይዘው ሳለ በእሳት በነፋስ አምሳል ወርዶ በላያቸው ላይ ተቀምጦ ሙቀተ ጸጋን የሰጣቸው በፊደል [ጰ] የሚጠራው [ጰ]ራቅሊጦስ በዕለተ [ጰ]ንጠቆስቴ ነውና።

ከፊደል [ጸ] በመቀጠል ፊደል [ፐ] መምጣቱም ፊደል [ፐ] [ፐ]ኔፍማቶስ ተብሎ የተጠራው መንፈስ ቅዱስን ይወክላልና በሰገነት ቤት ውስጥ የተደረገ ርደተ መንፈስ ቅዱስን ያመለክታል።

ፊደል [ጸ] እና [ጸ]ጒሜን

ቀመሯ 600 በኾነው በፊደል [ፀ] ላይ የፀሓይ የመጨረሻ የ600 ዓመት ቀመር እንዳየን በመቀጠል 700 አኃዝ ያላት ፊደል [ጸ] በመምጣት የ[ጳ]ጒሜን 7 ነገር ታሳየናለች።

የፊደል [ጸ] ተራ ቊጥሯ 25 ሲኾን ወካይ አኃዟ 700 ነው። ኹለቱንም ወደ አንድ አኃዝ ስንለውጥ 7 በመምጣት የበለጠ ይኽነን ያብራሩልናል። ይኸውም:-

- 2 + 5 = 7
- 7 + 0 + 0 = 7

በፊደል [ጳ] የሚነገረው የጳጉሜን አመጣጥ ቀደምት የኢትዮጵያ ሊቃውንት ጠንቅቀው ቀምረው በባሕረ ሐሳብ ብራናቸው ላይ ጽፈውልናል።

ሌሎች ዓለማት ጳጉሜንን በማጥፋታቸው ቀናቷን በመበታተናቸው ሒሳቡን እንደ ኢትዮጵያውያኑ አድርገው ቀምረው ያወጣሉ ማለት አይቻልም፤ ምክንያቱም እስከ ጥቃቅን የጊዜ መስፈርታት ድረስ ወርደው በማሰብ እና ሒሳቡን በመቀመር የኢትዮጵያን ሊቃውንት የሚያኽላቸው የለም ብንል ማጋነን አይኾንም።

ይኸውም ከመስከረም 1 እስከ ነሐሴ 30 ያሉት 12ቱ ወራት ያላቸው ዕለታት በአጠቃላይ 360 ናቸው፤ ታዲያ እነዚኽ ዐምስቱ የ[ጳ]ጉሜን ዕለታት ከየት መጡ? የሚለውን በጥንቃቄ ማወቅ ያስፈልጋል።

በቀደምት ኢትዮጵያውያን ሊቃውንት ጥልቅ ትንተና 1 ዕለት የሚባለው 24 ሰዓት ከ52 ካልዒት ከ31 ሣልሲት ነው ይኽንም በስፋት "መርሐ አዝማን፣ አንድሮሜዳ፣ "አቡሻህር የኢትዮጵያ የዘመን ቀመር" በተባሉ መጻሕፍት ላይ በዝርዝር ስለተጻፈ በዚያ ላይ በስፋት አንብቡ።

ይኸውም በእያንዳንዱ ዕለት ያለውን 52 ካልዒት እና 31 ሣልሲት ትርፍ ከመስከረም 1 ዠምረን እስከ ነሐሴ 30 ድረስ ጠንቅቀን ማስላት ይገባናል።

52 ካልዒት ስንት ነው?

በኢትዮጵያ ቀመር 1 ካልዒት ማለት በዘመናዊ ስሌት 24 ሴኮንድ ነው።

52 ካልዒት ማለት 1248 ሴኮንድ ነው (24 X 52 = 1248 ሴኮንድ)።

1248 ሴኮንድን ወደ ደቂቃ ስንለውጠው 1200 ሴኮንድ 20 ደቂቃ ነውና 20 ደቂቃ ከ48 ሴኮንድ ይኾናል።

31 ሣልሲት ስንት ነው?

1 ሴኮንድ 2.5 ሣልሲት ነውና 31 ሣልሲት ወደ ሴኮንድ ስንለውጠው 31/2.5 = 12.4 ሴኮንድ (ቅጽበት) ይኾናል፡፡

በአጠቃላይ ይኽ ይደመራል

20 ደቂቃ + ከ48 ሴኮንድ + 12.4 ሴኮንድ

= 20 ደቂቃ + 60.4 ሴኮንድ

= 21 ደቂቃ ከ0.4 ሴኮንድ

በመኾኑም በአንድ ቀን ውስጥ 21 ደቂቃ ከ0.4 ሴኮንድ ትርፍ መኖሩን ያስረዳል፡፡ ይኽ 0.4 ሴኮንድ ወይም የዓመቱ 6 ካልዒት ተጠራቅሞ ነው በ600 ዓመት አንዴ ጳጕሜንን 7 የሚያደርገው፡፡

ስለዚኽ ከላይ የተገኘው በአንድ ዕለት ውስጥ የተገኘው 21 ደቂቃ ከ0.4 ሴኮንድ ትርፍ ስንደምረው የጳጕሜን 5, 6 እና 7 ይሰጠናል፡፡

በ30 ዕለት (1 ወር) ውስጥ = ከላይ የተገኘው 21 ደቂቃ X 30 ዕለት = 630 ደቂቃ ይሆናል፤ ይኽም ማለት

= 600 + 30 ደቂቃ ማለት ነው

= 600 ደቂቃ ወደ ሰዓት ሲለወጥ 10 ሰዓት ነውና

= 10 ሰዓት ከ30 ደቂቃ ይኾናል፡፡

በ3 ወር = 30 ሰዓት ከ 90 ደቂቃ ነው፡፡

= 90 ደቂቃ 1 ሰዓት ከ30 ደቂቃ ነውና በአጠቃላይ

= 31 ሰዓት ከ30 ደቂቃ እናገኛለን፡፡

= 31 ሰዓት ከ30 ደቂቃን ወደ 24 ሰዓት ስንለውጥ

= 24 ሰዓት + 7 ሰዓት ከ30 ደቂቃ ይገኛል፤ ይህም

= 1 ዕለት ከ7 ሰዓት ከ30 ደቂቃ ማለት ነው፡፡

በአጠቃላይ በ3 ወር ውስጥ 1 ዕለት ከ7 ሰዓት ከ30 ደቂቃ ይገኛል ማለት ነው፡፡

ይኽ ማለት በ3 ወር የተገኘው 1 ዕለት በ12 ወራት (በ1 ዓመት) ውስጥ አራት የጳጕሜን ዕለታትን ሰጠን ማለት ነው።

በ3 ወር የተገኘው 7 ሰዓት ከ30 ደቂቃ ደግሞ በ1 ዓመት (12 ወራት) ውስጥ ስናሰላው፡-

= 28 ሰዓት ከ120 ደቂቃ ይኾናል።

= 120 ደቂቃ 2 ሰዓት ነውና በአጠቃላይ 30 ሰዓት ይሆናል።

= 30 ሰዓትን ወደ 24 ሰዓት ስንለውጥ 24 ሰዓት + 6 ሰዓት ነው።

= ይኽም 1 ዕለት ከ 6 ሰዓት ነው።

ይህ 1 ዕለት 5ተኛዪቱ ጳጕሜን ስትኾን ስድስቷ ሰዓት ደግሞ ተደምራ በአራት ዓመት አንዴ 24 ሰዓት ሆና ጳጕሜን 6 የምታመጣልን ናት።

ይቺም ጳጕሜን 5 በኢትዮጵያ ቀደምት የዘመን ቀመር ሊቃውንት "ዕለተ ምርያ፣ አዕዋዲት" ትባላለች። "ዕለተ ምርያ" ማለት ዕለተ መድኀኒት ማለት ነው፤ ምክንያቱም ጳጕሜን 5 የመድኀኒታችን ክርስቶስ ልደትን የምናውቅባት ስለሆነች ነው፤ ይኸውም ጳጕሜን 5 በዋለችበት ዕለት የክርስቶስ ልደት ዕለት በተመሳሳይ መልኩ ይውላልና። ጳጕሜን 5 የተረካቢው ዓመት የክርስቶስ ልደት የዋለበትን ዕለት ለማወቅ መሠረት ናት።

ለምሳሌ በእኛ የ2014 ዓ.ም. ጳጕሜን 5 ቅዳሜ ዕለት ነበረ፤ በተመሳሳይ መልኩ የተረካቢው ዓመት የ2015 ዓ.ም. የጌታችን የክርስቶስ የልደት በዓል ታኅሣሥ 29 ዕለቱ ቅዳሜ ነው፤ በዚኽ ምክንያት ጳጕሜን 5 ዕለተ ምርያ የሚል መጠሪያ ሊሰጣት ችሏል። በተጨማሪም ጳጕሜን 5 የአሮጌው ዓመት ማብቂያ የዐዲሱ ዓመት መንደርደሪያ ዕለት እንደኾነ የክርስቶስ ልደትም የዓመተ ፍዳ ማቆሚያ የዓመተ ምሕረት መዠመሪያ

በመኾኑም ዕለታቸው ራሱ በተመሳሳይ ቀን ተቀምሮ መዋሉ በእጅጉ ይደንቃል።

የ6ተኛዋ ጳጕሜን አመጣጥን ደግሞ ከላይ ስሌቷን ያየናት የየዓመቱን 6 ሰዓት (15 ኬክሮስ) ስንቈጥር፤ የኹለት ዓመት 12 ሰዓት (30 ኬክሮስ) ይኾናል። የሦስት ዓመት ደግሞ 18 ሰዓት (45 ኬክሮስ) ነው። የአራተኛው ዓመት 24 ሰዓት (60 ኬክሮስ) ወይም አንድ ዕለት ስትኾን ይኸውም በዘመነ ሉቃስ መጨረሻ በዘመነ ዮሐንስ መጀመሪያ የምትውለው ስድስተኛዪቱ ጳጕሜን ናት።

ይኸውም በቀደምት የአቡሻህር ሊቃውንት "መጠነ ራብዒት፣ ሠግረ ዮሐንስ" ትባላለች፤ መጠነ ራብዒት መባሏ ርሷ በዕለት ወንጌላዊ በዓመት ይተካከላሉና፤ ሠግረ ዮሐንስም መባሏ ዘመነ ዮሐንስ ተራምዶ የሚያልፍባት ለማለት ነው።

እኛ ጳጕሜንን እንደ ምዕራባውያኑ ያላጠፉን ድንቅ ሕዝቦች ነንና በአራት ዓመት አንዴ 6 ስናደርጋት ምዕራባውያኑ ግን የጳጕሜን ወራትን በማጥፋታቸው ኹሌ ለእነርሱ 28 የኾነችው የየካቲትን ወር በአራት ዓመት አንዴ 29 ያደርጓታል፤ Leap Year ብለውም ይጠሯታል።

የኢትዮጵያን ቀደምት ሊቃውንትን በእጅጉ እንድናደንቅ ከሚያደርገን አንዱ የጳጕሜን 7ትን ስሌት ጠንቅቀው አስልተው በብራና የአቡሻኽር መጽሐፍ ላይ ጽፈውልን ሒሳቡን ቀምረው ማለፋቸው ነው፤ መጠሪያውም "ዕሪና መዓልት ዕሪና ሌሊት" በመባልም ጭምር ይታወቃል።

ይኸችም ዕለት የተገኘችው 365 ዕለት ከ15 ኬክሮስ ከ6 ካልዒት የኾነው የፀሓይ ዐውደ ዓመት የ6 ካልዒት ወይም የ 2 ደቂቃ ከ24 ሴኮንድ ጥርቅም ወይም ከላይ ሒሳቧን ያየናት ከ31 ሣልሲት ውስጥ በተገኘችው በ0.4 ሴኮንድ ጥርቅም ነው።

በ1 ዕለት ውስጥ ያገኘናት 0.4 ሴኮንድ ወደ ወር (30 ዕለታት) በመለወጥ በትክክል ሒሳቧን በማውጣት ነው፤ ይኸውም:-

0.4 ሴኮንድ X 30 ዕለት (1 ወር) = 12 ሴኮንድ ነው፡፡

በ12 ወር (1 ዓመት) X 12 ሴኮንድ = 144 ሴኮንድ ይኾናል፡፡

144 ሴኮንድ ወደ ደቂቃ ስንለውጠው 2.4 ደቂቃ ማለት ነውና፡፡

በ10 ዓመት = 24 ደቂቃ

በ100 ዓመት = 240 ደቂቃ ወይም 4 ሰዓት ኾነ፡፡

በ200 ዓመት = 8 ሰዓት

በ300 ዓመት = 12 ሰዓት

በ400 ዓመት = 16 ሰዓት

በ500 ዓመት = 20 ሰዓት

በ600 ዓመት = 24 ሰዓት ወይም 1 ዕለት ይኾናል፡፡

ይኸም 1 ዕለት 7ተኛዪቱ ጳጉሜን ናት

ኾኖም ግን በመጽሐፈ አቡሻህርና በባሕረ ሐሳብ የብራና መጽሐፍ ላይ ጳጉሜን 7 የተገኘችው ከጥቃቅን መስፈርት ወገን ከኾነችው ከዓመቷ ካልዒት ጥርቅም በመኾኗ ወይም ከ0.4 የዕለት ሴኮንድ ጥርቅም የተገኘች ናትና ሒሳቧ ብቻ በሊቃውንት ትታሰብ እንጂ ከትንሽ መስፈርት በመውጣቷ ድቁቅ ደቃይቅ ተብላ ብቻ ትተዋለች፤ በሊቃውንቱ የባሕረ ሐሳብ አዋጅ መውጣት ብቻ እንጂ ከዕለት ገብታ ተቈጥራ አትውልም፡፡

ፊደል [ጳ] በ25ኛ ተራ ቍጥር ላይ ትገኛለች፡፡ ወደ አንድ አኃዝ ስናመጣት 2 + 5 = 7 ነው፡፡ ቀመር 25 ገልብጠን ስንመረምረው 52 ይመጣል፡፡ ይኸም ቀመር 52 በዓመት 7 ቀናት የሚኾነውን መነሻውን [ጳ]ጉሜን ላይ የሚያደርገውን "ርኅወተ ሰማይ" (የሰማይ መከፈት) የሚያሳይ ነው፡፡

ስለ ሰማይ መከፈት በመጽሐፍ ቅዱስ ላይ በብዙ ቦታዎች ውስጥ ተጠቅሶ ይገኛል። ለአብነት ያኽል፡-

- “የሰማይም መስኮቶች ተከፈቱ” (ዘፍ 7፥11)
- “በኮቦር ወንዝ በምርኮኞች መካከል ሳለኹ ሰማያት ተከፈቱ፤ የእግዚአብሔርንም ራእይ አየኹ” (ሕዝ 1፥1)
- “ኢየሱስም ከተጠመቀ በኋላ ወዲያው ከውሃ ወጣ። እነሆም ሰማያት ተከፈቱ” (ማቴ 3፥16)
- “እውነት እውነት እላችኋለኹ ሰማይ ሲከፈት የእግዚአብሔርም መላእክት በሰው ልጅ ላይ ሲወጡና ሲወርዱ ታያላችኹ” (ዮሐ 1፥52)
- “በሰማይም ያለው የእግዚአብሔር መቅደስ ተከፈተ የኪዳኑም ታቦት በመቅደሱ ታየ” (ራእ 11፥19)
- “የምስክርም ድንኳን መቅደስ በሰማይ ተከፈተ” (ራእ 15፥5) ይላል።

ይኽ የሚያሳየን የሰማያትን መከፈት ሲኾን በተለይ ደጅ ወይም መስኮት ሲከፈት ወደ ውስጥ ያለ ያልታየ ዐዲስ ነገር እንደሚታይ በተመሳሳይ መልኩ ረቂቅ ምስጢር የሚገለጥበት ፈውስ፣ ምሕረት፣ ጤንነት፣ በረከት ወደ ምድር የሚመጣበትን ኹሉ የሚጠቁም ነው።

“ዝኒ ዘይጼልዩ ቦቱ ላዕለ ማይ ወይትቀብዑ ወይሰትዩ ለፈውስ ወለረድኤት” (እነዚኽ ዕለታት ዕለታት በውሃ ላይ ጸሎት የሚጸልዩባቸው፣ የሚቀቡባቸው፣ ለፈውስና ለረድኤት የሚጠጡባቸው) ይላል።

መነሻውን የሚያደርገው በፊደል [ጰ] በሚዠምረው በጳጕሜን 3 ወይም በዋዜማው በ2 ነው። ቀመሩም 52 ነው። ጳጕሜን 3 እንደሚታወቀው “መልአከ ጥዒና ወፈውስ” (የጤንነት እና የፈውስ መልአክ) የኾነው የቅዱስ ሩፋኤል በዓል ነው።

ቅዱስ ሩፋኤል ቍጥሩ ከሰባቱ ሊቃነ መላእክት ሲኾን፤ ሩፋ ማለት ፈውስ፤ ኤል ማለት እግዚአብሔር ማለት ሲኾን ሩፋኤል ማለት "እግዚአብሔር (ፈዋሼ) ነው" ማለት ነው፡፡

የአዳም ሰባተኛ ትውልድ ሔኖክም "በበሽታው ኹሉ ላይና በሰው ልጆች ቁስል ላይ የተሾመ ከከበሩ መላእክት አንዱ ቅዱስ ሩፋኤል ነው" ይለዋል (ሔኖ 10፥13፤ 6፥3)፡፡

ቀመሩ የፊደል [ጰ] 25ተኛ ተራ ሲገለበጥ የሚሰጠውን 52 ቍጥር መኾኑን ስናይ በብዙ መልኩ ምስጢሩ ይገለጥልናል፡፡

1ኛ) አንድ ዓመት 365 ዕለት ሲኾን ለ7 (ለሰንበት) ስናካፍለው 52 ሰንበታት ይሰጠናል፡፡ ይኽም በአንድ ዓመት ውስጥ 52 ሰንበታት ለሰው ልጆች በእግዚአብሔር ተሰጥተዋል፡፡

2ኛ) ቀመር 52 ወደ አንድ አኃዝ ሲለወጥ 5 + 2 = 7 ይሰጣል፡፡ በግእዝ ፊደላትም ፊደል [ጰ] 25ተኛ ተራ ቍጥር ላይ ሲገኝ ወደ አንድ አኃዝ ስንለውጠው በተመሳሳይ 2 + 5 = 7 ሲኾን 25 ሲገለበጥ መልሶ 52 ይሰጠናል፡፡

3ኛ) የጳጕሜን ዕለታትን ያስገኘልን በየዕለቱ ያለው 52 ካልዒት (1248 ሴኮንድ) ተጠራቅሞ እንደኾነም ከላይ አይተናል፡፡

ስለዚኽ በ52ቱ የዓመት ሰንበታት ውስጥ በየ52 ቀናት ውስጥ የሚገኙ ዕለታት አሉ፡፡ እነዚኽ መሠረት ናቸው፡፡

- "በአምላካችኁ በእግዚአብሔር ፊት ሰባት ቀን ደስ ይበላችኁ፡፡ ይኽንንም በዓል በየዓመቱ ሰባት ቀን ለእግዚአብሔር አድርጉ፡፡ ለልጅ ልጃችኁ የዘለዓለም ሥርዓት ነው" (ዘሌ 23፥41) ይላል፡፡

እንኳን የዓመቱ ሰባት ቀናት ቀርቶ የ7 ዓመታቱን ሰንበታት በመቀመር ይቈጥሩ ዘንድ ሲያዛቸው፡-

- "ሰባት ጊዜ ሰባት አድርገኽ የዓመታትን ሰንበት ሰባት ቍጠር፡፡ የሰባት ዓመታትም ሰንበት ዘመን አርባ ዘጠኝ ዓመት ትቈጥራለኽ" (ዘሌዋ 25፥8)

ስለዚኽ ጳጕሜን 3 መሠረት አድርገን ከተነሣን፡-

1ኛ) ከጳጕሜን 4 — 5 (2 ቀናት አሉን) ከመስከረም 1-30 ያሉት ሲደመሩ 32 ይኾናሉ። ከጥቅምት 1 — 20 ዕለት ስንደምር 52 ዕለት ይመላልና አንዱ ርኅወተ ሰማይ ነው።

2ኛው) ከጥቅምት 20 — 30 ድረስ 10 ዕለት አለን። ከኅዳር 1 — 30 ጋር ስንደምር 40 ዕለት አገኘን። ከታኅሣሥ 1-12 ካሉት 12 ዕለታት ጋር ስንደምር 52 ኾነ። 2ተኛው ርኅወተ ሰማይ ይኽ ነው።

3ኛ) ከታኅሣሥ 12 - ታኅሣሥ 30 ያሉት 18 ዕለታትን ከጥር 1 — 30 ያሉት 30 ያሉት ጋር ስንደምር 48 ይኾናል። ከየካቲት 1 — 4 ካሉት ጋር ስንደምር 52 ዕለት ኾነ 3ኛው ርኅወተ ሰማይ ይኽ ነው።

4ኛው) ከየካቲት 4 — 30 ያሉት 26 ዕለታት ከመጋቢት 1 — 26 ካሉት ዕለታት ጋር ስንደምር 52 ዕለታት ይኾናል። 4ኛው ርኅወተ ሰማይ ይኽ ነው።

5ኛ) ከመጋቢት 26 — 30 ድረስ ያሉት 4 ዕለታት እና ከሚያዝያ 1 — 30 ያሉት 30 ዕለታት ጋር 34 ዕለታት አገኘን። ከግንቦት 1 — 18 ካሉት 18 ዕለታት ጋር ስንደምር 52 ዕለት ኾነ። 5ተኛው ርኅወተ ሰማይ ይኽ ነው።

6ኛ) ከግንቦት 18 — 30 ያሉት 12 ዕለታት እና ከሠኔ 1 — 30 ጋር ስንደምር 42 ዕለት ኾነ። ከቀጣዩ ወር ከሐምሌ 1 — 10 ጋር ስንደምር 52 ኾነ። 6ተኛው ርኅወተ ሰማይ ይኽ ነው።

7ኛ) ከሐምሌ 10 — 30 ያሉት 20 ቀናት። ከነሐሴ 1 — 30 ካሉት ጋር ስንደምር 50 ዕለት ኾነ ከጳጕሜን 2 ዕለት ስንጨምር 52 ኾነ። 7ተኛው ርኅወተ ሰማይ ነው።

የፊደል [ጸ] ዝርዝር በዚኽ መልኩ ከተመለከትን በመቀጠል ወደሚገኘው የመጨረሻ ወደኾነው ፊደል [ፐ] እንኼዳለን።

ምዕራፍ 27
ፊደል [ፐ]

በአበገደ በግእዝ አልፍ ቤት በኻያኛ ስድስተኛ ተራ ቊጥር ላይ የሚገኘው ፊደል [ፐ] ነው። በግእዝ ስሙ "[ፕ]ኔፍማቶስ፣ ወይም [ፓ]ኖስ ይባላል። ወካይ ቊጥሩ ስምንት መቶ አኀዝ ሲኾን [ፐ - 800] ይባላል።

ይኸውም:- [ፕ]ኔፍማቶስ፣ [ፓ]ንዋማንጦን" ማለት መንፈስ ቅዱስ ማለት ነው። "[ፓ]ኖስ" ማለት (ፋኖስ) ማለት ነው። በፊደል [ጰ] ላይ በ[ጰ]ንጠቆስጤ በበዓለ ሰዊት ከሦስቱ አካል አንዱ አካል [ጰ]ራቅሊጦስ 120ው ቤተሰብ በተዘጋ ቤት ውስጥ በሰገነት በጸሎት ላይ ሳሉ መውረዱን ተመልክተናል።

በዚኽ ፊደል [ፐ] ደግሞ "[ፕ]ኔፍማቶስ" የተባለ እስትንፋሰ አብ፣ እስትንፋሰ ወልድ የኾነው ይኸው መንፈስ ቅዱስ በእሳትና በነፋስ አምሳል በመውረድ እንደ ተከፋፈለ የእሳት ላንቃ በመኾን በራሳቸው ላይ ተቀምጦ ልክ እንደ "[ፓ]ኖስ" (ፋና) ሲያበራ ታይቷልና ፊደል [ፐ] ይኽነን አመለከተ (የሐዋ 2፥1-4)።

እነርሱም [ጰ]ራቅሊጦስ [ፕ]ኔፍማቶስ ቢያድርባቸው አእምሯቸው እንደ "[ፓ]ኖስ" ኾኖ ይናገሩ ዘንድ እንደ ሰጣቸው መጠን የዓለምን ቋንቋዎች ኹሉ በቅጽበት አውቀዋል።

መንፈስ ቅዱስን የሚጠቁመው ፊደል [ፐ] 800 አኀዝ እንዳለው ከላይ አይተናል። በመጽሐፍ ቅዱስ ለመዠመሪያ ጊዜ ይኽ ቊጥር የተጠቀሰው ከያሬድና ከሔኖክ ጋር በማስተሳሰር ነው፤ ይኸውም "ያሬድም ሔኖክን ከወለደ በኋላ የኖረው 800 መቶ ዓመት ኾነ" ይላል (ዘፍ 5፥19)።

[ፕ]ኔፍማቶስ መንፈስ ቅዱስ ጋር ያለውን የምስጢር ትስስር መንፈስ ቅዱስ ምስጢር የገለጠለትን ሔኖክን ከወለደ

በኋላ 800 ዓመት የኖረው ያሬድ ቀመረ ፊደሉ በትክክል ያሳያል። ይኸውም፡-

ስም	የግእዝ ቃል	ቀመር
ያ	የ	10
ሬ	ረ	200
ድ	ደ	4

ድምር- 10 + 200 + 4 = 214 ይኾናል።

በተመሳሳይ መልኩ ብሉይ ኪዳን በተጻፈበት በዕብራይስጥ ቋንቋ "[ፕ]ኔፍማቶስ መንፈስ ቅዱስ" "ሩዋሕ" (רוח) ተብሎ ይጠራል። በቀመረ ፊደሉ ሲወጣ በተመሳሳይ መልኩ፡-

ስም	የግእዝ ቃል	ቀመር
ሩ	ረ	200
ዋ	ወ	6
ሕ	ሐ	8

ድምር- 200 + 6 + 8 = 214 ይኾናል።

አባቱ ያሬድ ርሱን ከወለደ በኋላ 800 ዓመት የኖረው ልጁ ሔኖክም ከፊደል [ፐ] ጋር የተያያዘ "[ፔ]ካ" የተባለች እንደ "[ፓ]ና" (ፋና) ብርሀት የኾነች ሰን[ፔ]ር በሚባል ዕንቍ "[ፒ]ላስ" አጒበሯ የተሠራ የእመቤታችን ቅድስት ድንግል ማርያም አምሳል ነጭ ደንጊያ በምዕ 5፥23- 26 ላይ ተመልክቷል። ይኸውም፡-

- "ወደ አዜብ ከከበረ ድንጋይም ይልቅ ወደሚያበሩ ወደ ሰባት ተራሮች ኼድኊ፤ 3ቱ በምሥራቅ በኩል 3ቱም በአዜብ በኩል ናቸው። በምሥራቅ በኩል ያለው ግን አንዱ ከቅጥልጣል ዕንቍ ነው። አንዱ ከባሕርይ ዕንቍ ነው። አንዱም ደምርጽ ከሚባል ዕንቍ ነው። በአዜብ በኩል ያለውም ከቀይ ዕንቍ ነው። መኻከለኛው ግን [ፔ]ካ ከሚባል እንደተሠራ እንደ እግዚአብሔር ዙፋን እስከ ሰማይ ይደርሳል። አጒበሩም ሰን[ፔ]ር ከሚባል ዕንቍ ነው፤ በተራራው ኹሉ ያለ የሚነድድ እሳትንም አየኊ)።

ይኽም ሔኖክ የተመለከታቸው አስደናቂ ያማሩ ተራሮች እጅግ አስገራሚ ሲኾኑ ምሳሌነትም አላቸው፤ ይኸውም በዕንቍ ያጌጡ ስድስቱ ተራሮች በመልካም ምግባር ያጌጡ በስድስቱ ቃላተ ወንጌል ያመኑ የምእመናን ምሳሌ ናቸው።

ሰን[ፔ]ር ከሚባል ዕንቍ አጕበሯ የተሠራው [ፔ]ካ የምትባለው መካከለኛዋ ዙፋን የጌታ ዙፋን የኾነች [ፒ]ላሰ መለኮት የእመቤታችን ምሳሌ ናት። ያች እስከ ሰማይ መድረሷ እመቤታችንም መትሕተ ፈጣሪ፤ መልዕልተ ፍጡራን (ከፈጣሪ በታች ከፍጡራን በላይ) ናትና የልዕልናዋ፣ የሀብቷ፣ የክብሯ አምሳል ነው።

ታላቁ ሊቅ አባ ጊዮርጊስ ዘጋሥጫም በእንዚራ ስብሐት መጽሐፉ ላይ ሔኖክ ስላያት የእመቤታችን አምሳል የኾነችው በፊደል [T] ስለምትጠራው ፔካ ስለተባለችው ዙፋን፦

"ኦ እግዝእትየ ማርያም መንበረ ራእዩ ለወልደ ባረካ
ዘሕብረ ሰን[ፔ]ር ራእዩ ወድማን ከመ ሕብረ [ፔ]ካ"

(እመቤቴ ማርያም ሆይ መልኩ የሰን[ፔ]ር መልክ የኾነና መኻከሉም እንደ ነጭ ደንጊያ መልክ የመሰለ የባረካ (የያሬድ) ልጅ ሔኖክ ያየሽ የራእዩ ዙፋን ነሽ) ይላታል።

የመልክአ ማርያም ደራሲም ይኽነን ይዞ በድርሰቱ ላይ

"ማርያም ድንግል መንበር ዘእብነ [ፔ]ካ"

(ድንግል ማርያም [ፔ]ካ የተባልሽ የድንጋይ ዙፋን) ነሽ በማለት ይመስላታል።

በአጠቃላይ የመጨረሻዋ ፊደል [T] ቀመር 800 እንደምትወክል ከላይ አይተናል። ወደ አንድ አኃዝ ስንለውጠው 8 + 0 + 0 = 8 ይሰጣል። 8 ዐዲስ ሕይወትን ወካይ ቀመር ነውና ከሞት ተነሥተን "አልፋና ያሜጋ እኔ ነኝ" ካለው ቀመሩ 888 ከኾነው ከኢየሱስ ጋር ለዘለዓለም እንደምንኖር በመግለጽ 26ቱን የግእዝ ፊደላት ቀመር በዚኽ ታተመ።

ዋቢ መጻሕፍት

- መጽሐፍ ቅዱስ
- መጽሐፈ አቡሻህር (በርካታ ዓይነቶች የብራና መጻሕፍት)
- መጽሐፈ ባሕረ ሐሳብ (በርካታ ዓይነቶች የብራና መጻሕፍት)
- የብሉያትና የሐዲሳት የትርጓሜ መጻሕፍት በእጅ ጽሑፍ ያሉ
- ጥንተ አእምሮ፣ ህላዌ መለኮት በግእዝ፤ በእጅ ጽሑፍ ያለ
- ትርጓሜ መጽሐፈ ሔኖክ በእጅ ጽሑፍ ያለ
- አባ ጊዮርጊስ ዘጋሥጫ፤ እንዚራ ስብሐት፤ በእጅ ጽሑፍ
- ሮዳስ ታደሰ (መጋቤ ሐዲስ ዶክተር)፤ ጌትነት ፈለቀ (ዶክተር)፤ 2011፤ አንድሮሜዳ ቊጥር 1፤ ፋር ኢስት ማተሚያ ቤት
- ሮዳስ ታደሰ (መጋቤ ሐዲስ ዶክተር) ጌትነት ፈለቀ (ዶክተር)፤ 2013፤ አንድሮሜዳ ቊጥር 2፤ ፋር ኢስት ማተሚያ ቤት
- ሮዳስ ታደሰ (መጋቤ ሐዲስ ዶክተር) ማዛሮት፤ 2014፤ ወይንሸት ማተሚያ ቤት
- ደስታ ተክለ ወልድ፤ 1962፤ ያማርኛ መዝገበ ቃላት፤ አርቲስቲክ ማተሚያ ቤት
- ኪዳነ ወልድ ክፍሌ፤ 1948፤ መጽሐፈ ሰዋስው ወግስ ወመዝገበ ቃላት ሐዲስ፤ አርቲስቲክ ማተሚያ ቤት፤ ዐዲስ አበባ
- ኪዳነ ወልድ ክፍሌ፤ 1965፤ መዝገበ ፊደላት፤ አርቲስቲክ ማተሚያ ቤት፤ ዐዲስ አበባ
- ሊቀ ሥልጣናት ሀብተ ማርያም ወርቅነህ፤ 2013፤ ጥንታዊ የኢትዮጵያ ትምህርት፣ ጃጃው አታሚዎች፤ ዐዲስ አበባ
- አስረስ የኔሰው፤ የካም መታሰቢያ፤ 1951፤ ዐዲስ አበባ
- አብርሃም ጤናው (ዲያቆን ኢንጅነር)፤ 2000፤ አቡሻኽር የኢትዮጵያ የዘመን ቀመር፤ ጎንደር
- መምህር ኪዳነ ማርያም ገብረ ሕይወት፤ መርሐ አዝማን፤ ቅድስት ሥላሴ መንፈሳዊ ኮሌጅ፤ ዐዲስ አበባ
- ዐማኑኤል መንግሥተ አብ (መጋቤ ሐዲስ)፤ የግእዝ ጥናትና ወትርጓሜ ፊደል፤ 2016፤ ፋር ኢስት፤ ዐዲስ አበባ
- በላይ መኰንን (ሊቀ ኅሩያን)፤ ሕያው ልሳን ግእዝ ዐማርኛ መዝገበ ቃላት፤ 1994፤ ዐዲስ አበባ
- ዘርዐ ዳዊት አድሐና፣ ልሳናተ ሴም፤ 2009፤ ዐዲስ አበባ
- የሳይንስና ቴክኖሎጂ መዝገበ ቃላት፤ 1989፤ አርቲስቲክ ማተሚያ ቤት፤ ዐዲስ አበባ
- ጌታቸው ኀይሌ፤ ከግእዝ ሥነ ጽሑፍ ጋር፤ 2012፤ ጃጃው አሳታሚዎች፤ ዐዲስ አበባ

- ካህሳይ ገ/እግዚአብሔር፤ ምስጢረ ፊደል ወትርጓሜሁ፤ 2011፤ ሜጋ አሳታሚና ማከፋፈያ፤ ዐዲስ አበባ
- Clawson, Calvin C., Mathematical Mysteries: The Beauty and Magic of Numbers, Perseus Books, 1999
- Bernal, Martin. Cadmean Letters: The Transmission of the Alphabet to the Aegean and Further West before 1400 B.C. Winona Lake: Eisenbrauns, 1990.
- C.J. Lovik, The living word in 3D (1-3 Vol.,) 2015
- Diringer, David. The Alphabet: A Key to the History of Mankind (2 vv.). New York, Funk & Wagnalls, 1968.
- Diringer, David. The Story of the Aleph Beth. New York: Thomas Yoseloff, 1960; World Jewish Congress, 1958.
- Douglas B.Vogt. Creation of the Hebrew Alphabet. Vector Associates Florida, 2016.
- E.W. Bullinger. Number in Scripture. Alacrity Press, 2014.
- Haim Shore. Coincedences in the Bible and in Biblical Hebrew, Biblical Institute Press, 1985.
- Ifrah, Georges. From One to Zero: A Universal History of Numbers, Viking, 1985.
- Kelly — Marie. The God Design. United Kingdom, 2019.
- Klein, Ernest, Dr., A comprehensive etymological dictionary of the English language: Dealing with the origin of words and their sense development thus illustrating the history and civilization of culture, Elsevier, Oxford, 7th ed., 2000
- Lawrence, Shirley Blackwell. The Secret Science of Numerology - The Hidden Meaning of Numbers and Letters. Franklin Lakes, NJ: New Page Books, 2001.
- Lillian Dare. Biblical Numerology. CreateSpace Independent Publishing Platform, 2017
- Menninger, Karl. Number Words and Number Symbols: A Cultural History of Numbers. Cambridge: MIT Press, 1969.
- Shirley Blackwell Lawrence. The Big book of Numerology. USA, 2001

www.ingramcontent.com/pod-product-compliance
Lightning Source LLC
LaVergne TN
LVHW011947060526
838201LV00061B/4244
9798218078867